आपल्या स्नेहीजनांना पुस्तके भेट द्या

बिट्रेयल

पॉल कार्सन

अनुवाद
मुकुंद कुर्लेकर

मेहता पब्लिशिंग हाऊस

Mehta Publishing House, 1941, Madiwale Colony, Sadashiv Peth, Pune 411030.
✆ +91 020-24476924 / 24460313
Email : info@mehtapublishinghouse.com
production@mehtapublishinghouse.com
sales@mehtapublishinghouse.com
Website : www.mehtapublishinghouse.com

◆ *या पुस्तकातील लेखकाची मते, घटना, वर्णने ही त्या लेखकाची असून त्याच्याशी प्रकाशक सहमत असतीलच असे नाही.*

BETRAYAL by PAUL CARSON

Copyright © Paul Carson 2005

Translated in Marathi Language by Mukund Kurlekar

बिट्रेयल / अनुवादित कादंबरी

अनुवाद : मुकुंद कुर्लेकर
४३/६९१, लोकमान्यनगर, पुणे - ४११०३०.

मराठी अनुवादाचे व प्रकाशनाचे हक्क, मेहता पब्लिशिंग हाऊस

प्रकाशक : सुनील अनिल मेहता, मेहता पब्लिशिंग हाऊस,
१९४१, सदाशिव पेठ, माडीवाले कॉलनी, पुणे - ४११०३०.

मुखपृष्ठ : चंद्रमोहन कुलकर्णी

प्रथमावृत्ती : फेब्रुवारी, २०१२

ISBN 978-81-8498-335-7

आयुष्यात भेटणारी सगळीच माणसे सारखी नसतात.

जीन, एमिली आणि डेव्हिड यांना

'हृदयाचे ठोके वाढवणारी... गोठवून टाकणारी भयकथा' म्हणजे 'बिट्रेयल'!

— द आयरिश इन्डिपेन्डन्ट

पॉल कार्सन यांचे 'बिट्रेयल' हे पुस्तक म्हणजे उत्कृष्ट भयकथा आहे. कथेचा शेवट सौम्य असला तरी तेवढाच हादरून टाकणारा आहे. कथा वाचताना मला खूप आनंद मिळाला.

— जे रॉबर्ट इवबँक

युरोपमधील डब्लिनचे 'हार्मन' सुधारणागृह म्हणजे विशेष सुरक्षाव्यवस्था असलेलं भयानक कारागृह होतं. या कारागृहात ड्रग माफिया, दहशतवादी, टोळीयुद्धाचे प्रमुख, लैंगिक शोषण करणारे अशा कुविख्यात लोकांचा भरणा होता. या अशा भयानक कारागृहात जेथे आधीच्या डॉक्टरचा खून झाला होता तेथेच डॉ. फ्रँक रयानची 'चीफ मेडिकल ऑफिसर' म्हणून नेमणूक झाली होती. अशा परिस्थितीत काम करणे म्हणजे वैद्यकीय आणि वैयक्तिक दृष्ट्या डॉ. रयान पुढे एक आव्हानच होते.

हार्मन कारागृहातील 'जे' विंगमध्ये एक व्यक्ती नजरकैदेत होती. त्याभोवती देशांतर्गत राजकीय आणि आंतरराष्ट्रीय हितसंबंध बंदिस्त झाले होते...

...बिट्रेयलच्या वेगवान कथानकाच्या माध्यमातून कार्सन यांनी हार्मनच्या तुरुंगातील भयानक वास्तक मांडले आहे.

— सेंट मार्टिन्स प्रेस

१

गाढ झोपेत असताना टेलिफोनचा आवाज कानात शिरला. अंधारात चाचपडत टेलिफोनचा रिसिव्हर एकदाचा सापडला. पण त्याच्याआधी बिछान्याशेजारी असलेल्या कपाटाला अडखळलोच. पलीकडच्या बाजूने कुणाचा तरी चिरका आवाज आला. घड्याळामध्ये साडेतीन वाजलेले दिसत होते. माझ्या लक्षात आलं की फोनवर काहीतरी विपरीतच ऐकावं लागणार.

''हं.. बोला.''

''डॉ. रयान का?''

''होय.''

''माफ करा हं; पण तुम्हाला आत्ता लगेच तुरुंगात यावं लागेल.''

मी चरफडलो. बारा फेब्रुवारीची रात्र होती. गोठवून टाकणारी थंडी होती. गेले चार दिवस ध्रुव प्रदेशातून येणारे वादळी वारे आयर्लंडच्या पूर्व किनाऱ्यावर आदळत होते. हिमवर्षाव होत होता. हवामान खात्याने धोक्याचा इशारा दिला होता. त्यावेळी घराबाहेर पडण्याची माझी मुळीच इच्छा नव्हती आणि त्याहून महत्त्वाचं म्हणजे मी लिसाच्या मिठीत आरामात झोपलो होतो.

मला स्वत:लासुद्धा ऐकू येईल न येईल इतक्या कुजबुजत्या आवाजात मी विचारलं, ''काय झालंय तरी काय?''

''इथे एकाने आत्महत्या केली आहे.''

अरे.. बाप रे.. कठीणच होते. आता मला पूर्ण जाग आली होती. मनामधे विचारांची जुळणी करत होतो. हार्मन कारावासामधील गेल्या सहा महिन्यांमधील ही चौथी घटना. मिडियावाले चांगलेच सतावणार.

''नेमकं काय झालंय?'' मी विचारलं.

''जे कक्षामधील कैद्याने एका तासापूर्वी फास लावून घेतला.''

“आणखी काही तपशील?”
मी बिछान्यामधून उठलोच होतो. माझी चड्डी शोधत होतो. लिसाच्या उघड्या पाठीचा स्पर्श जाणवला. शेवटी लिसाची अंतर्वस्त्रे आणि माझी चड्डी दुलईच्या कडेला सापडली.
“फार काही नाही. एक जवान, खुनी हल्ल्याच्या आरोपावरून आजच त्याला दाखल केलं होतं.” पलीकडून मी मागितलेला तपशील आला. कान व खांद्यामध्ये टेलिफोन रिसिव्हर दाबून धरत शेजारचा दिवा लावला. माझे कपडे दिसू लागले. कामभावनेच्या आवेगात अंथरुणात शिरण्यापूर्वी खाली टाकले होते. लिसा आधीच अंथरुणात शिरली होती. तिच्या चेहऱ्यावर स्मितहास्य पसरलेलं. “एक मिनिट हं..” मी म्हणालो. पँट चढवत होतो. फोनवर असं कळलं होतं की ‘जे’ कक्षामधे हा प्रकार घडला होता पण ‘जे’ कक्ष तर गेले काही दिवस दुरुस्तीसाठी बंद होता. खरं वाटत नव्हतं. ‘जे’ कक्षामध्ये नवीन कैदी कधीच ठेवत नसत. ती जागा निर्ढावलेल्या गुन्हेगारांसाठी होती. दुरुस्तीकरता हा कक्ष रिकामा करण्यासाठी तिथल्या भयंकर कैद्यांना हलविण्याचं काम फारच जोखमीचं होतं. त्यासाठी सशस्त्र दलाची मदत घ्यावी लागत होती.
“आता कुठे आहे तो?” मी विचारलं.
“माफ करा, मला ते माहीत नाही.” हा आवाज कुणाचा असावा ते काही लक्षात येत नव्हते. तीस-चाळीस वर्षे वयाचा पुरुषी आवाज; पण बोलण्याच्या धाटणीवरून काहीच अंदाज येत नव्हता. थंडीसाठी जाड स्वेटर घातला व पट्टा बांधून तयार झालो.
“म्हणजे तो अजूनही कोठडीतच आहे की काय?” याबाबतचे तुरुंगाचे नियम स्पष्ट व कडक होते. मी तुरुंगाचा डॉक्टर असल्यामुळे मृतदेहाची तपासणी करण्याचे काम माझे होते. फार तपशीलवार तपासणी करावी लागे. काही वेळा सूड घेण्यासाठी खून केला जाई व फास लावून जीव दिला असं भासविण्यात येई; पण हे समजणं फारसं अवघड नसे. न्याय वैद्यकशास्त्राचं प्राथमिक ज्ञान त्याला पुरेसं होतं. यासाठी साक्षीदार मिळणं अवघड असे... पण फोनवरून अधिक काही माहिती मिळाली नाही.
“फ्रँक, हे काय? कपडे घालून निघाला आहेस कुठे?” उशीच्या आडून माझ्याकडे लक्षपूर्वक पाहत लिसाने विचारलं.
मी खाली वाकून तिचं चुंबन घेतलं. म्हणालो, “मला बाहेर जावं लागत आहे.”
लिसाने घड्याळाकडे बघितलं, “ह्या वेळेला?”
तिच्या छातीवरून दुलई खाली घसरली. त्यामुळे माझी बेचैनी वाढली. मी बिछान्याच्या कडेला बसलो व तिच्या सोनेरी केसांमधून हात फिरवला. तुरुंगामधे

आत्महत्या होणे हा किती गंभीर मामला आहे हे तिला या क्षणाला सांगण्यात अर्थ नव्हता.

''हे बघ, मला बोलावलं आहे. एका कैद्यासंबंधात त्यांना माझा सल्ला पाहिजे. काही साथीचा आजार पसरण्याची शक्यता दिसते.'' मी तिला कसंबसं समजावलं. माझ्या कामामधील काही वाईट प्रकारांबद्दल मी तिला सांगत नसे. माझ्या डोक्यात विचारांचं काहूर माजलं होतं. माझं बोलणं कोणी ऐकत तर नसेल, काय झाले असेल? पेपरवाल्यांना सुगावा लागला असेल का? तसे असेल तर तुरुंगाच्या दरवाज्यावरच मला कॅमेऱ्यांना तोंड द्यावे लागेल.

लिसा म्हणाली, ''कसलं हे काम तुझं? तुला दुसऱ्या डॉक्टरांसारखं काम मिळत नाही का?''

मी म्हणालो, ''आता हे बोलण्याची ही वेळ नव्हे.'' मी माझी ग्लॅडस्टन बॅग बघू लागलो. सर्व औषधं व इंजेक्शन्स इ. सरंजाम जागेवर आहे का नाही ते तपासले. आता या पेशंटसाठी काही औषधांची गरज लागणार नव्हती म्हणा.. पण पूर्व अनुभवातून काही गोष्टी शिकलो होतो. सर्व साधनं घ्यायलाच लागत. अगदी छोटं पिस्तुलसुद्धा. तेही तयार करून ठेवलं. एका खिशात एक हातबाँबपण ठेवला, दुसऱ्या खिशात आणखी काडतुसं. सुदैवाने लिसाला या हालचालीची जाणीव झाली नाही. मी बॅग घेऊन निघताना तिला म्हणालो, ''ह्या नोकरीत खूप अनुभव मिळतो. जगातले सर्व रोग इथं पहायला मिळतात. माझ्या संशोधनासाठी त्याचा उपयोग होतो. आता परत यावर चर्चा नको.''

लिसा थोडी हिरमुसली. म्हणाली, ''लवकर ये रे. आपण बिछान्यातच नाश्ता करू.'' खोडसाळपणाने माझ्याकडे बघितलं.

मी म्हणालो, ''म्हणजे काय?''

माझ्या सदनिकेचं प्रवेशद्वार बुलेटप्रुफ आहे. प्रवेशद्वारातून बंदुकीच्या गोळ्या शिरू नयेत असे भक्कम होते. पाऊण इंच पोलादी पत्रा लाकडाच्या चौकटीवर बसवला होता. अतिरिक्त मजबुतीसाठी पाच कुलपे होती. या व्यवस्थेला चालू करून दरवाजा उघडण्यासाठी तीन मिनिटे लागावीत असे होते. मी जांभया देत देत एकामागून एक खटके दाबले. काही क्षणानंतर टीव्हीवर काहीतरी दिसलं. हा टीव्ही बाहेरचं काही दिसावं म्हणून लावला होता. त्यामध्ये माझ्या उजवीकडील बटन दाबलं. दरवाज्यावरचा टीव्ही चालू झाला. त्यामुळे बाहेर काय आहे याची कल्पना आली. पावसात कुडकुडणारी कुत्री सोडता सर्व काही ठीक होते. काही संशयास्पद दिसले नाही. काही वेळा निष्कारण शंका घेऊन आपण हास्यास्पद होतो. एकदा माझ्या गाडीखाली काही तरी आहे असं समजून मी सशस्त्र पोलिसांना बोलावलं. प्रत्यक्षात गाडीतून गळलेल्या तेलाचा डाग निघाला.

तुरुंगावर न्यायखात्याची हुकुमत होती. सुरक्षा विषयक सूचना फार कडक होत्या. हत्यार चालविण्याचं शिक्षण आवश्यक होतं. कामावर जाताना चिलखतासारखं जाकीट घालावं लागे. हार्मन सुधारणागृह असे या तुरुंगाचे नाव होते; पण प्रत्यक्षात आतमध्ये कैद्यांचाच अंमल चाले. मुख्य वैद्यकीय अधिकारी असं माझं पद होतं पण प्रत्यक्षात काम फार भयानक असे. माझ्या आधीचा मुख्य वैद्यकीय अधिकारी क्रूरपणे मारला गेला होता. कारण त्याने तुरुंगातील काही कुख्यात दादांसाठी हेरॉईन आत आणू दिले नाही. त्याच्या पूर्वीचे चार डॉक्टर्स काही महिन्यांनंतर गाशा गुंडाळून पळाले होते. तिथला छळच काही असा होता! पाठलागावर मारेकरी असत. पोस्टाने बंदुकीच्या गोळ्या पाठवून इशारा देण्यात येई. शाळेत जाणाऱ्या मुलांवरही गुंडांची नजर असे. ह्या परिस्थितीमुळे मला ही नोकरी मिळणे अवघड गेलं नाही. मी उंचापुरा आहे. वय एकतीस वर्षे. लग्न झालेलं नाही. यामुळे माझी निवड केली गेली. माझी प्रेयसी आहे पण तिचा संसारात पडण्याचा इरादा नाही. त्यामुळे तीही बाजू सुरक्षित होती. मी ऑस्ट्रेलियन असल्यामुळे माझे भाऊ-बहीण इ. कुणीही आयर्लंडमध्ये नव्हते; पण सगळ्यात महत्त्वाचे कारण म्हणजे मला 'कारागृहातील आरोग्य' या विषयामधे फार रस होता. एच्.आय.व्ही., हिपेटायटिस इ. रोगांचा अभ्यास करण्यासाठी इथे त्या तऱ्हेचे रुग्ण होते. इथले बरेचसे कैदी जन्मठेपेचे कैदी होते. तुरुंगाची रचना व्हिक्टोरियन पद्धतीची होती. दहा एकर क्षेत्र. सर्व बाजूंनी साठ फूट उंचीचे तट. प्रत्येक शंभर यार्डावर निरीक्षण कक्ष. आतली रचना चक्राकार होती. मध्यबिंदूपासून चाकांच्या आऱ्यांप्रमाणे बराकी होत्या. मध्यवर्ती कार्यालयामधून सर्व बराकींवर लक्ष ठेवता येई. या ठिकाणी क्लोज्ड सर्किट टीव्हीवर प्रत्येक बराकीमधील घटना दिसत असे. प्रवेशद्वार तर फारच भक्कम होते. संपूर्ण युरोपमध्ये इतका भयानक तुरुंग दुसरा नाही अशी या तुरुंगाची ख्याती होती. आयर्लंड देशाची ख्याती तिथल्या बिनहत्यारी पोलीसदलासाठी होती; पण हे कारागृह त्याला अपवाद होते. भोसकाभोसकी, ओलीस धरण्याचे प्रकार वाढल्यामुळे तुरुंग व्यवस्थापनाने फारच कडक धोरण स्वीकारले होते. बंदुकांचा उपयोग करण्याची परवानगी दिली गेली होती. यामुळे अनिष्ट घटनांचे प्रमाण कमी झाले खरे; पण तुरुंगाची ख्याती काही बदलली नाही.

मानवाधिकार संघटनेच्या वकिलांनी ह्या तुरुंगाला भेट दिल्यावर असं मत दिलं की ही जागा ड्रग्जचं आगार आहे. अत्यंत भयानक. गेले वर्षभर मी इथे काम केल्यानंतर त्यांच्या म्हणण्याची प्रचिती येत होती. तुरुंगातून पळून जाण्याचे अनेक प्रयत्न झाले. एकदा तर यासाठी एक हेलिकॉप्टर वापरण्यात आलं. अर्थातच प्रयत्न फसला. ह्या हेलिकॉप्टरचे अवशेष कैद्यांना जरब बसावी म्हणून तसेच ठेवण्यात आले आहेत. आतमध्ये प्रत्येक बराक स्वतंत्र आहे. त्या प्रत्येकामध्ये जेवणासाठी व व्यायामासाठी

आवार आहे. 'ए' व 'बी' कक्षांमध्ये दहशतवादी - मुख्यत: अल कायदाचे मुस्लीम अतिरेकी आहेत. त्यांच्यावर बॉंब तयार करण्याचे व प्रक्षोभक साहित्य प्रसारित करण्याचे आरोप आहेत. 'सी' व 'डी' कक्षांमध्ये खुनी कैदी, 'इ' आणि 'एफ' कक्षांत थोडे सौम्य गुन्हेगार जसे आर्थिक गुन्हेगार, फसवणूक करणारे, अश्लील चित्रांचा व्यापार व बालकांवर अन्याय करणारे. एक महिला कक्षही आहे; पण कुणीही महिला डॉक्टर नसल्यामुळे मलाच तिथे आठवड्यातून दोन वेळेला भेट द्यावी लागे.

या सर्व कक्षांमधे 'जे' कक्ष सर्वात भयानक समजला जाई. मला तिकडेच जायचे होते.

मी सीसीटीव्हीची दिशा वळवून सर्व बाजूंची पाहणी केली. माझ्या सदनिकेमधूनच संपूर्ण इमारतीचे हॅलोजन दिवे लावण्याची सोय होती. मी तसं करून बाहेरचं निरीक्षण केलं. संशयास्पद काही आढळलं नाही. पार्किंगमध्ये नेहमीच्याच गाड्या. त्यामध्ये माझी सहा वर्षे जुनी, पोचे आलेली 'साब' पण दिसत होती. मला मोटरगाड्यांचा षोक नाही; पण माझी कामाची जागा घरापासून पाच मैल दूर असल्यामुळे वाहन आवश्यकच होतं. बाहेर पडताना मी माझा पर्सनल अलार्म पेजर चालू आहे की नाही ते पाहिले. बाहेर पडलो. माझ्यामागे दरवाजा बंद झाला आहे याची खात्री करून घेतली. अजून विचारांची जुळणी चालू होती. तो टेलिफोन, तो तुटक आवाज आठवत होतो. काही क्षण स्तब्ध उभा राहिलो. विचार करत होतो. टेलिफोनवरचं बोलणं अस्वस्थ करीत होतं. परत जाऊन फोन कुठून आला याची खात्री करून घ्यावी का, असं वाटलं. त्याच वेळी दरवाजे आपोआप बंद होत असल्याचा आवाज आला. बाहेर कमालीची थंडी होती. धीर करून पुढे सरकलो.

बाहेर विलक्षण थंडी होती; पण जाणे भाग होते. पुढे निघालो. मनातल्या शंका पुन्हा पुन्हा त्रास देत होत्या. काय झालं असेल? 'जे' कक्षाशी संबंधित घटना असल्यामुळे फारच चिंता वाटत होती. मी कॉलर आयडी का नाही पाहिला? कुणाचा होता फोन? छातीत धडधड होऊ लागली. परत मनाची समजूत घातली की तसे काही नसेलही. इतक्यात दिवे गेले, संपूर्ण अंधार झाला. दचकलो, घाबरून माझा बर्फ झाला.

माझ्या पेजरवरचं धोक्याचा इशारा देणारं बटण दाबलं. माझी ग्लॅडस्टन बॅग उघडली. हत्यार हातात बरोबर आलं. घड्याळाचे काटे अंधारात चमकत होते. माझ्या मनातली भीती खरी असेल तर प्रत्येक क्षण महत्त्वाचा होता. पेजर नजीकच्या सुरक्षा यंत्रणेशी संलग्न होता. इशारा मिळताच दोन पोलीस तुकड्या तातडीने दाखल

होण्याची योजना होती. त्याची रंगीत तालीम मी बऱ्याच वेळा बघितली होती. जवळ जवळ चार वाजले होते. माझ्या मदतीला येणारी पोलीस तुकडी पाच मिनिटांमध्ये दाखल होण्याला काही अडचण नव्हती. रस्ते मोकळेच होते तेव्हा काही अडथळा नव्हताच. फ्लॅटवर परत जाण्याचा विचार मी झटकून टाकला. कारण माझ्या मागावर येणाऱ्या गुन्हेगारांच्या हाताला लिसा आयतीच मिळाली असती. बॅग खाली ठेवून स्टेन ग्रेनेड तयार ठेवला. भयामुळे श्वसनक्रिया जोरात झाली होती. ती आवरण्याचा प्रयत्न केला.

आहेत तरी कुठे ते? आणि कोण असावेत? का मी भीतीपोटी जास्तच काळजी घेतोय? अंगातला ओव्हरकोट काढून पायऱ्यांवर पसरला. जिन्याच्या वर काहीतरी हालचाल जाणवली. मी जिन्याच्या मध्यावर होतो. कुठल्याच बाजूने सुटणे शक्य नव्हते. तोंडाला कोरड पडली, नाडी अति जलद झाली आणि चक्कर आल्यासारखे झाले. कुठल्या दिशेने जावे? प्रशिक्षणामध्ये दिलेल्या सूचना आठवत होतो; पण व्यर्थ! मेंदू कामच करेनासा झाला. माझ्या प्रशिक्षकाला बोस्निया, लेबॅनन व लायबेरिया या ठिकाणी अतिरेक्यांशी सामना करायचा अनुभव होता; पण त्याने मला दिलेल्या सूचना व्यर्थ झाल्या असे वाटू लागले.

यानंतर दहा सेकंदांमध्येच एक उंच व्यक्ती येत असल्याचं अंधुकपणे दिसलं. त्याने दरडावलं, ''रयान, मुकाट्याने हत्यार खाली टाक.''

फोनवरचा आवाज हाच होता. मला घरातून बाहेर काढण्यासाठी ही योजना होती तर! आणि मी त्याप्रमाणे फसलो होतो. माझ्याजवळ हत्यार आहे हे त्यांना कसे माहीत?

''रयान भडव्या, टाक ते हत्यार खाली. तुझा भेजा उडवू का? कुत्र्याच्या मौतीने मरायचंय काय?'' परत धमकी दिली, ही जिन्याच्या दुसऱ्या बाजूने आली होती. मी घरातून बाहेर पडलो त्यावेळी हे लोक पॅसेजमध्ये लपले असावेत. त्यामुळे ते टीव्हीवर दिसले नाहीत. ते तिघे जण होते. माझ्या मदतीला कुणी यायच्या आधीच मला मारून टाकतील. मी सहा फूट उंच आहे, प्रकृती भक्कम आहे. आत्मरक्षणाचे प्रशिक्षण घेतलं आहे. माझ्या प्रशिक्षकानं स्वत:चे रक्षण करण्याचं शिकविलं होतं खरं; परंतु समोरासमोर सामना करण्यासाठी त्याचा उपयोग नव्हता. मी माझा ओव्हरकोट अंगावर घेतला. एका बाजूवर वळलो आणि खिशातून स्टेन ग्रेनेड काढून वरच्या दिशेने फेकला. ग्रेनेड आदळल्याचा आवाज ऐकल्यावर खालच्या दिशेने गोळीबार चालू केला. फेकलेल्या बॉंबचा स्फोट झाला. सगळी इमारत हादरली. माझ्याही कानठळ्या बसल्या. माझ्या गोळ्या कुणाला लागल्या ते समजत नव्हते. स्फोटकांचा वास वातावरणात भरला होता. माझे डोके एका पायरीवर आपटले व मी जिन्यावरून सरपटत खाली उतरू लागलो. एका हाताच्या

आधारावर. दुसऱ्या हातात पिस्तूल होतेच. परत मी चार फैरी झाडल्या. शत्रूपैकी कुणाला तरी गोळी लागलीच असेल. जिन्याच्या तळाशी आलो. जर माझ्या गाडीपर्यंत पोहोचू शकलो तर गाडीमागे लपून गोळीबार करता येईल. तेवढ्यात एक प्रखर लाईट माझ्या चेहऱ्यावर पडला. क्षणभर काहीच दिसेना. पिस्तूल धरलेला हात डोळ्यापुढे ठेवून बघण्याचा प्रयत्न करू लागलो. कुणीतरी मला लाथ मारली व मी कोलमडलोच. मला त्यांनी सर्व बाजूंनी घेरले.
"रयान, भोसडीच्या.. तुझ्या ग्रेनेडमुळे मी मरणारच होतो." असे म्हणून त्याने माझ्या डाव्या कानाखाली जोरदार मुष्टिप्रहार केला. "परत असा तमाशा केलास तर चिरून काढेन." परत धमकी. परत अंधार झाला. माझ्या शेजारी दोन धिप्पाड व्यक्ती उभ्या राहिल्या. त्यांनी मला घट्ट पकडले. त्यांच्या तोंडाला दारूचा वास येत होता.
"मला सोडून द्या." मी ओरडलो. त्या दोघांशी झटापट झाली. "माझे अंगरक्षक बाहेर आहेत. तुम्हाला ते सोडणार नाहीत." डोक्यावर काहीतरी जड वस्तूचा आघात झाला. मला काही प्रतिकारच करता येईना. पिस्तूल हातातून गळून पडले. मला ते उचलून घेऊन कुठेतरी नेत आहेत हे जाणवले. प्रवेशद्वार फोडून मला पावसात आणण्यात आले. अतिरेकीच असावेत सर्व.
मला आठवले माझ्या आधीच्या डॉक्टरचा हत्येनंतर घेतलेला फोटो. रक्ताच्या थारोळ्यात पडला होता. मान बाहुलीप्रमाणे कलली होती. चेहरा ओळखण्याच्या पलीकडे होता. गोळीबारामध्ये चेहरा विद्रुप झाला होता. आता माझी पाळी होती तर! पण मी लढणार होतो. मी सुटण्याचा प्रयत्न केला. त्यामुळे त्यांच्यापैकी एकजण फरशीवर घसरला. मी त्यांच्या पकडीतून जवळजवळ सुटलोच. परत कुणीतरी ओरडले, "अरे, धरा त्या भडव्याला घट्ट." परत शिव्या आणि लाथांचा वर्षाव. मी वेदनांमुळे विव्हळू लागलो. घोंघावणारा वारा आणि पाऊस अंगावर आदळत होता. मी एका कुशीवर होण्याचा प्रयत्न केला. कुणीतरी मला अवघड जागेवर लाथ मारली. भयंकर कळा येऊ लागल्या. परत खांद्यावर लाथ. शरीर गुंडाळून घेण्याचा प्रयत्न करीत होतो. दोन्ही हातांनी डोक्याला झाकून घेतले होते.
भिजलो होतो नखशिखान्त. घाबरलो होतो. तरीसुद्धा स्वत:ला शुद्धीवर ठेवण्याचा प्रयत्न करीत होतो. संकटकालीन मदत या यंत्रणेचे काय झाले? बंदुकीमध्ये गोळ्या भरण्याचा आवाज आला. आता संपलंच म्हणायचं. मला नेता आलं नाही तर इथंच संपवणार असं दिसतं. मी जोरदार हालचाल करून परत सुटण्याचा प्रयत्न केला. गोळी झाडली गेली. ती जमिनीमध्ये घुसली व काही माती अंगावर उडाली. परत मी दुसऱ्या बाजूने उसळी मारली. यानंतर झाडलेली गोळी माझ्या डोक्याला घासून गेली. गरम रक्ताचा ओघळ माझ्या मानेपर्यंत आला. परत पाठीवर एक सणसणीत लाथ. दुसरीकडून माझ्या डाव्या मांडीवर आघात. माझी शुद्ध हरपत चालली होती.

इतका मार खाल्ल्यानंतर ते अटळच होते; पण मी विरोध केला नाही तर ते मला ठार करणार. परत विरोध करण्याचा प्रयत्न. पाऊस फारच जोरात पडू लागला होता. बोचऱ्या वाऱ्यामुळे झालेल्या जखमा झोंबत होत्या. माझ्या बाजूला काही हालचाल झाल्याचे जाणवले. कुणीतरी म्हणाला, "बाजूला व्हा, ह्या आईघाल्याचं डोकंच फोडतो." एक शक्तिशाली बंदूक भरण्याचा आवाज आला. जोरदार वाऱ्यातही डोळे उघडे ठेवण्याचा प्रयत्न करत होतो. डबल बॅरल बंदूक माझ्यावर रोखलेली होती. मी ख्रिस्तासारखे हात पसरून वाट बघत थांबलो. आणखी दोन लाथा डोक्यात बसल्या. बंदुकीच्या नळ्यांतून ज्वाला दिसल्या. मग सगळा अंधार पसरला.

२

कण्हत कुंथत जागा झालो. मी मेलो होतो ना? असणारच. नाहीतर इतका प्रखर प्रकाश कुठून येणार! घट्ट पकडीमध्ये ठेवल्यासारखं झालं होतं. अतीव वेदना. डोळे दोन्ही बाजूला फिरवून पाहिलं. सगळीकडे फॉस्फरसच्या ज्वालांसारखा प्रकाश. डोळे दिपवणारा व डोकं चक्रावणारा. आहे तरी कुठे मी? अजून ती डबल बॅरल बंदूक डोळ्यांसमोर येत होती. वेदनेने ओरडत मी हलण्याचा प्रयत्न केला पण शक्य झाले नाही. कण्हत व धापा टाकत परत पडून राहिलो. डोक्याला जखमा, बरगड्या दुखत होत्या, पाठ व हातपाय सुजले होते. डोक्यावरची एक रेघेसारखी जखम अजून ताजीच होती. माझ्या गुप्त भागामध्ये खूप आग होत होती. मी बोलण्याचा प्रयत्न करत होतो पण शक्य होत नव्हतं. फक्त माझं कण्हणं व हुंदके मलाच ऐकू येत होते. आतून विचित्र आवाज येत होते.

"ठीक आहे ना सगळं श्री. रयान?'' कुणातरी पुरुषाचा आवाज आला. डावीकडे मान वळविण्याचा प्रयत्न केला. शक्य झाले नाही. वेदनेमुळे डोळे उघडता येत नव्हते. दम लागत होता. "मी आता तुम्हाला काहीतरी देणार आहे. त्याने वाटेल आराम.'' आणखी एक आवाज आला. ही स्त्री होती. बोलणं आश्वासक वाटत होतं. तिने माझ्या हातावर हात फिरवला. कोणत्याही मनुष्यस्पर्शाला मी आसुसलो होतो. काही तरी संभाषण माझ्या कानावर आलं त्यामुळे इतकं बरं वाटलं की रडूच फुटलं. हे खरोखरचे मनुष्यप्राणी होते तर- त्यांचे आवाजही अस्सल होते. म्हणजे मी मेलो नव्हतो तर! माझ्या मागच्या बाजूला काहीतरी टोचल्यासारखं झालं. मॉर्फिन असा शब्दही कानावर पडला. तो उबदार हात माझ्या हातांवरून फिरत होता. दुसरा हात माझे केस विंचरत होता. डोळे मिटून घेतले. लक्ष दुसरीकडे वेधल्यामुळे वेदनेची जाणीव कमी झाली. शरीराखाली ओली चादर व गादी आहे असे जाणवले. मी माझी मान त्या मऊ हातावर टेकवली. माझी गादी बदलण्यात आली. बाहेरच्या

वाहतुकीची जाण झाली. डिझेलचा वास येईल असं वाटलं. प्रत्यक्षात अँटिसेप्टिक द्रव्याचा वास आला. मी हॉस्पिटलमध्ये होतो म्हणायचं. चांगलंच झालं की! हळूहळू जाणीव लुप्त होऊ लागली. मला झोप लागली.

पाठीमागे उश्या ठेवून मला थोडं बसतं करण्यात आलं होतं. जाग आली पण आता भय कमी झाले होते. "कुठे आहे मी?" हॉस्पिटलच्या भिंतींचा रंग दिसत होता. शब्दकोड्यांचं डिझाईन असलेले पडदे होते. त्यामुळे खोल्या वेगवेगळ्या केल्या गेल्या होत्या. हॉस्पिटलचे रिकव्हरी युनिट असावं बहुतेक. खोलीमध्ये खाली रंगीत गालिचा होता. एक दरवाजा निळ्या रंगाचा, बहुतेक बाथरूमध्ये उघडत असावा. भिंतीवर खूप उंचीवर खिडक्या होत्या. त्याचं डिझाईन विचित्रच होतं. त्यातून थोडा प्रकाश आत येत होता. माझ्या अंगावर फिकट पिवळ्या रंगाचं पांघरूण होतं. त्याच्या कोपऱ्यावर कोणतं तरी चिन्ह होतं. मला सलाईन लावलं होतं. ५% डेक्सट्रोज. आणखी एक बॅग लटकत होती. मी बेशुद्ध असताना माझ्या रक्तात काय काय घातलं होतं, कोण जाणे! कोपऱ्यामध्ये कृत्रिम श्वसनाचं उपकरण दिसत होतं. ऑक्सिजनच्या ट्युब्ज्, भूल देण्याचं साहित्य, औषधाच्या कुप्या, सुया, कात्र्या आणि कापसाचे बोळे, स्वरयंत्राची तपासणी करण्याचे यंत्र. माझ्या हृदयाची हालचाल समोरच्या कॉम्प्युटर मॉनिटरवर दिसत होती. हालचाल नेहमीसारखी असल्याचं दिसलं. त्यामुळे थोडा दिलासा आला. त्याचं मूळ माझ्या छातीवर लावलेल्या इलेक्ट्रोडस्वर होतं. काही झालं असलं तरी माझ्या हृदयावर काहीच परिणाम झालेला दिसला नाही. एक छान दिसणारी परिचारिका - हिरव्या गणवेशातील - माझ्यावर वाकून माझ्याशी बोलली, "रयानसाहेब, आता कसं वाटतंय?" माझा उजवा हात हातात घेऊन कुरवाळत होती. तिचं हास्य कृत्रिम नव्हते. तिच्या डोळ्यांतही हास्य दिसत होतं व मला ते जाणवत होतं.

"मी कुठे आहे?" मी उठण्याचा प्रयत्न केला; पण वेदनांमुळे ते शक्य झाले नाही. डोकं हलकं झालं होतं व अंगात अशक्तपणा जाणवत होता. माझ्या शरीरामधून खूप रक्तस्राव झाला असावा. चेहऱ्यामधूनही रक्त वाहत असावं. परिचारिकेने ते पाहून मला उशीच्या आधाराने बसवलं व भिंतीवरील इशाऱ्याची घंटा वाजवली. आत लाल दिवा लागला. तसाच बाहेरही लागला असणार. त्यामुळे वैद्यकीय मदत तातडीने येणार. डोळ्यापुढची अंधारी कमी झाल्यावर डोळे उघडले. एक डॉक्टरीणबाई त्रासिक चेहऱ्याने उभ्या होत्या. डोक्यावर मुस्लीम पद्धतीचा रुमाल होता. त्वचा मात्र नितळ होती. नावाची पट्टी नसल्यामुळे काही अंदाज करता येत नव्हता; पण ती इजिप्तमधील असावी असा मी कयास केला. डब्लिनमध्ये वैद्यकीय क्षेत्रात बरेच इजिप्तमधले लोक होते.

“आराम करा आणि कुणाच्या मदतीशिवाय हालचाल करू नका, रयानसाहेब!” डॉक्टरीणबाईंनी मला ताकीद दिली. “तुमची परिस्थिती गेले चोवीस तास फार गंभीर होती. त्यामुळे अशक्तपणा आलाय खूप!” असं म्हणत त्यांनी सलाईनचा वेग दाखविणारा तक्ता पाहिला. डॉक्टरांनी काय सांगितलं ते डोक्यात शिरायला थोडा वेळ लागला. चोवीस तास मी बाहेर होतो? त्या मारेकऱ्यांनी मला केले तरी काय? डॉक्टरीणबाई पुन्हा माझ्याकडे वळल्या, “एक गोष्ट चांगली आहे की तुमचे कोणतेही हाड मोडलेले नाही. आतमध्येही काही इजा नाही. मात्र मारहाण मात्र बेदम झालेली आहे.” असं म्हणून माझ्या हातात एक उपकरण ठेवलं. गरज लागली तर त्याचे बटण दाबून डॉक्टरांना बोलवायचं. फार थंडी वाजली किंवा फार गरम वाटू लागलं तर त्याचा उपयोग करा असं त्यांनी सांगितलं.

आत्तापर्यंत मी खूप ऐकून घेतलं होतं. मी चिडून म्हणालो, “समजलं काय झक मारायची ते. मला आधी सांगा मी आहे तरी कुठे?”

हे ऐकून डॉक्टरांच्या चेहऱ्यावर नाराजी पसरली. मला माझ्या उद्धटपणाची लाज वाटली. काहीतरी सांस्कृतिक वारसा असतो तो असा. चांगले शब्दही अंगी बाणवावे लागतात. मला उत्तर मिळाले, की मी हॉस्पिटलमध्ये आहे आणि त्यांनी ठरविल्यानंतरच येथून जायला मिळेल. डॉक्टरांचा आवाज त्रयस्थासारखा येत होता. जणू काही छापील अहवालाचे वाचन चालले होते.

मी विचारलं, “अहो, पण कोणते हॉस्पिटल?” मी माझ्या माहितीमधील सर्व हॉस्पिटल्स्‌ची यादी वाचली. माझ्या घरापासून हे हॉस्पिटल जवळच असणार.

“माफ करा, हे सांगण्याची मला परवानगी नाही.” असं म्हणून डॉक्टरीणबाईंनी केस पेपरवर काहीतरी खरडलं व निघून गेल्या. त्यांनी दिलेल्या तुटक उत्तरामुळे मी व्यथित झालो. उठण्याचा प्रयत्न केला. माझ्या आतमध्ये कमालीची आग होऊ लागली. मी ओरडलो. शरीरातील कणाकणामध्ये शिसारी वाटत होती. मला वांतीची भावना झाली. कोरडी उलटी झाली. त्यामुळे अधिकच शक्तिपात झाला. कमरेखाली काहीतरी टोचल्याचं जाणवलं. परत मी अर्धवट बेशुद्धीमध्ये. परत काहीतरी डोळ्यासमोर दिसू लागले. मग मला जाणवलं की मला भ्रम होतोय. इथल्या सर्वांचे उच्चार ब्रिटिश पद्धतीचे आहेत. त्या इजिप्शियन बाईचेसुद्धा!

“लिसा, लिसा अगं कुठे आहेस तू? तिला काही झालं की काय?” माझी बडबड चालली होती. एका परिचारिकेने माझा हात हातात धरून विचारलं, “कोण ही लिसा?” दुसरी एक परिचारिका माझं अंग पुसून काढत होती. थोड्याच वेळापूर्वी अंगाखाली ओलं लागल्यामुळे मला जाग आली होती. बेशुद्धीमध्ये मला लघवीवर

ताबा ठेवता आला नाही. ती सर्व स्वच्छता परिचारिका करत होत्या. मला फार शरम वाटली. काय झालीय माझी अवस्था? मी म्हणालो, ‘‘माझी प्रेयसी आहे ती, माझ्यावर हल्ला झाला त्यावेळी ती फ्लॅटमध्येच होती. ठीक आहे का ती?’’ माझ्या आवाजातील कंप मला जाणवला.

‘‘आम्हाला काहीच माहीत नाही यातलं? अहो या ठिकाणी तुम्ही एकच रुग्ण आहात.’’

ऐकून बरं वाटलं म्हणजे ते तिच्यापर्यंत पोहोचले नव्हते. ‘‘मला तिला भेटायचंय. तिला फोन लावता येईल का?’’ मी विचारले.

‘‘माफ करा, ते शक्य होणार नाही. तुम्हाला भेटण्याची कुणालाच परवानगी नाही.’’

‘‘मला फक्त तिच्याशी बोलायचं आहे.’’

‘‘अहो इथलं सगळं वेगळं आहे. फार कडक नियम आहेत. कुणी भेटायचं नाही. फोन नाही, काही नाही.’’

‘‘गांड मारा साल्यांची.’’ मी फुत्कारलो. न्यायखात्याला माझ्यावर अशी बंधनं घालण्याचं काय कारण? मी त्यांच्या दृष्टीने इतका महत्त्वाचा आहे? शिवीगाळ केल्यामुळे मला दम लागला. ओठावर दात दाबून धरले, ‘‘मला फक्त लिसाशी बोलायचंय. मी ठीक आहे हे तिला सांगायचंय. तिचीही खुशाली विचारायची आहे.’’ मी विचारलं, ‘‘इथं कोण आहे प्रमुख?’’

परिचारिकेने नजर चुकविली. अंग पुसताना लावलेला आडोसा दूर केला. बाहेरचं दिसू लागलं. एक गुप्त हत्यारधारी पोलीस खुर्चीवर बसला होता. माझ्याशी नजरानजर झाल्यावर तो कसनुसे हसला. त्याच्याजवळ हेकलर अँड कॉच एम् पी ५ हे मशिन पिस्तूल होते. शर्टाच्या आतमध्ये बुलेटप्रुफ जॅकेट होते. हा काय प्रकार आहे? इतकं काय भयंकर आहे? मी परत परिचारिकेकडे बघितलं, ‘‘आहे तरी कुठे मी?’’ तिने बाहेर बसलेल्या पोलिसाकडे बोट दाखविलं. तो उभा राहिला व पुढे आला म्हणाला, ‘‘हे बघा रयान. हे हॉस्पिटल आहे. आराम करा आणि फार प्रश्न विचारू नका.’’ त्याने निळ्या दरवाज्याकडे इशारा करून सांगितले, ‘‘बाहेर आणखी दोन हत्यारधारी आहेत.’’

या माहितीमुळे डोकं परत गरगरायला लागले. त्यातून मॉर्फिनचा थोडासा अंमल अजून होताच. परिचारिकेने डोकं उचलून खाली उशी सरकवली. माझ्याकडे बघून स्मित केले, पण यावेळी तिच्या डोळ्यात मात्र हास्य नव्हते.

तिचं नाव होतं हेलन. तिच्यामागे चार तास टुमणं लावल्यावर तिने काही काही सांगितलं. तिचं शिक्षण ब्रिस्टॉलमध्ये झालं होतं. अनुभव बराच होता. काही काळ

शिकागोमधील एका प्रसिद्ध हॉस्पिटलमध्येही काम केलं होतं. "छान..." मी म्हणालो. तिने माझ्या डोक्यावर झालेल्या जखमेवरील पट्टी काढली. बंदुकीच्या गोळीमुळे झालेली जखम लांबलचक होती. जखमेला टाके घातले होते. रक्ताच्या गुठळ्या काढून जखम स्वच्छ केली. जंतुनाशकाचा गरम स्पर्श जाणवत होता. त्यामुळे थोडं झोंबत होतं. "बरंच काही बघितलं आहेस तर!" तिचे काम चालूच होते.

"होय, सगळ्या तऱ्हेचे जखमी लोक येतात. सुरीहल्ला, गोळीबार, लोखंडी कांब मारल्यामुळे झालेल्या जखमा, सर्व काही. शिवाय रस्त्यावरचे अपघात वगैरे असतातच. मी खूप अनुभव घेतला आहे. परदेशातही मला खूप अनुभव मिळाला. त्याच्याआधी मी कधी बाहेरच्या देशात गेले नव्हते." तिने माझ्या जखमेची बोटाने चाचपणी केली.

मी म्हणालो, "इतक्या अनुभवानंतर माझी केस फारच कंटाळवाणी वाटत असेल नाही?"

ती थांबली. माझ्याकडे रोखून पाहिले. तिच्या डोळ्यात गोंधळल्याचे, काळजीचे व संकोचाचे भाव दिसत होते. "नाही हो, तसं नाही.. मी..." बोलता बोलता थांबली. कुठेतरी निघून गेली. परत आली. त्यावेळी थोडी उदास दिसली. म्हणाली, "थोडा बदल म्हणून बरं आहे की!"

ती खोटं बोलत होती हे स्पष्टच होतं. माझ्या मनात काय आहे, ते तिला निश्चितच माहीत होते. तिच्या बोलण्यावर माझा विश्वास बसला नव्हता हे तिलाही जाणवलं होतं. ती सगळी जागाच विसंगतींनी भरलेली होती. हॉस्पिटल म्हणावं तर फारच शांतता होती. हॉस्पिटलमधील नेहमीचे आवाज येत नव्हते. साधा टेलिफोनचा आवाजही आला नव्हता. रुग्णवाहक वाहनांचा भोंगा एकदाही कानावर आला नव्हता आणि मी दिलेल्या शिव्या सोडल्या तर कुणीही ओरडल्याचं, खेकसल्याचं ऐकू आलेलं नव्हतं. हॉस्पिटलमध्ये वातावरण असं असतं? मग कुठे आहे मी?

मी शुद्धीवर आलो त्यावेळी एक पुरुषी आवाज ऐकला होता. तो कोण होता? माझ्या प्रश्नाचं उत्तर कोणीच देत नव्हते. प्रत्येक जण टाळाटाळीची उत्तरं देत होता. विचारल्यावर हेलन म्हणाली, "ते होते डॉ. मिल्स्, ट्रॉमा तज्ज्ञ. त्यांना सांगण्यात आलंय की तुम्ही बरं होईपर्यंत त्यांनी तुमची काळजी घ्यायची."

थोडे खरे होते म्हणा. परत विचारलं, "आता परत केव्हा येतील ते मला बघायला?"

तिला काही त्याबद्दल सांगता आलं नाही. विचारून पाहते म्हणाली. माझ्या उपचारांविषयक कागदावर ती काही लिहीत होती.

मी विचारले, "अगं पण 'ते' म्हणजे कोण आहेत? सारखं 'त्यांनी' सांगितलं आहे, 'त्यांचा' आदेश आहे असं चाललंय. हा काय प्रकार आहे? न्यायखात्याचा संबंध आहे का?"

तिने घड्याळात पाहिलं. माझ्या बोलण्याकडे दुर्लक्ष करीत होती तर! "सहा वाजून गेले आहेत. तुमच्यासाठी जेवण मागवलं पाहिजे." माझ्याकडे बघून क्षीण स्मित केले. मी काही म्हणण्याच्या आधीच निघून गेली होती. दार बंद झाल्याचा आवाज झाला. दारावर पहारा असल्याचं जाणवलं. माझ्या फ्लॅटचा दरवाजाही असाच आवाज करत असे. म्हणजे सुरक्षाव्यवस्था तशीच होती तर. मी माझ्या वैद्यकीय अहवालाचे कागद पाहिले. काहीतरी खरडल्यासारखं दिसत होतं. वैद्यकीय भाषा किंवा तसं काही टिपण नव्हतं.

हेलनची कशी मदत घेता येईल याचा विचार करू लागलो. हॉस्पिटलमधला चौथा दिवस. मी एकटाच होतो. मला भेटणारी, बोलणारी तीच एक व्यक्ती होती. थोडी सुधारणा झाल्यावर शिरेतून द्रवपदार्थ देण्याचं तिनं बंद केलं. जेवण तीच आणत असे व रिकामे ताटही तीच परत नेत असे. प्रत्येक चार तासांनंतर माझ्या प्रकृतीची महत्त्वाची परिमाणं नोंदवीत असे. मी मागितल्यावर वेदनाशामक औषधं देऊन थोडेफार संभाषण होई. मला हुरूप वाटावा असा तिचा प्रयत्न असे. अंथरुणातले कपडे बदलणे इ. सेवा ती व्यवस्थितपणे करीत असे. मी पहिल्यांदा चाललो, ते तिच्याच आधाराने. माझे अंग पुसताना गुप्त भाग साफ करतानाही ती निर्विकार असे. तिच्याकडे बघून असं लक्षात येई की त्या भागावरच्या जखमा अजून बऱ्या झाल्या नव्हत्या. वेदना कमी झाल्यावर व थोडी शक्ती आल्यावर मी थोडी हालचाल करू लागलो. तिचं निरीक्षण करताना थोडं बरं वाटे. माझ्याकडे बघून हसताना, दिवे चालू करताना मी तिला थोडं चिडवून हसायला लावत असे. पुन्हा पुन्हा मला गरम पाण्याने अंथरुणावर अंघोळ घालण्याचा मी आग्रह करीत असे. गरम पाण्याने मला थोडा आराम वाटायचा. ताप नसला तरी माझं तापमान पाहायला सांगत असे. तिने माझ्या सान्निध्यात राहावं व तिच्याकडून काहीतरी माहिती मिळवावी हा उद्देश. हळूहळू मैत्री झाली. तिलाही माझ्या सहवासामध्ये मोकळेपणा वाटू लागला. माझ्याबद्दल तिला सहानुभूती वाटू लागली असावी.

जेवणानंतर मी टेलिव्हिजन किंवा रेडिओची सोय होईल का अशी चौकशी केली. दारावरच्या पहारेकऱ्याने सांगितलं की त्या खोलीमध्ये रेंज मिळणार नाही. मी विश्वास ठेवला नाही. ह्याकडे त्याने दुर्लक्ष केले. वर्तमानपत्र द्यावयाचेही टाळण्यात आले.

माझा विद्रुप झालेला चेहरा मी आरशात पाहिला. डोळे काळवंडलेले, डाव्या गालावर निळसर काळे ओरखडे, उजव्या कानाजवळही तसेच. माझा डावा कान सुजला होता. कपाळ जमिनीवर घासल्यामुळे खरचटल्याच्या खुणा होत्या. दाढी वाढलेली. त्यामुळे खाज सुटली होती. अंगावरचा हॉस्पिटलचा गाऊन काढून शरीराकडे बघितले. छातीवर वळ व खरचटल्याच्या खुणा होत्या. डोक्याला हात लावून टाके तपासले. वृषण ठीक होते पण तो सर्व भाग सुजला होता. शिस्न निळसर झालं होतं. जसं काही मी एखाद्या वेश्येकडे महिनाभर काम केलं होतं. माझी त्यांनी हाडं कशी मोडली नाहीत? इतकी मारहाण का झाली आणि माझ्यावर झाडलेल्या गोळ्यांचा नेम कसा चुकला? काहीच समजत नव्हते.

"झाली का तयारी?" हेलन विचारत होती. हातामध्ये साबणाच्या पाण्याने भरलेलं पात्र होतं. मी हो म्हटल्यावर तिने माझ्या चेहऱ्याला साबणाचा फेस लावला. माझी दाढी करण्याची तयारी होती तर. दाढी करताना ती माझं निरीक्षण करीत आहे हे आरशात दिसत होतं. मला म्हणाली, "तुमचं वजन खूपच कमी झालंय हो."

मी माझ्या छातीकडे बघितले. बरगड्या दिसत होत्या. म्हणालो, "खरंय ते."

चेहऱ्याला साबण लावून झाल्यावर तिने वस्तरा हातात घेतला. "कुठून सुरुवात करायची?"

मी म्हणालो, "तुझी इच्छा. इतका विद्रुप झालो आहे की तू अजून जखमा केल्यास तरी काही फरक पडणार नाही."

ती हसली. आरशामध्ये मी बघत होतो; पण तिने माझी नजर चुकविली. कपाळ एका हाताने धरून तिने अगदी अलगदपणे दाढीचे काम पूर्ण केले. एका हाताने कपाळावर दाब देऊन डोके स्थिर केले. अगदी नाजूकपणे, गाल व हनुवट पूर्ण केली. माझे केस काळेभोर आहेत. दोन तीन आठवड्यानंतर त्यांची निगा राखावी लागते. आता सर्व भयानक झाले होते. अरेच्चा, पण हे काय माझ्या मनात येतंय? मला काय सौंदर्य स्पर्धेत भाग घ्यायचाय का? तेवढ्यात ती म्हणाली, "चेहऱ्यावर झालेल्या जखमा सोडल्या तर तुम्ही देखणे आहात हं."

दाढीचं काम पूर्ण करून चेहरा पुसून घेतला. एक गरम टॉवेल माझ्या चेहऱ्यावर दाबून धरला. डोळे मात्र मोकळे होते. त्या टॉवेलवरही मी पूर्वी चादरीवर बघितलेलं चिन्ह होतं. आरसा वाफेने झाकला गेला होता. दुसरीकडे कुठे बघणे शक्य नव्हते.

"मी कुठे आहे हेलन?" मी विचारले. मी स्टुलावर बसलो होतो. मी तिचे हात हातात घेऊन तिच्याकडे बघत होतो. तिने खालचा ओठ दातांनी दाबून ठेवला होता. बहुतेक तिला काहीतरी सांगायचं असावं.

"तुम्ही हॉस्पिटलमधे आहात ना.'' ती उठली. आरशावरच्या वाफेवर तिने काही अक्षरं उठविली. बोलणं चालूच होतं. "तुमच्या प्रकृतीमध्ये चांगली सुधारणा होतीय...'' आरशावर अक्षरे होती– 'खोलीमधील' "डॉक्टर म्हणतात तुम्ही लवकरच घरी जाल...'' आरशावर अक्षरं दिसली– 'बोलणं रेकॉर्ड होतंय.' मी समजलो. पण न्यायखात्याने काय म्हणून असं करावं? हेलनकडे बघितलं. तिने खांदे उडविले व आरशावरची अक्षरे पुसून टाकली. आरसा अगदी स्वच्छ केला.

खोलीमधे एकटाच होतो. समोरचे अन्न चिवडीत होतो. नर्सेस, पोलीस व डॉक्टर यांची मीटिंग होती म्हणे. जेवणामध्ये द्राक्षे, रस्सेदार भाजलेले मांस, उकडलेले बटाटे, मटार आणि आईस्क्रीम इ. होते. जेवण ज्यामध्ये दिले गेले होते ती प्लॅस्टिक भांडी कोणत्याही विमानामध्ये जशी असतात तशी होती. या भांड्यांनी स्वत:ला किंवा दुसऱ्याला इजा करता येत नाही. एक प्लेट उलटून पाहिली. खाली अक्षरे होती HMP. निळा दरवाजा उघडण्याचा प्रयत्न केला. बाहेरून कुलूप होते. छिद्रातून बाहेर बघितले तर चार भक्कम कुलपे होती. खिडक्या खूप उंचीवर होत्या. त्याला लोखंडी गज होते. या सर्वाचा अर्थ स्पष्ट होता. HMP ह्या अक्षरांचा अर्थ स्पष्ट झाला 'हर मॅजेस्टीज प्रिझन सर्व्हिस'. म्हणजे ही खोली म्हणजे तुरुंगातील कोठडीच होती. आजूबाजूचे सर्व जण ब्रिटिश उच्चारामध्ये बोलत होते. एकच स्पष्टीकरण दिसत होते, मी इंग्लंडमधील तुरुंगात होतो.

३

थोडीसुद्धा शांती मिळाली नाही. रात्रभर विचार करून डोकं शिणलं होतं. काहीच समजत नव्हतं. रात्र सगळी एका कुशीवरून दुसऱ्या कुशीवर होण्यात, कण्हण्यात घालवली. एक क्षणभरही झोप लागली नाही. वेगवेगळ्या कल्पना, काय झालं असावं याचा अंदाज, निरनिराळ्या शक्यता यावर विचार करत होतो. मी इंग्लंडमधील तुरुंगात का आहे? मला मारझोड करून बेशुद्ध करून देशाबाहेर का आणण्यात आलं? काही तार्किक कारण सापडत नव्हतं. प्रश्नांचे डोंगर पुढे उभे होते. कधी कधी भीतीमुळे अंगावर शहारे येत. असे सहा दिवस उलटले.

"रयान, ऊठ. इथून जायचं आहे आता." कुणाचातरी आवाज आला.

मी वळलो. हाताने डोळ्यावर टाकलेला प्रकाश अडवला. "किती वाजलेत?"

"सात वाजत आलेत. तुला अंघोळ करून तयार व्हायला फक्त तीस मिनिटं आहेत."

कोण बोलतंय ते लक्षात आलं. माझा अंगरक्षक. त्याच्याबरोबर दोन धिप्पाड सैनिक. सगळे संपूर्ण गणवेशात. कमरेला पिस्तुलं लटकत होती. त्यांचे चेहरे गंभीर होते. त्यात कोणतीही स्नेहभावना नव्हती. आता मला जणू काही चौकशीला नेण्यात येणार असल्यासारखे.

"मला कुठे नेणार?" मला अंथरुणाचा उबदारपणा सोडणं जिवावर आलं होतं, अंथरुणाच्या उबेतून बाहेर पडायला नको वाटत होतं. डोळ्यांच्या कोपऱ्यातून पाहिले तर मागे हेलनपण दिसली. मी तिला विचारलं की इतकी काय घाई आहे; पण तिने उत्तर देण्याचं टाळलं.

तिघा सैनिकांनी मला धसमुसळेपणाने अंथरुणातून बाहेर काढले. बाथरूमकडे नेले. "तोंड धुण्यासाठी दहा मिनिटं. ते झाल्यानंतर नागडा बाहेर ये. शरीराचा कुठलाही भाग टॉवेलने झाकायचा नाही. बाथरूमचा दरवाजा उघडाच ठेवला

जाईल, समजलं?'' आवाजात फारच जरब होती.

पायाखालची फरशी थंडगार होती. बाथरूममध्ये थोड्या खटपटीनंतर गरम पाण्याचे बटण सापडले. थंडीने कुडकुडत होतं. इतकं गरम पाणी सोडलं की अंगावरच्या जखमांची आग व्हायला लागली. या लोकांच्या वागण्यातला झालेला बदल आश्चर्यकारक होता. आत्तापर्यंत माझे रक्षणकर्ते असलेले लोक एकदम शिकारी कुत्रे झाले होते. माझ्या अंगावर झेपावत होते. साबण लावण्यात मुद्दामच वेळ लावत होतो. दारामध्ये कोणीतरी माझ्या सर्व हालचालींवर लक्ष ठेवून होते. ''आटप लवकर.'' अंग पुसून टॉवेल खाली टाकला व बाहेर आलो. लाज, शरम, संकोच वाटत नव्हते. त्यांचे म्हणणे ऐकले नाही तर परत मारहाण सोसायची मला ताकद नव्हती.

''पूर्णपणे मागे वळ.'' उजवीकडून कुणीतरी धमकावले. खाली हात सोडून सांगितल्याप्रमाणे वळलो. आता मला चांगले दिसत होते. त्या धटिंगणांच्याशिवाय विश्वासू परिचारिकेखेरीज आणखी एक व्यक्ती दरवाज्यामध्ये दिसली. फार वेळ प्रखर प्रकाश सहन झाला नाही. डोळे आपोआपच मिटले गेले.

''ठीक आहे. त्याला कपडे घाला आता. कपडे नीट तपासून घ्या.'' हेलन हातात चड्डी घेऊन उभी होती. ती उलटसुलट करून शिपायांची पसंती घेतली. मग मी ती माझ्या अंगावर चढवली. अगदी मापात बसली– वजन इतकं कमी झालं असूनही! बहुतेक मी झोपलो असताना त्यांनी माप घेतलं असावं. त्यानंतर एक टी शर्ट व मोजे दिले गेले. अर्थातच घालण्यापूर्वी कसून तपासणी झालीच. त्यानंतर निळ्या रंगाचा ट्रॅक सूट आला. त्याला कमरेवर व पायाजवळ इलॅस्टिक होते. खिसे तपासून मग घालायला सांगितलं. मी भारावल्याप्रमाणे सर्व करत होतो. हेलनच्या जादूचा प्रभाव. खिशात हात घालून पाहतो तो आश्चर्यचकितच झालो. शिवणीमध्ये दोन पांढरे कागद होते. आजूबाजूला धमक्या आणि ओरडणे चालूच होते. एकदाचे कपडे घालून झाले. बरोबर बसले. लोखंडी साखळ्यांचा आवाज आला. पायात बेड्या घातल्या होत्या.

''तुझ्या संरक्षणाकरताच आहे हे.'' मला दरवाज्याकडे नेत असताना मी विरोध केला. ''मुकाट्याने चल.'' अशी परत धमकी.

निघालो तेवढ्यात हेलन म्हणाली, ''थोडं थांबा. मी त्याला पॅरासेटेमॉल देणार आहे. त्यानं थोडं बरं वाटेल.'' तिने प्लॅस्टिकच्या ग्लासमध्ये मला पाणी दिलं. ''अजून त्याला खूप वेदना होत आहेत.'' तिने स्पष्ट केले. मी काहीच बोलणार नव्हतो. खिशातून दोन कॅप्सुल्स काढल्या, वर मला सांगितलं की एकदम गिळून टाक. मी त्याप्रमाणे करत असताना तिने माझ्या खिशात काहीतरी सरकवलं. तिने माझ्या केसातून हात फिरवला व म्हणाली, ''गुडलक.'' त्यानंतर तिने बिछाना

आवरणे चालू केले.

मी पुटपुटलो, ''धन्यवाद.'' शुभेच्छांना काही अर्थ उरला होता का? तरीपण तिने खिशात काय सरकवलं त्याची रुखरुख होतीच. पायात बेड्या का घातल्या होत्या? दारात उभा असलेला इसम कोण? आता माझे हातही मागे बांधण्यात आले. त्याचाही विचार सुरू झाला.

बाहेर कुणीच नव्हतं. दरवाजा उघडल्यानंतर थंड वाऱ्याचा झोत आला. पॅसेजमध्ये अंधुक प्रकाश होता. मी जिथे होतो ती एकच खोली दिसत होती. हॉस्पिटलच्या कुठल्याच खोलीशी तिचे साम्य नव्हते. कोणतेही लाल रंगाचे दिवे नव्हते. मग हेलन जे दिवे लावल्यासारखे करीत होती ते काय होते? कुठेही टेबल, खुर्ची असे काही नव्हते.

मी विचारले, ''आज काय तारीख आहे?''

''फार शहाणपणा करू नकोस. पुढे चल, नाहीतर ओढत न्यावे लागेल.'' पायातल्या साखळ्यांमुळे नीट चालता येत नव्हते. काय चालले होते त्याचा विचार मनातून जात नव्हता. मन शांत ठेवायचा प्रयत्न करीत होतो. त्या हरामखोरांना मी घाबरलो आहे असे दाखवायचे नव्हते. पुढे आणखी दरवाजे उघडले गेले. काही चमत्कारिक चेहरे माझ्याकडे पाहत होते.

मी विचारले, ''मला कुठे नेत आहात?''

''ठाऊक नाही.'' सर्वांचे उच्चार ब्रिटिश. आयरिश भाषेचा तर कुठे मागमूसही नव्हता. थंडी इतकी होती, की नाकातून आलेल्या श्वासाचाही बर्फ व्हावा.

आणखी काही दरवाजे. सगळे एकापेक्षा एक जाडीचे, भली भक्कम कुलपे लावलेले. पहारेकऱ्यांचे प्रश्न. कैद्याचे नाव काय? मुख्य अधिकारी कोण आहे? काय उत्तरं देत होते ते काही कळत नव्हतं. मला लगबगीने पुढे पुढे चालविले होते. आता विटांच्या भिंती दिसू लागल्या. उंची बेताचीच होती. कुठे कुठे रक्ताचे डाग दिसत होते. बहुतेक सुटकेचा प्रयत्न करणाऱ्या कैद्यांचे असावेत. इथून पळून जाणे अशक्यच असावे. आजूबाजूचे वातावरण जास्तच तापदायक होऊ लागले. हात-पाय जखडलेल्या अवस्थेमध्ये नीट चालणं कसं शक्य होतं? अडखळायला होते व अपघात होण्याची शक्यता वाढते. मी असे काय केले होते, की मला ही शिक्षा मिळावी? मी काहीच बोलत नव्हतो. कुणाचे तरी कारस्थान ह्यामागे होते हे निश्चित!

एका उंच आणि चेहऱ्यावर दुष्ट भाव असलेल्या अधिकाऱ्यापुढे थांबलो. त्याचा गणवेश निळ्या रंगाचा होता. ''त्याच्याकरता सही करा.'' त्याने फर्मावले.

कागदपत्रे उलटसुलट केल्याचा आवाज येत होता. पेनची कुरकुर जाणवत होती. मी माझ्याकडे लागलेल्या तुच्छ नजरा टाळत होतो. हार्मन तुरुंगातले माझे कैदी रुग्ण असेच करीत. त्यांचीही वृत्ती अशीच कडवट असे. इथे माझ्यावर तीच पाळी आली होती. काही विचारणेही व्यर्थ होते.

आता नैसर्गिक प्रकाश दिसला. अंधुकसा. अस्वस्थ करणारा. आजूबाजूला पोलादी दरवाजे, खुले बोळ यातून अस्वस्थ हालचाल जाणवत होती. तपकिरी रंगातील डगले घातलेल्या व्यक्तीला इकडून तिकडे हलवले जात होते. इतक्या दिवसांच्या शांततेनंतर हे आवाज मला त्रासदायक वाटत होते. जंतुनाशकांचा, न धुतलेल्या मोज्यांचा दर्प जाणविल्यामुळे मी वळून पाहण्याचा प्रयत्न केला. कुणीतरी मला डोके धरून पुढे पहायला लावले. त्याची पकड फारच घट्ट व क्लेशदायक होती; पण मी काहीच प्रतिकार केला नाही. मी दुर्बल आहे हे दाखवायचे नव्हते मला; पण जे काही बघितले त्यावरून ही जागा काय असावी त्याची कल्पना आली. त्यामुळे उद्विग्नता वाढली. बेड्यांचे आवाज येत होतेच. आता खाद्यपदार्थ तयार करण्याचा वास येऊ लागला. त्यामुळे माझी भूकही जागृत झाली; पण पुढे मला एका कोपऱ्यात थांबविण्यात आले. तीन किल्ल्या लावून कुलूप उघडण्यात आले. इंटरकॉमवर काहीतरी बोलणे झाले. आता मी एका मोठ्या कमानीखाली होतो. समोर टीव्हीच्या पडद्यावर आतल्या हालचाली प्रक्षेपित केल्या जात होत्या. निरनिराळ्या गणवेशातील व्यक्ती कॉम्प्युटरवर काम करीत होत्या. ऑफिसमध्ये असते तशी कुजबूज चालू होती. हवा खेळती होती. स्वच्छता होती. त्यामुळे हा तुरुंग आहे हे जाणवत नव्हतं.

मागून मला कुणीतरी खेचलं व थांबवलं. जखडलेल्या अवस्थेमध्ये मी फिरायला निघाल्यासारखं कसं चालणार होतो? "इथं थांबायचं." मला सांगण्यात आलं. मी नम्रपणे होकार दर्शवला. आतली रागाची आग कशीबशी शमवत होतो. माझ्या मानेवर कुणाचा हात नसल्यामुळे आजूबाजूला पाहता येत होते. तुरुंगाच्या पुढचा हा भाग असावा. बांधकाम व इतर गोष्टींवरून इथे शून्य धोक्याचं वातावरण दिसत होतं. मला हार्मन तुरुंगातील प्रवेशाचं दालन आठवलं. निर्विकार, याचा अर्थ असा होता की माझी सुटका होत असावी; पण कशाचीच शाश्वती वाटत नव्हती आणि इथून सुटल्यानंतर पुढे? हेलनने खिशात काय ठेवलं होतं? बाहेरून काही आत असावं असं दिसत नव्हतं पण मला मात्र आत निखारा ठेवल्यासारखं वाटत होतं.

"फ्रँक रयान?" बघितलं, तर सुरुवातीला पाहिलेली व्यक्ती. नक्की ओळखत नव्हतं, पण त्याला कुठेतरी पाहिलं होतं.

"होय,"

"माझं नाव नोएल डेम्पसे. तुझ्या बदलीची जबाबदारी माझ्यावर आहे." नाव ऐकून काही प्रकाश पडला नाही; पण आवाज पूर्वी ऐकला होता.

"मला कुठे नेताय?"

"थोड्याच वेळात तुला बंधमुक्त करू. थोडा वेळ अंग मोकळं कर आणि आपण निघू."

"कुठे नेणार आहात?"

"बाहेर सुरक्षा वाहन उभे आहे. तुला मागे बसायचं आहे. सीटला जखडण्यात येईल. हे सगळं तुझ्या सुरक्षेसाठीच. तुझ्याकडून सहकार्य अपेक्षित आहे. प्रवास काही फार लांबचा नाही. फार वेळ अडचण नाही होणार."

"पण नेणार तरी कुठे?"

"फार प्रश्न विचारतोस."

बाहेरच्या वाहनावर युनिट ४ चे चिन्ह होते. प्रवेशद्वारापाशीच गाडीची मागची बाजू उघडल्यामुळे मला एकदम गाडीत बसता आले. आतमध्ये हत्यारबंद खाकी वर्दीमध्ये दोघे जण होते. त्यांनी माझा ताबा घेतला. कंटाळलेले व बेफिकीर दिसत होते. तेवढ्यात पाऊस सुरू झाला व थंडी वाजू लागली. व्हॅनमध्ये सर्व तऱ्हेची शस्त्रं होती. मला हातकड्या घालून जखडण्यात आले होते. खिडकीच्या काचा रंगीत होत्या. बुलेटप्रुफ असाव्यात. पायाखाली मोटारीचं इंजिन सुरू झाल्याचे जाणवले. गाडी हलल्यानंतर थोडा धक्का बसला. रस्त्यावरही धक्के जाणवत होते. काही वेळा धक्क्याने डोके मागच्या बाजूला आपटायचे. आतमध्ये फ्लोरोसंट दिव्याचा प्रकाश होता. मला फार संताप आला होता. जखमा थोड्या बऱ्या झाल्या होत्या व अंगात थोडी शक्तीपण आली होती. वजनपण आता घटण्याचं बंद झालं होतं. दंड फुगवून बघितले. मुठी उघडल्या परत बंद केल्या. हे सगळं राग शमविण्यासाठी! हालचाली मोकळेपणाने करता येत नव्हत्या.

एकदम आठवलं. हेलनने काय ठेवलं होतं माझ्यासाठी? खिशात हात घालता येत नसल्यामुळे ते बाहेर कसं काढायचं हा विचार चालू होता. खिशाशी झटापट करून खिशाच्या तळाशी असलेला कागद बाहेर वर आणण्यासाठी झटापट करत होतो. हात खेचून खिशात घातला तरी हाताची बोटे व तो कागद यामध्ये एक इंचाचं अंतर राहिलेच. हात तिथपर्यंत पोहोचत नव्हता. निरनिराळ्या हालचाली करून पाय ताणून, आखूड करून तो कागद वर आणण्याचा प्रयत्न चालू होता. ह्या सगळ्या हालचालीमुळे घाम फुटला. शेवटी एकदा त्या कागदाला हात लागला. तो काढण्याच्या प्रयत्नात परत तो कागद खाली सरकू नये अशी काळजी घ्यावी लागणार होती. शेवटी दोन बोटांच्या चिमटीमध्ये तो कागद धरण्यात यशस्वी

झालो. टिश्यू पेपरचा गोळा होता तो. काय असू शकेल त्यामध्ये? थोड्या प्रयत्नाने कागद सरळ केला. त्यावर काळ्या अक्षरात काहीतरी मजकूर होता. संक्षिप्त शब्द होते. माझ्या घामाचे थेंब पडल्यामुळे शाई फुटली होती. मजकूराचा अर्थ लागलाच शेवटी. 'तुला बेशुद्ध करून तुझ्याकडून माहिती घेतली.'

इतक्यात गाडी कुठल्यातरी अडथळ्यावरून जाताना एकदम थांबली. त्याच्या झटक्याने सर्व शरीर हादरलं. आदळल्यामुळे हाता-पायातली ताकदच खलास झाली. मी दीर्घ श्वसन करून शरीरावर व मनावर ताबा ठेवण्याचा प्रयत्न करू लागलो. मानसिक संतुलन राहणं फार जरुरीचे होतं. सहा दिवसांपूर्वी मी एक साधारण माणूस आपले काम करून जीवन घालवत होतो. माझ्या कामाची जागा थोडी असाधारण होती हे खरं. माझ्यावर हल्ला झाला तो डब्लिनमध्ये. मी जागा झालो तो इंग्लंडमध्ये. मला वाटले होते की ते हॉस्पिटल आहे, पण मी होतो तुरुंगात! ह्या काळात प्रत्येक जण माझ्याशी खोटं बोलत होता. किती वाजले? खोटं उत्तर. कुठे आहे? उत्तरच नाही. काय झालं आहे? उत्तर नाही. आता हे नवीनच माहिती झालं. बेशुद्ध करून माझ्या मनात काय आहे ते जाणून घेण्याचा प्रयत्न झाला होता. माझ्याजवळ कोणतं गुपित होतं, ते जाणून घेण्यासाठी माझी कुतरओढ केली का? आणि प्रत्यक्ष प्रश्न न विचारता ह्या रानटी पद्धतीचा का अवलंब केला? संदेश लिहिलेला कागद घाम आलेल्या कपाळावर घासून शाईचा मजकूर दिसेनासा केला. मग तो कागद पायाखाली ठेवून त्याचा अगदी भुगा केला. पायांची हालचाल व्यायाम होण्यासाठी करत होतो. एकंदर प्रकाराचं वैद्यकीय पृथक्करण करत होतो. मला मॉर्फिन व इतर भूल देणारी औषधं दिली गेली. यामुळे किती वेळ बेशुद्धी येऊ शकते त्याचा हिशोब केला. मी किती वेळ जागा होतो? बारा तासांचा हिशोब लागत नव्हता. यामध्येच सगळं काही झालं असावं. मला बेशुद्ध करूनच माहिती मिळवावी असं हे सर्व करणाऱ्यांना का वाटलं? आता माझी अवस्था पिंजऱ्यामध्ये ठेवलेल्या वाघासारखी झाली. सुटल्यानंतर जो दिसेल त्याला फाडणार.

गाडी थांबली. बाहेर नोअेल डेम्पसे उभा होता. जोरदार वाऱ्यामुळे त्याच्या शरीराला हेलकावे बसत होते. त्याने मला बाहेर पडण्याचा हुकूम केला. मला मुक्त करून बाहेर काढले. माळरानासारखी जागा होती ती. भयाण वारा त्रास देत होता. माझ्या हातात अजूनही हातकड्या होत्या. "भडव्यांनो, हातकड्या काढा आधी. जखमा झाल्या आहेत मला. तुमच्या आयला...!"

"रयान, नीट वाग बरं का. नाही तर कोथळाच बाहेर काढीन तुझा, हरामखोरा." डेम्पसेने ओव्हरकोट घातला होता. सहा फुटाच्यावर उंची असावी. ससाण्यासारखी नजर, गरुडासारखे नाक. गाडीच्या पत्र्यावर पावसाच्या थेंबांमुळे

थडथड आवाज येत होता. तो पुढे म्हणाला, "मी ठरवलं, तर तुला फार त्रास होईल. बजावतोय मी तुला." खाकी वर्दीमधले दोघे जण काळे माझ्याकडे तिरस्काराने पाहत होते. त्यांचे खाकी गणवेश ओले झाले होते आणि ते थंडीमुळे थरथरत होते. त्यांच्या मनात काय आहे ते मला जणू समजतच होते. ते म्हणत असावेत, 'लेका, तू ऐकलं नाहीस, तर फार भारी पडणार आहे.' ह्या सर्व पार्श्वभूमीवर मी ओरडलो, "माझ्या बेड्या काढा. माझ्या मनगटांमधून रक्त येतंय." खरोखरच रक्त येतं होतं. यापूर्वी दहा मिनिटं मी माझी मनगटं मुद्दामूनच लोखंडी साखळ्यांवर घासत होतो. खूप आग झाली पण दोन्ही जखमांमधून रक्त येऊ लागले. मात्र असं करणं सोयीस्कर वाटलं. डेम्पसेने माझ्या हाताकडे पाहिलं, रक्त दिसले. मग त्याने बेड्या काढायला सांगितलं. डेम्पसे– वय चाळीसच्या आसपास असावं. तपकिरी केस विरळ होत होते. त्याने हुकूम दिला, "बेड्या काढून त्याला न्या इथून."

आता वादळाचा जोर वाढला होता. थंडी हाडापर्यंत पोहोचत होती. पावसाचा मारा चुकविण्यासाठी मी विरुद्ध दिशेला तोंड फिरवलं. छातीत धडधड चालूच होती. बघितल्यावर असं जाणवलं, की ती एक ओसाड जागा होती पण तिथे एक धावपट्टी होती. या जागेला घातलेलं काटेरी तारांचं कुंपण गंजून गेलं होतं. काही ठिकाणी पडलेलं पण होतं. दंतपंक्तीतला एखादा दात पडून गेल्यानंतर दिसतं तसं. दूरवर नारंगी रंगाचं वायुदिशादर्शक निशाण दिसले. बैठ्या इमारती होत्या. बहुतेक विमानांना मार्गदर्शन करणारी यंत्रणा तिथे असावी. मी ऑस्ट्रेलियामध्ये काही दिवस विमानतळावर काम केलं होतं. त्यामुळे मी या सर्वांशी परिचित होतो. सुमारे सहाशे गजांवर एक विमान दिसलं. पावसामुळे त्याच्या इंजिनाचा आवाज कमी जोरात ऐकू येत होता. युनिट ४ च्या इसमांनी अद्याप मला धरून ठेवलं होतं. पळून जाऊन सुटण्याचा विचार मी मनातून काढला. शक्य होणार नव्हतं ते. प्रत्येक जण त्या जोरदार वाऱ्यामुळे हलल्यासारखा दिसत होता. डेम्पसेचा आवाज पूर्वी कुठेतरी ऐकला होता खरा पण लक्षात येत नव्हते.

विमानापासून वीस फुटांवर आलो. ते होतं पांढऱ्या रंगाचं सेसाना ३४०. पंखावर निळी किनार होती. D416HJ अशी अक्षरं विमानाच्या पुढच्या भागावर व पंखावर होती. विमानाचं दार उघडलं. आतमध्ये चार व्यक्तींना बसण्याची सोय होती. कॉकपिटमध्ये पायलट व त्याचा सहकारी बसले होते. ते पुढच्या आदेशाची वाट पाहत होते.

डेम्पसे मला म्हणाला, "हे बघ रयान, आता आपल्याला निघायचंय. आतमध्ये

दरवाज्याजवळच्या डाव्या सीटवर बस. समजतंय ना?''

"मला कुठे नेत आहात?''

उत्तर मिळाले, "हवेत.''

"पाचकळपणा पुरे, कुठे जायचंय?''

"गाढवाच्या गांडीत.'' हे उत्तर.

शिपायांनी माझे धरलेले हात सोडले. थोडा मोकळेपणा आला. शेवटी विमानात बसलो. सीटबेल्ट लावला. पायलटशी नजरानजर झाली. ते दोघेही निर्विकार. डेम्पसे माझ्यासमोरच्या सीटवर बसला. मी मनगटाच्या झालेल्या जखमांवरून हात फिरवत होतो. मला त्रास होतोय हे दाखविण्याचा प्रयत्न. डेम्पसेने माझ्याकडे अजिबात लक्ष दिले नाही. दरवाजा बंद झाला.

विमानाचे इंजिन गर्जना करीत चालू झालं. वाऱ्यामुळे उड्डाण करण्यास अडथळा येत होता. इंटरकॉमवर संदेश देणे घेणे चालू होते. विमानाला उड्डाण करण्याची परवानगी मिळाली. विमान पुढे निघालं. विमानाच्या गतीमुळे प्रत्येक जण हलत होता व हाताने सीट घट्ट पकडून ठेवली होती. माझ्या पोटात ढवळून निघत होते. आता विमान उंचावर होते. थोड्याच वेळात ४५° च्या कोनात वळलं. खाली अरुंद रस्ते व त्यावरच्या मोटारी दिसत होत्या; पण थोड्याच वेळात पावसाच्या पाण्यामुळे काचांमधून अंधुक दिसू लागले. विमानाला हिसका बसला की डेम्पसेचा चेहरा त्रासिक होई. तो माझ्याकडे बघणे जाणीवपूर्वक टाळत होता. बाहेर विमान ढगांनी आच्छादलं गेलं होतं. मी हळूहळू माझ्या सीट बेल्टचं बक्कल सैल केलं. विमान आता संथ गतीने चाललं होतं. पायलटने मागे बघितले. मी मुद्दाम त्याच्याकडे बघून स्मित केले.

"मी तुम्हाला ओळखतो, नाही का?'' मी डेम्पसेला प्रश्न केला. त्याने माझ्याकडे बघितलं. मला जाणीव होती की तो जे काही सांगणार ते खोटेच असणार. मला त्याची अगदी शिसारी आली होती.

"नाही बुवा. मला आठवत नाही.'' डेम्पसेच्या बोलण्यात गर्भित तुच्छता होती. पुढे म्हणाला, "आपली दोघांची क्षेत्रं वेगळी आहेत.''

आता मला आठवलं. त्याचा आवाज अनुनासिक होता. इतकं मोठं नाक असल्यामुळे असेल कदाचित!

विमान परत एकदा हलू लागलं. ते स्थिर झाल्यावर मी म्हणालो, "सहा दिवसांपूर्वी तुम्हीच मला फोन केला होता ना?''

चेहरा त्रासिक करून तो म्हणाला, "कशाविषयी बोलतोयस तू?''

"खरं आहे मी म्हणतो ते. मी ओळखला आहे तो आवाज. मला सांगितलं,

की तुरुंगाकडे यायला पाहिजे. कुणीतरी कैद्याने फास लावून घेतला आहे.''

डेम्पसे माझ्या रक्ताळलेल्या मनगटाकडे पाहत होता. म्हणाला, ''रयान, काहीतरी बरळू नकोस.''

तो गडबडला होता हे नक्कीच! म्हणाला, ''मी तुला कधीच आयुष्यात भेटलो नाही आहे.''

''अरे भडव्या, भेटलायस. माझ्यावर बंदूक तूच रोखली होतीस ना?'' त्याने माझा गळा पकडण्याचा प्रयत्न केला; पण मी त्याचे हात पकडले. कॉकपिटमधले इसम यामुळे अस्वस्थ झालेले दिसत होते. यावेळी विमानाला परत एकदा झटका बसला. डेम्पसेच्या नाकावर मी एक गुद्दा लगावला. त्याचा एक दातही दुखावला. नाकातून रक्त वाहू लागले. सर्व गोष्टी नियंत्रणाखाली आणायला पायलटला दहा मिनिटं लागली असावीत आणि विमान जवळजवळ एका तळ्यावर आदळलंच.

४

"फ्रँक, अरे काय चाललंय काय? कसली झकमारी? तुला काय कमी त्रास आहे म्हणून तू आणखी संकटं ओढवून घेतोयस? विमानाला अपघात झाला असता तुझ्या गाढवपणामुळे!" बिल ओ'हारा, कारागृह सेवाप्रमुख होता. मला ह्या नोकरीत घेण्यामध्ये त्याचा बराच पुढाकार होता. ऑफिसच्या मोठ्या टेबलाच्या दुसऱ्या बाजूला तो बसला होता. न्यायखात्यामधील त्याच्या ऑफिसमध्ये होतो आम्ही. माझ्याकडे रोखून पाहत होता.

मी उसळलो, "मला एक सांग, हे सगळं काय चाललंय?"

"जरा आरशात आपला चेहरा बघितला आहेस का?"

"मी काय करत होतो मग इतके दिवस? एक नर्स आणि आरसा यांचीच तर मला सोबत होती या काळात. मला अंगावरील प्रत्येक इंचावर झालेल्या जखमा दिसतात. काय झालंय याची तुम्हाला कल्पना आहे का?" मी मागे रेलून त्याच्या उत्तराची वाट बघत राहिलो. मला हवे असलेले स्पष्टीकरण तो देणार होता का?

ओ'हाराच्या चेहऱ्यावर त्रासिक भाव दिसला म्हणाला, "मारहाणीमुळे तुझ्या डोक्यावर परिणाम झालाय. त्यामुळेच तू डेम्पसेवर हल्ला केलास."

हे सगळं चुकीचं होतं, माझ्या दृष्टीने. मी परत चिडलो, "होय, त्याला मारलं मी. कारण त्यानं व त्याच्या लोकांनी माझे हाल हाल केले. लाथाबुक्क्यांनी बुकलूनसुद्धा मी ऐकत नाही म्हटल्यावर त्यांनी बंदूक काढली. माझ्या डोक्यात गोळी मारली." आता थोडा आवाज बदलून म्हणालो, "नशीब मी डेम्पसेला बाहेर फेकलं नाही."

आज फेब्रुवारी महिन्याची अठरा तारीख. मला बेशुद्ध अवस्थेमधून तुरुंगातल्या बिस्तऱ्यावरून बाहेर खेचून काढल्याला बारा तास झाले होते. विमानातल्या त्या धुमश्चक्रीमुळे डब्लिनकडे येणाऱ्या विमानाला एक तास उशीर लागला होता. या मारामारीमुळे पायलट भांडण सोडवायला आला आणि त्याच्या सहकाऱ्याला त्या

खराब हवामानात विमानावर ताबा ठेवणं खूप कठीण गेले. ओ'हाराने मला आधी समजावून सांगण्याचा प्रयत्न केला. मग म्हणाला, "डेम्पसे हा आपल्या खात्यामध्ये उच्च दर्जाचा अधिकारी आहे. त्याला कैद्यांची बदली करण्याचा खूप अनुभव आहे. आत्तापर्यंत त्याच्यावर कोणीही हल्ला केलेला नाही. फ्रँक, तुला यामुळे इथून जावं लागेल.''

हा उपदेश मला नको होता. मला स्पष्टीकरण, झाल्या प्रकाराबद्दल दिलगिरी असं काही अपेक्षित होतं. माझं नुकसान कसं भरून येणार होतं. मी विचारले, "तुम्ही काय बोलताय? मी केव्हापासून कैदी झालो? आणि झक मारायला मला इंग्लंडमधल्या तुरुंगात का ठेवलं? मला सरळ सरळ सगळं सांगा की.''

खुर्चीत टेकून बसून ओ'हारा माझं निरीक्षण करत होता. मग त्याने करड्या आवाजात बोलायला सुरुवात केली, "फ्रँक, तुला काय करायचं आहे? शुद्धीवर आहेस का? सगळे प्रश्न सोडवू आपण. पण तू खरं सांगितलं पाहिजेस. पण लक्षात ठेव नखरे केलेस तर भारी पडेल तुला.''

क्षणभर असं वाटलं की त्या तुरुंगात हेलनच्या संगतीमध्ये होतो तेच बरं होतं. खोटी माहिती देत होते, टाळाटाळ करत होते पण कुठेतरी या दुष्ट कारस्थानाचं मूळ कुठे आहे त्याचा सुगावा लागला असता; पण आता हे भलतंच झालं होतं. सगळंच संशयास्पद.

मी म्हणालो, "तुम्हाला कल्पना आहे का मला घातलेली गोळी एका इंचाने चुकली. मी मरणार अशी माझी खात्री झाली होती. हे सगळं माहीत आहे का?''

उरावर खूप ओझं असल्यासारखा उसासा ऐकू आला. टेबलावर बोटे वाजवत राहिला. "फ्रँक, तुला माहीत आहे का मी जेव्हा तुला निवडलं त्यावेळी मला वाटत होतं की मी एका बलदंड व्यक्तीची निवड केली आहे. हार्मन तुरुंगासाठी अशा व्यक्तीची आवश्यकता होती. तू करत असलेल्या संशोधनामुळेही मी प्रभावित झालो होतो. तुला असलेला विविध प्रकारचा अनुभव इतर उमेदवारांना नव्हता. तुला भेटण्याच्या आधीच मला तू आवडू लागला होतास; पण आता तू जो थापाडेपणा करीत आहेस त्यामुळे माझे मत मला बदलावे लागेल. आता तुला सांगतोच काय झालंय ते.'' त्याने टेबलाच्या खणातून काही कागद काढले. ते कागद चाळून एक कागद हातात घेऊन वाचू लागला.

"बारा फेब्रुवारीला पहाटे तीन वाजता तुला पोलिसांनी अटक केली. लंडनमधील टॉटेनहॅम भागात एका नाईट क्लबच्या बाहेर मारामारी करताना तू सापडलास.''

हे ऐकून मी गारच झालो; पण त्याने हाताने खूण करून मधे न बोलण्याची सूचना दिली.

"पोलिसांनी भांडण सोडविण्याचा प्रयत्न केला. त्यांच्यापैकी एकाला तू खांद्यावर गुद्दा लगावलास त्यामुळे त्याने त्याचा दंडुका बाहेर काढला. तरीही तू ऐकेनास म्हटल्यावर त्यांना तुला जबरदस्तीने शांत करावे लागले. त्या ठिकाणी तुझी शुद्ध हरपली. जवळच्या दवाखान्यात नेल्यावर तुला शुद्ध आली आणि तू परत मुष्टिप्रहार चालू केलेस. मग मात्र तुला जवळच्या पोलीस स्टेशनवर नेण्यात आले. या ठिकाणीही परत तोच प्रकार. मग मात्र बलप्रयोग करून तुला ताब्यात घेऊन तुला जेलमध्ये नेले. इथे तू बेहोश झालास. तुला म्हणून वँडसवर्थ तुरुंगात नेण्यात आले. तुझ्यावर वैद्यकीय उपचार करण्यात आले." हे बोलून त्याच्या चष्म्यामधून रोखून पाहत राहिला. "आठवतंय का तुला हे सगळं?"

मी आ वासून पाहत राहिलो. श्वास कोंडल्यासारखं झालं. आवंढा गिळून मी स्वत:ला सावरण्याचा प्रयत्न केला. आता लक्षात आलं, तुरुंगातील उपचार कक्षात जे घडत होतं त्याची संगती लागली. माझे हात थरथरू लागले होते. त्यामुळेच डेम्पसेच्या दृष्टीने मी गुन्हेगार होतो. त्याची वागणूक ह्या समजुतीला साजेशी होती.

मी किंचाळत होतो ते मला समजत होतं. "बिल, अरे काय आहे हे सगळं? हे सगळं कुभांड कशासाठी?" ह्या सगळ्यामागे नोअेल डेम्पसे असावा तर. अगदी गोंधळून गेलो होतो मी. त्याने असं सगळं का करावं? माझ्याशी वैर कशासाठी? आणि ओ'हाराचे काय? मी विचारलं, "म्हणजे हा सगळा प्रकार झाला म्हणून मला शिक्षा मिळाली हे तुमचे स्पष्टीकरण आहे तर?"

ओ'हारा टेबलावर रेलला. परत त्याच कंटाळवाण्या नजरेतून माझ्याकडे पाहत होता. माझ्या डोक्यात ती आरपार शिरली होती. "होय आणि तू कितीही कहाण्या रचल्यास तरी काही उपयोग नाही. आमच्याकडे अधिकृत सह्या असलेले पुराव्याचे कागद आहेत." असं म्हणून त्याने समोरचे कागदपत्र चाळले. माझ्यावर परिणाम व्हावा म्हणून, तो पुढे म्हणाला, "यात सगळा तपशील नाही. डेम्पसेकडे सगळा तपशील संगतवार आहे. फार भयंकर आहे ते. तू डॉक्टर आहेस. तुला हे सगळं नाकारायचं असेल तर तो तुझा प्रश्न आहे; पण मला आता तुला नोकरीत ठेवण्याचे मंत्री महोदयांना सांगणे अवघड आहे. त्यांनी या प्रकाराबद्दल दिलगिरी प्रदर्शित करणारे पत्र ब्रिटिश सरकारला पाठविले आहे. त्यांची फार मानहानी झाली या प्रकरणात. सच्चा लोकशाहीवादी माणूस आहे तो." त्याने शर्टाचं वरचं बटण खोलून थोडी हवा घेण्याचा प्रयत्न केला. "कदाचित तुझ्या रक्तात सापडलेल्या दारूमुळे तू असं वागला असशील; पण त्यामुळे तुझा गुन्हा माफ होत नाही."

विमनस्क अवस्थेत बसून राहिलो. मेंदूची अवस्था वर्णनापलीकडे होती. कोणत्या दिव्यातून चाललो होतो मी? माझे नेहमीचे मद्यपान आयरिश माणसांच्या तुलनेत नगण्य होतं. मी लंडनला गेल्या कित्येक आठवड्यांत गेलो नव्हतो. शेवटचं

गेलो होतो त्यावेळी लिसा होती बरोबर. अरेच्चा, तिला हे सगळे सांगता येईल की! सर्व आरोपांचे निराकरण होईन. मला जरा धीर आला. "बिल, असं पहा त्या रात्री मी माझ्या फ्लॅटवर झोपलो होतो. माझी प्रेयसी होती माझ्याशेजारी. तिचं नाव आहे, लिसा दुगन. तिला आठवत असेल मला तुरुंगामधून फोन आला होता ते. खाली झालेला गोळीबाराचा आवाजही तिने ऐकला असणार. तिच्याशी बोलला आहात का?" थोड्या समाधानाने बसलो.

"होय. त्याचीही खात्री करून घेतलीय." त्याच्या ह्या बोलण्याने परत मी निराशेच्या गर्तेत गेलो. ओ'हाराने पुन्हा एकदा कागदपत्रांची चाळवाचाळव केली. त्याला तिचा जबाब सापडला. "चौदा फेब्रुवारीला लिसा दुगन हिची जबानी आहे. त्याच्या आदल्याच दिवशी लंडन पोलिसांकडून तुझ्याबद्दल कळविण्यात आले होते." जबानीमधील ठळक गोष्टी त्याने वाचल्या- "डॉ. फ्रँक रयान याला गेल्या तीन महिन्यांपासून ओळखते. त्याच्याबरोबर प्रणयाराधन गेले दोन महिने. दहा फेब्रुवारीला आमची भेट झाली होती. रात्रीचे जेवण करून आम्ही रात्र एकत्र घालवली."

माझ्या डोळ्यांसमोर अंधारीच आली. लिसा व मी गेले नऊ महिने एकत्र राहत होतो. बिल पुढे वाचू लागला, "आमची शेवटची भेट अकरा फेब्रुवारीला संध्याकाळी झाली. डॉ. रयान विमानाने लंडनला चालले होते. त्यांना निरोप देण्यासाठी गेले होते. कोणत्यातरी वैद्यकीय परिषदेसाठी लंडनला जाणार होते. असे त्यांनी सांगितले होते."

थोडे थांबून ओ'हारा पुढे म्हणाला, "अजून काही ऐकायचंय?" मी अजून जागेवर आलोच नव्हतो. त्याने चालू केलं. "तुझ्या सरकारी निवासस्थानाची माझ्या माणसांनी कसून तपासणी केली. सरकारी बेरेटा, स्टेन ग्रेनेड्स इ. सापडले. त्याचा तू उपयोग केला नव्हतास हे एक बरं झालं. तुझ्याजवळ जर हत्यारं सापडली असती तर तुझं काय झालं असतं?"

माझं सगळं जगच भंगत होतं. सगळं संपलं होतं. वाळूच्या घड्याळातून वाळू खाली सरकते, तसं झालं होतं. माझ्या मेंदूचा चिखल झाला होता. माझं उरलेलं आयुष्य वेड्यांच्या इस्पितळात जाणार असं वाटायला लागलं. आता असं वाटायला लागले की ओ'हारा म्हणतो ते खरं आहे. माझं सगळं म्हणणं खोटं. काय करायचं या परिस्थितीमध्ये? जे सांगण्यात आलं होतं त्याप्रमाणे ओ'हाराचं म्हणणं सयुक्तिक वाटत होतं. स्वतःला खूप सावरत होतो. एखादी चूक झाली तर त्याचा फायदा ओ'हारालाच मिळणार होता. मी बोललो, "बिल, मला असं वाटतंय, की गेले काही दिवस माझं कुणीतरी बाहुलं केलंय. नाचवतात तसं नाचायचं. तुरुंगाच्या उपचार कक्षात मला सांगण्यात येत होतं की जे सगळं चाललं आहे ते माझ्या

सुरक्षेसाठी आणि जे कोण हे घडवत होते ते मी केलेले कृत्य फार गंभीरपणे घेत होते. तुम्हाला सांगता येईल का याबद्दल काही? माझी मदत करता येईल का? असं म्हणू नका की हे सगळं स्वप्नात घडलं?''

ओ'हारा आयर्लंडच्या सीमा प्रदेशातला होता. त्याचं हेल काढून बोलणं तशाच तऱ्हेचं होतं. त्यामुळे डब्लिनमध्ये आल्यानंतर त्याचं बोलणं अधिकच विचित्र झालं होतं. तो संतापल्यानंतर त्याचं हे खेडवळ वागणं आणि उच्चार उफाळून येत. हे सगळं माझ्या डोळ्यासमोर होतं. माझा आयर्लंडचा खूप अभ्यास झाला होता. एखाद्या व्यक्तीच्या उच्चारावरून तो कुठल्या प्रदेशामधून आला असेल हे मी सांगू शकत असे. ओ'हारा म्हणाला, ''आता माझं ऐक. तुला तुरुंगात सुरक्षित ठेवलं होतं, ते आमच्या सांगण्यावरून. तुरुंगाच्या मेडिकल ऑफिसरला सामान्य कैद्यांबरोबर ठेवणं आमच्या दृष्टीने योग्य नव्हतं आणि हे सगळं मीच योजलं होतं. मला असं वाटत होतं की हार्मन तुरुंगातील कुणी असंतुष्ट कैद्याच्या संबंधिताने हे केलं असावं. तू जेथे पकडला गेलास तिथे तुझ्या आजूबाजूला सगळे भिकार दारुडे होते. तुझं अशा लोकांच्याबरोबर सापडणं हे किती लाजिरवाणं आहे समजतंय ना तुला?''

ओ'हाराला इतकं संतापलेलं कधी बघितलं नव्हतं. चेहरा संतापाने लाल झाला होता. रक्तदाब वाढला असावा; पण तो जे सांगत होता ते माझ्या दृष्टीने विसंगत होतं. समजा मी दारू पिऊन झिंगलो तरी मी असं करणार नाही याची मला खात्री होती. काहीही सांगतात. मला वैद्यकीय परिषदा इ. विषयी तिटकारा आहे. माझ्या दृष्टीने यातून काहीही साध्य होत नाही. माझ्या पायात ताकद उरली नव्हती. शेवटी एक प्रयत्न करून बघावं असं वाटलं.

''फोन करू शकतो का मी?'' लिसाला फोन करायचा होता. तिथेच उत्तर मिळणार होते. ओ'हाराने माझ्याकडे फोन दिला. तिच्या मोबाईलवर फोन लावला. उत्तर मिळालं नाही. फोन बंद होता. मी कसनुसा हसलो. ओ'हारा मात्र गंभीर होता. परत परत फोन करत होतो; पण व्यर्थ. 'लिसा, ये फोनवर. सोडव मला यातून. कुणीतरी फोनवर सांगितलं की हा फोन अस्तित्वात नाही. मी संपलोच. फोन परत दिला. आम्ही दोघेही एकमेकांची नजर टाळत होतो. मी विचारलं, ''मला लिसाचा जबाब बघायला मिळेल का? तिची सही खरी आहे का, बघू दे की मला.'' मला दिले ते कागद. तिचं हस्ताक्षर व सही मला बघायची होती. खरंच तिची सही होती. शंकाच नव्हती. 'फ्रँक तुझं काही खरं नाही.' मी स्वतःलाच म्हणालो. 'एक तर मला भ्रम झाला होता किंवा माझ्याविरुद्ध कारस्थान करणारे सरस आहेत. त्यांनी माझ्याविरुद्ध भक्कम पुरावे जमवले होते, खोटे असले तरी.'

मी मुद्दामच खांदे खाली पाडून शरीर सैल पडल्यासारखं केलं. टेबलावर कोपरं

टेकवून, हाताच्या ओंजळीत चेहरा लपवला. दीर्घ श्वास घेतला. म्हणालो, ''बिल, माझा फार गोंधळ होतोय. खूप दमणूक झालीय. अजून ह्या प्रसंगातून बाहेर आलेलो नाही.'' थोडा थांबलो डोकं इकडून तिकडे हलवलं. म्हणालो, ''काय झालंय काही समजत नाही. भांडणं, मारामारी!'' ओ'हाराच्या पुढ्यात असलेल्या फोल्डरकडे बघत होतो. काय आहे ते उलटीकडून वाचायचा प्रयत्न करत होतो. ओ'हाराच्या हे लक्षात आलं. कागद आवरून त्यानं टेबलाच्या खणात टाकले. मी हरलो आहे असं चेहऱ्यावर दाखविलं. माझी विचारप्रक्रिया फार वेगाने चालू होती; पण चेहऱ्यावर मी पूर्णपणे संपलो आहे असा भाव होता. सगळ्या विसंगतींचा विचार करत होतो. विशेषत: माझ्या खोलीमधलं संभाषण का टेप केलं जात होतं? मला भूल देऊन माझ्याकडून माहिती घेण्याचा का प्रयत्न केला जात होता? हे सध्या काहीच मला समजलं आहे असं दाखवत नव्हतो. हेलनने मात्र फारच चांगुलपणा दाखवला होता. खरोखरच तिला माझ्याबद्दल सहानुभूती वाटत असावी आणि हेही खरंच होतं की ओ'हाराकडे माझा गुन्हा सिद्ध करण्यासाठी अजूनही काही कथा असतीलच. मी जणू बॉक्सिंगच्या सामन्यात भाग घेतलाय असं मला वाटू लागलं. पहिल्या दोन फेऱ्या– माझ्यावरचा हल्ला आणि तुरुंगवास– मी हरलोच होतो. मी कडेला दोरावर रेलून उभा होतो. उलटगणती चालू झाली होती. अजूनही बारा मिनिटे होती. मी मुद्दामच घंटा होण्याची वाट पाहत खाली मान घालून कोपऱ्यात उभा राहिलो होतो. मला विचार करण्यासाठी व माझा आत्मविश्वास परत मिळवण्यासाठी वेळ हवा होता. मी बराच मार खाल्ला होता; पण पुरता हरलो नव्हतो.

''मी आता परत जाऊ शकतो का? काही दिवस रजा मिळाली तर बरं होईल. माझी मन:स्थिती काही ठीक नाही.'' मी म्हटलं आणि त्यात काही अतिशयोक्ती नव्हती. ''मला थोडं एकटं राहणं आवश्यक आहे.'' मी म्हणालो. यावेळी ओ'हारा बेसावध होता. विचित्र भाव चेहऱ्यावर आणून माझ्याकडे पाहत होता. फसवणूक, पश्चात्ताप आणि दया यांचे भाव दिसत होते.

तो थोडा चाचरला. माझी नजर टाळत म्हणाला, ''मला हे सगळं मंत्री महोदयांबरोबर बोलावं लागेल. त्यानंतर मी तुला फोन करेन.'' त्याने घंटा दाबून ड्रायव्हरला बोलावलं.

ऑफिसच्या गाडीच्या मागच्या सीटवर बसून मी बाहेर बघत होतो. नेहमीप्रमाणे शहरातले व्यवहार चालू होते. दहा वाजले असावेत. रात्रीची वर्दळ सुरू होती. मद्यपानगृहातील ग्राहक, धूम्रपान करायला रस्त्यावर आलेले वसतिगृहवासी असे लोक दिसत होते. सर्व काही सुरळीत होते; पण, डॉ. रयान एम्. डी., वैद्यकीय क्षेत्रात काही प्रयोग करू पाहणारा मात्र सापळ्यात सापडला होता. सगळ्या गजबजलेल्या रस्त्यावरून गाडी जात होती. आयरिश राजधानीची शान दिसत होती.

नेहमीप्रमाणे लोक हॉटेलमध्ये जात येत होते. पेयपान करत होते. साडेदहा वाजता ड्रायव्हरने मला माझ्या घराच्या खाली सोडलं, उतरलो. थंडी होती पण हवा कोरडी होती. एक गोष्ट लक्षात आली— पार्किंगमध्ये गाड्या नव्हत्या. सर्व इमारतच मोकळी केलेली दिसली. माझी साब गाडी कुठे गेली? फरशीवरून चालत पुढे गेलो. अजून पुढे काय वाढून ठेवलंय? माझ्यावर गोळी झाडली ती जागा नेमकी कोणती हे आठवण्याचा प्रयत्न करीत होतो. थंडीमुळे हाताची बोटं बधिर झाली होती. खाली बसून जमीन चाचपली. स्फोट झाल्याचा, जमिनीत गोळी घुसल्याचा, कोणताही पुरावा दिसत नव्हता. माझ्याजवळ असलेल्या दुसऱ्या किल्ल्यांनी खालचा दरवाजा उघडला. ओ'हाराने ह्या किल्ल्या मला दिल्या होत्या. (माझ्या किल्ल्या इंग्लंडमधील पोलिसांच्याकडे आहेत असं सांगण्यात आलं होतं.) मधल्या जागेचे दिवे लावले. सर्वत्र नीरव शांतता होती. शेजाऱ्याचे दार ठोठावलं पण तिथे आता कोणीच राहत नव्हतं. त्याचं वागणं मोठं शिस्तबद्ध असे. रात्री उशिरा आलेत असं कधी झालं नाही. कदाचित त्यांच्या जीवनपद्धतीवर कुणाचा तरी अंमल असावा. आता आठवलं, की त्यांचं बोलणंसुद्धा कुठल्यातरी परकीय भाषेत होई. मी मुळात दक्षिण ऑस्ट्रेलियाचा रहिवासी. त्यामुळे इतरांपेक्षा माझी संस्कृती वेगळी होती हे मात्र खरं.

खूप थकवा आला होता. केव्हा झोपतो असं झालं होतं. प्रश्नांची उत्तरं अर्धवट मिळाली होती. त्याने अस्वस्थही होतो. तळमजल्यावरचे सगळे दिवे लागले. जिना चढताना प्रत्येक पायरीवर घटनाक्रम डोळ्यांसमोर येत होता. सर्वत्र प्रकाश होता पण सावली कुणाचीच नव्हती. कारण तेथे कोणी नव्हतेच. जिन्यावर ग्रेनेडचा स्फोट केलेली जागा दिसली. मग स्फोटाच्या खुणा कशा दिसत नाहीत? प्रत्येक इंच इंच कसोशीने तपासला. एक ओरखडाही आढळला नाही. बरं त्याची नव्याने दुरुस्ती किंवा रंगरंगोटी केल्याचंही दिसत नव्हतं. भिंतींचा रंग तसाच जुनाट दिसत होता. लिनोलियमने आच्छादलेली फरशीसुद्धा तशीच होती. तीसुद्धा घासली किंवा पुसल्याचं चिन्ह नव्हतं. मला स्वत:चीच खात्री वाटेनाशी झाली. मी एकदा केव्हातरी सांडलेल्या कॉफीचे डागही जसेच्या तसे होते. माझं डोकं आपटून खोक पडली होती त्या जागेवर रक्ताचे डाग नव्हते. असं कसं? या सर्व आवाराच्या स्वच्छतेचं काम रोमानिया किंवा त्या बाजूच्या देशांतले कामगार करीत. त्यांची भाषा मला समजत नसे. माझ्या गैरहजेरीमध्ये त्या कामगारांनी आपलं काम अगदी मन लावून केलं असावं. म्हणूनच मला कोणतेही डाग आढळले नसावेत. फरशीवर हात फिरवून बघितला तर धुळीचा थर आढळला नाही. माझ्या फ्लॅटच्या दारासमोर आलो. दार फोडलं होतं पण त्याचा मागमूसही लागत नव्हता. पुन्हा अगदी जशास तसं करून ठेवलं होतं; पण इतक्या बेमालूमपणे केलं होतं की मला स्वत:लाही खरं खोटं

समजणं मुश्कील झालं. कुठेही एखादा तडाही आढळला नाही. आता मात्र अंगातले त्राण संपले होते.

आत गेलो. दिवे लावले. खोली व्यवस्थितपणे लावलेली होती. माझा नेहमीचा अजागळपणा कुठेच दिसत नव्हता. स्वयंपाकघरातील सर्व सुविधा अगदी चकचकीत केल्या होत्या. कचऱ्याचा डबा पूर्णपणे रिकामा. विजेची बटणंसुद्धा अगदी चकचकीत. ओ'हाराचे लोक हत्यारे बघण्याकरता आले होते हे त्याने मला सांगितले होतेच; पण ते इतके गृहकृत्यदक्ष असतील असे वाटले नव्हते.

बेडरूमची पाहणी केली. तिथली कपाटं उघडली. दारं बंद होती. धूळ अजिबात दिसली नाही. दार उघडल्यावर आत काय दिसेल यामुळे सुखावलो. माझे व लिसाचे कपडे असणार. लिसाच्या आठवणीने बहरून गेलो. 'लिसा ये ना लवकर' अशी उत्कट साद मनातून येत होती. कुठून तरी येईल व मी तिला मिठीत घेऊन अगदी गुदमरून टाकणार होतो. तिच्या सुगंधित केसांमध्ये चेहरा लपवणार होतो. तिला उचलूनच पलंगावर नेणार होतो. चुंबनांचा वर्षाव करणार होतो.

काही वेळ डोळे मिटून सुखस्वप्न पाहत राहिलो; पण कपाट उघडल्यावर दिसलं, की माझे कपडे पद्धतशीरपणे घड्या घालून रचून ठेवले होते. लिसाचे कपडे, सौंदर्यप्रसाधनं, अंतर्वस्त्रं कशाचाही मागमूस नव्हता. जणू ती इथे कधी आलीच नाही. कुठेच काही दिसत नव्हतं. लिसा दुगन या व्यक्तीचं अस्तित्व या जागेवरून नष्ट केलं होतं. सरकारी यंत्रणेने मला सरकारने दिलेल्या वस्तू नेणे समजत होते पण माझ्या प्रेयसीच्या वस्तू, कपडे इ. का न्यावीत त्यांनी? काही उत्तर नव्हतं. खालीच बसलो. स्वतःला काबूत ठेवण्याचा प्रयत्न केला.

विलक्षण मानसिक नैराश्याने ग्रासलो होतो. झोप यावी असं वाटत होतं. तरी फ्लॅटची तपासणी चालूच ठेवली. पूर्वी ज्या ज्या सुविधा पुरवल्या होत्या त्या सर्व काढून घेतल्या होत्या. क्लोज सर्किट टी. व्ही., विशेष सुरक्षाव्यवस्था असलेला दरवाजा, काहीही ठेवलं नव्हतं. प्रत्येक दिवसात टी. व्ही. वर जे दिसत असे त्याच्या व्हिडिओ कॅसेट्स एका कपाटात ठेवल्या होत्या. त्यापैकी नेमकी बारा फेब्रुवारीच्या नोंदी असलेली कॅसेट गायब होती. माझ्या घरातून संपूर्ण आवारातील दिवे लावण्याची सोय होती. ती यंत्रणापण काढून टाकली होती. सर्व खोल्यांतून फिरलो. न्यायखात्याने मला पुरविलेल्या सर्व सुरक्षाव्यवस्था निरुपयोगी करण्यात आल्या होत्या.

शेवटी थंडगार पाण्याचा शॉवर घेऊन डोकं थंड करण्याचा प्रयत्न केला. खराखरा अंग पुसून अंथरुणावर अंग टाकलं. दुलई ओढून घेतली व झोपेची आराधना करू लागलो; पण डोळ्यापुढे एकामागून एक दृश्यं येत होती. तडफडत

पडलो होतो. आता हार्मन कारागृह व तिथले माझे रुग्ण यांचा विचार आला. माझ्या गैरहजेरीमध्ये त्यांची काय व्यवस्था केली असेल? व्यसनग्रस्त रुग्णांचं काय झालं असेल? हेरॉईन किंवा त्याबदली देण्यात येणारे मेथाडोन न मिळाल्यामुळे ते सर्व वेडेपिसे झाले असतील.

अर्धवट गुंगीत होतो. अंग ठणकतच होतं. तेवढ्यात एक गोष्ट लक्षात आली. उडी मारूनच उठलो असतो पण शरीराची साथ नव्हती. प्रत्येक दरवाज्याला सुरक्षायंत्रणा असे. यापूर्वी मी बाहेर पडताना या सर्व व्यवस्थेची सूक्ष्म पाहणी करत असे. भिंतीचा व दरवाज्याचा इंचन्‌इंच तपासत असे. असं करताना एका ठिकाणी भिंतीला तडा गेला होता, तिथे माझं लक्ष जात असे. बरेच दिवस त्या ठिकाणी एक कोळ्याचं जाळं विणलं जात होतं ते माझ्या लक्षात आलं होतं. कुतूहल म्हणा, गंमत म्हणा पण त्याला हात लावला नव्हता. लिसाला कोळ्यांची फार किळस येई. त्या जाळी विणण्याच्या कौशल्याचे मला फार कौतुक वाटत असे. सफाई करणाऱ्या कामगारांचे इकडे कधीच लक्ष गेलं नव्हतं. मीही त्यांना कधी सुचविलं नव्हतं. डोळे ताणून ताणून त्या जागी तपासले. इतकं सुंदर जाळं नाहीसं झालं होतं. त्याठिकाणी प्लास्टर लावून ती भेग बुजविण्यात आली होती. तेही अजून ओलसर वाटत होतं.

उजाडेपर्यंत वाट बघितली. अंथरुणात बसूनच होतो. लंडनमधल्या तुरुंगामधून डब्लिनमध्ये आलो होतो खरा; पण मनाने मी अधांतरीच लटकत होतो. पुढे काय होणार होते याचा अंदाजच करता येत नव्हता.

५

त्याच दिवशी हार्मन कारागृहात दंगल उसळली. सुरुवात झाली 'सी' कक्षात. खुन्यांचे वसतिगृह. नेहमीच इथे तणाव असे. ड्रग्ज्चे व्यसनाधीन सर्वच होते. बऱ्याच कैद्यांना मी मेथॉडोन देत असे. पण इथेही तुरुंगातील कर्मचाऱ्यांनी हात मारायला सुरुवात केली. त्यामुळे हे सर्व नियंत्रित करावे लागले. मला त्यापासून दूर ठेवण्यात आले होते.

सकाळी साडेसहाच्या रेडिओच्या बातम्या ऐकल्या.

'दंगलीसाठी खास पोलीस तैनात करण्यात आले होते. तुरुंगाच्या गव्हर्नरांनी याविषयी माहिती दिली. पहाटे दोन वाजता सहा कोठड्यांतील कैद्यांनी स्वत:च्या अंथरुणाला आग लावली. आगीमुळे आम्हाला बाहेर काढावे असा आरडाओरडा चालू केला. सोडविण्याकरता गेलेल्या रक्षकावर हल्ला करून त्याच्याकडील किल्ल्या कैद्यांनी हस्तगत केल्या. इतर कोठड्या उघडल्या व कैदी बाहेर आले. अनेक रक्षकांना ओलीस ठेवण्यात आले आहे. एका अनधिकृत वृत्तानुसार दोन अधिकाऱ्यांच्या गळ्याजवळ एचआयव्ही पॉझिटिव्ह रक्ताच्या सिरिंजेस् रोखल्या आहेत. बंदी अधिकार संघटनेच्या प्रवक्त्याने सांगितले की न्याय प्रशासनाला असे काही घडणार याची कल्पना होती. हा तुरुंग म्हणजे स्फोटक दारूचे कोठार झाले आहे. ड्रग्ज सेवनाने बहुसंख्य कैदी शारीरिक व मानसिक रोगांचे बळी झाले आहेत. चोरट्या मार्गाने मादक द्रव्ये न मिळाल्यास मेथॉडोनवर त्यांना ठेवण्यात येई; परंतु मुख्य वैद्यकीय अधिकारी गेले काही दिवस कामावर येत नाहीत. न्यायप्रशासनाने त्यांच्या जागी कुणाचीही नेमणूक केलेली नाही.

आत्ताच हाती आलेल्या वृत्तानुसार तुरुंगाच्या आतल्या बाजूने धूर येत

असलेला दिसत आहे. अधिक पोलिसांची कुमक आलेली आहे.'

रेडिओ बंद केला. गादीवर पडून राहिलो. थोडं बरंही वाटलं. उठलो व फोन चालू आहे का ते बघितलं. डायल टोन होता. फोनचा प्लग काढून ठेवला. ओ'हारा येईल मला बघायला? काही झालं तरी माझी मदत अनिवार्य होती त्याला. त्याच्या कथनामधील चुका, विसंगती आणि गूढ या सर्वांचा विचार करण्यात मी रात्र घालवली होती. माझ्या अंगावर जे जखमांचे वण होते ते निश्चितच मारामारीमध्ये झालेल्या जखमांचे नव्हते आणि डोळ्यांवरची बंदुकीच्या गोळीची जखम? कोणत्याही गुन्ह्यांमधील आरोपींना एकदम तुरुंगात नेण्यात येत नाही. माझ्या सदनिकेमध्ये झालेली उलथापालथ कशाचं द्योतक होतं? त्यांना हवं होतं तरी काय? लिसाच्या जबानीची तारीख होती चौदा फेब्रुवारी. बिल ओ'हाराच्या म्हणण्यानुसार त्याच्याआधीच लंडन पोलिसांनी माझ्या अटकेची सूचना दिलेली होती; पण त्यापूर्वीच माझ्यावर सशस्त्र पोलिसांचा पहारा बसवला होता. तो त्याने रचलेल्या कथेवर ठाम होता; पण लिसाचं काय? तिचं काय झालं? तिचं वैयक्तिक सामान का हलवलं? तिचा मोबाईल फोन का लागत नाही? मला भूल देऊन कोणते प्रश्न विचारले गेले? माझं बोलणं का रेकॉर्ड करत होते?

प्रश्न अनंत होते. उत्तरं नव्हतीच. या सगळ्या विलक्षण घटनांची संगती लावल्यानंतर एक लक्षात आलं. हार्मन कारागृह! तिथे दंगलीपलीकडचं काहीतरी घडत होतं. बातम्यांत सांगितल्याप्रमाणे खरोखर दारूचं कोठार बनला होता तो तुरुंग. मादक पदार्थांच्यामुळे. आता त्यांना माझी फारच गरज भासणार होती; पण यावेळी सावधपणे पावलं उचलणार होतो. मला कुणी मित्रही नव्हता. त्यामुळे कुणाबरोबरही मला संवाद साधता येत नव्हता. मी स्वतःशीच विचार करत असे. स्वतःच मार्ग काढायचा होता. त्यासाठी जरूर ते कौशल्य मिळवायला हवे. ऑस्ट्रेलियातील माझ्या पूर्व अनुभवातून शक्य होते ते.

दक्षिण ऑस्ट्रेलियामधील आयुष्य खडतर होतं. आमचं कुटुंब पाच माणसांचं– आई-वडील, मी व माझ्या दोन धाकट्या बहिणी. वडील मुलगा म्हणून माझ्यावर बऱ्याच जबाबदाऱ्या असत. माझ्यावर हे सतत बिंबवण्यात येई. पुढे जाऊन घराची जबाबदारी माझ्यावर पडणार आहे इ. मला हे समजणं कठीण जात असे. आमचं घर साधंच होतं. दगडी भिंती, वर पत्र्याचं छप्पर. जवळच्या खाडीमधून दगड काढले होते. बांधकाम चिखलात केलं होतं. पत्र्यावर पाऊस पडला की मशिनगन फायरिंगसारखा आवाज येई. पाऊस कधीतरीच पडायचा म्हणा! आमच्याकडे शेळ्या होत्या. पाच घोडे होते व काही गुरं, आजूबाजूला कांगारू, एमू इ. जनावरांचा संचार असे. हवा रुक्ष आणि गरम. ऑस्ट्रेलियात सर्वात जास्त उष्णता असलेला प्रदेश.

शाळेत जाण्यापूर्वी वडिलांच्याबरोबर माझा सर्वत्र संचार असे. पाणी भरणे, पाणी अडवणे, ओढ्यांचे प्रवाह वळवणे इ. कामांत माझा सहभाग असे. कुंपणाची दुरुस्ती करणे, मोटार सायकल चालवणे व शेतीची देखभाल करणे मी केव्हाच शिकलो होतो. नऊ-दहा वर्षांचा असतानाच मला सशाची शिकार करता येऊ लागली. वडील एकदा हॉस्पिटलमध्ये होते. अपेंडिक्सची शस्त्रक्रिया झाली होती. त्यावेळी खरोखरीच माझ्यावर जबाबदारी पडली. अवघं चौदा वर्षांचं वय. वडील कित्येक दिवस वेदना सहन करत होते. अगदी अशक्य झाल्यावर हॉस्पिटलमध्ये जायला तयार झाले. आमच्या जुन्या पुराण्या होल्डेन गाडीतून आम्ही त्यांना नेले. आई गाडी चालवत होती. रस्ता खडकाळ होता. प्रत्येक खड्ड्यात गाडी उसळली की वडिलांच्या वेदना असह्य होत. सगळ्यात जवळचं शहर शंभर मैलांवर. हॉस्पिटलमध्ये गेल्यावर डॉक्टरांनी त्यांना तपासलंच नाही. त्यांना माहीत होतं की नेड रयान हा माणूस अगदी अशक्य झाल्याशिवाय इथे यायचा नाही.

"नेड, तुझं अपेंडिक्स पार कामातून गेलंय." डॉक्टर म्हणाले.

वेदनांमुळे वडिलांचा चेहरा घामाने डबडबला होता. चेहऱ्याभोवती उडणाऱ्या माशा हाकलण्याचेही त्राण उरले नव्हते, तरीसुद्धा म्हणाले, "छे... काहीतरी व्हायरल लागण असणार. काहीतरी अँटिबायोटिक्स् घेतलं की वाटेल बरं." पण डॉक्टर काही बोलण्याच्या आधीच ते बेशुद्ध पडले. आम्हाला हॉस्पिटलमध्ये पोहोचायला उशीर झाला होता हे खरंच. एकदा पंक्चर झालं, दोन वेळा पेट्रोलकरता थांबलो. अपेंडिक्स् आतमध्येच फुटलं होतं. पुढचा महिना हॉस्पिटलमध्येच काढावा लागला. या महिन्यात सर्व जबाबदारी मला घ्यावी लागली. कापणीचे दिवस होते. ह्याच काळात आमच्या वार्षिक उत्पन्नाचा नव्वद टक्के भाग कमवायला लागे. मेंढ्यांची लोकर कापण्याचं काम करणारे कामगार त्यांच्या हत्यारासह येत. मी मोटारसायकलवरून फिरून मेंढ्यांना गोळा करीत असे. माझ्या बहिणी व आई त्यांना जागेवर ठेवून त्यांची देखभाल करत.

त्या आजारपणातून बाहेर यायला माझ्या वडिलांना सहा महिने लागले. फार ससेहोलपट झाली. जखमा बऱ्या व्हायलाही वेळ लागला. ह्याच काळात आम्ही दोघे जण बापलेक या नात्याच्या पुढे गेलो. मैत्रीचं नातं उत्पन्न झालं. ते घराच्या सोप्यात बसून मला कसं काम करायचं याबद्दल सूचना देत.

याचवेळी आम्ही थोडी मोठी मोटारसायकल घेतली. या गाडीवरून डोंगराळ भागात फिरायला फार मजा येई. जनावरांना हाकणे, त्यांना पाण्यावर नेणे असं काही मी करत असे. आजूबाजूला कांगारूसारखी जनावरं फिरत. मी माझ्या विश्वात रमत असे. अगदी आदिवासींप्रमाणे जनावरांविषयी आत्मीयता वाटू लागली. ढगांच्या

हालचालींवरून पावसाचा अंदाज बांधता येऊ लागला. सर्प, नाग यांच्याविषयीचे ज्ञान, पक्ष्यांच्या उड्डाण पद्धतीवरून वादळाचा अंदाज कसा करायचा हे मी शिकलो.

अठरा वर्षांचा होईपर्यंत मी चांगलाच बलदंड झालो होतो. माझी आई माझ्या देखणेपणाचे कौतुक करायची. माझ्या या शरीरयष्टीमुळे मेडिकल कॉलेजमधील सर्व विद्यार्थ्यांमध्ये मी उठून दिसत असे. माझ्याबरोबरचे विद्यार्थी शहरी वातावरणातील पांढरपेशा वर्गातले होते. मित्र सिनेमा व पबमध्ये जात; पण मी पैसे वाचवत असे. आमच्या भागात सतत पाच वर्षे दुष्काळ होता. परिस्थिती कठीण होती. लोकरीचे भाव कोसळले होते. कमीपणा वाटू नये म्हणून मी समारंभात भाग घेत नसे. यामुळे एक झाले की माझी अभ्यासू व गंभीर विद्यार्थी अशी ख्याती झाली. त्यामुळेच की काय मुली माझ्या पुढे पुढे करत.

वयाच्या चोविसाव्या वर्षी मी शेवटच्या वर्षात असताना एका संकटाचा सामना करावा लागला. मी सुट्टीत घरी गेलो होतो. एक दिवस माझी बहीण सायकलवरून शेतात दूरवर पाण्याची पातळी बघायला गेली होती. न्याहारीनंतर लगेच ती गेली. ती म्हणाली होती, की एक वाजेपर्यंत परत येईन म्हणून. जायला व परत यायला काय वेळ लागेल तेवढाच.

सु ही अठरा वर्षांची उंच मुलगी. आईसारखी सुंदर व वडिलांसारखी बळकट. आम्ही भावंडांनी आई वडिलांचे चांगले गुण घेतले होते. आम्ही सगळे साधे जीवन आनंदाने जगत होतो. कष्ट करतानासुद्धा आम्ही कधी नाराज झालो नाही किंवा एकमेकांवर त्रासलो नाही. बाहेर पडताना सुने पाण्याची बाटली व पंक्चर काढण्याचे साहित्य बरोबर घेतले होते; पण मोबाईल फोन घ्यायला विसरली. सांगितलेल्या वेळेला परत न आल्यामुळे काळजी वाटायला लागली. तरीपण वडील म्हणाले 'येईलच इतक्यात.' आईच्या चेहऱ्यावर चिंता दिसू लागली. पुढचे दार उघडेच होते. भांडी साफ करताना आईचे लक्ष दाराकडेच होते. आकाश निरभ्र होते. भाजीपाला टवटवीत दिसत होता. वाटाण्याचे पीक चांगलेच येईल असे वाटत होते.

वातावरणातला तणाव कमी करण्यासाठी मी म्हणालो, ''कदाचित कुठलेतरी कुंपण दुरुस्त करण्याच्या नादात उशीर झाला असणार.'' मला कुठेतरी आतमध्ये अस्वस्थ वाटत होतेच. रानामध्ये कोणताही प्रसंग येऊ शकतो हे मला जाणवत होते. जेवण काही जात नव्हते. लांबवर ती कुठे दिसते आहे का ते पाहत होतो. काहीच चाहूल लागत नव्हती. सहा वाजले. मग मात्र मी व माझे वडील जय्यत तयारीनिशी दोन मोटरसायकल्स्वरून बाहेर पडलो. खिन्न झालो होतो. वेगवेगळ्या दिशेने निघालो. संपर्कासाठी दोघांच्याहीजवळ मोबाईल फोन होते. दिवस मावळू लागला होता. मावळतीचा लाल उजेड आकाशात दिसत होता व त्यामुळे जमिनीवर

विचित्र सावल्या पडत होत्या.

दोन तासांनी बहिणीचा तपास लागला. सुमारे एक मैलावर एका टेकडीच्या पायथ्याशी ती बेशुद्धावस्थेत सापडली. सायकल मोडून पडली होती. झाडाझुडुपांतून कीटकांची हालचाल चालू होती. आसपास भयानक सरडे दिसत होते. मोटारसायकलच्या दिव्याच्या प्रकाशात पाहिले. गर्भावस्थेमधील बालकाप्रमाणे हातपाय मुडपून निपचित पडली होती. तिची पाण्याची बाटली रिकामी होती. तिची काहीच हालचाल होत नव्हती. डेनिम पँट फाटली होती व रक्ताने माखली होती. मोटर सायकलच्या दिव्याच्या प्रकाशात दुसऱ्या बाजूने पाहिले तर मांसातून हाड दिसत होते. जखमेवर किडे घोंगावत होते. तशातच रानटी कुत्र्यांच्या पायांचे ठसे दिसल्यामुळे मी फारच उदास झालो.

सुचे श्वसन फारच कष्टाने होत होते. मला वैद्यकीय अनुभव पुरेसा होता. त्यामुळे तिची परिस्थिती अत्यंत गंभीर आहे हे समजायला वेळ लागला नाही. डोळे उघडून तिने पाहिले; परंतु दृष्टीमध्ये काही जान नव्हती. ओठ कोरडे पडलेले दिसल्यावर मी तिला पाणी पाजले; पण अशक्तपणामुळे तिला ते गिळता आले नाही. मी वडिलांना फोनवर सर्व कळवले. अंधार पडला होता व थंडी जाणवू लागली होती. ऑस्ट्रेलियन रानातील भयाणपणा जाणवत होता.

माझी अवस्था चंद्रावर पोहोचलेल्या माणसासारखी झाली, भेसूर एकटेपणाची..!

परत भानावर आलो. डब्लिन. रेडिओवर बातम्या चालू होत्या–

'हार्मन कारागृहावर आता एक हेलिकॉप्टर घिरट्या घालत आहे. त्यामधून जमिनीवरील अधिकाऱ्यांना मार्गदर्शन केले जात आहे. अग्निशामक दल बाहेर सज्ज आहे. अजून त्यांना आत प्रवेश करण्याचे आदेश नाहीत. 'सी' व 'डी' कक्षांमधून धुराचे लोट येताना दिसत आहेत. अधिकृत सूत्रानुसार 'इ' कक्षावर सुरक्षारक्षकांनी ताबा मिळवला आहे. तरीसुद्धा अजून तीन वॉर्डन्स् ओलीस आहेतच. थोड्याच वेळापूर्वी बंडखोर कैद्यांशी संपर्क साधला गेला आहे. त्यांच्याशी वाटाघाटी चालू आहेत.'

डिजिटल घड्याळात सकाळचे ७.०५ झाले होते पण तासाभरात बोलवणे येईलच असा माझा कयास होता.

पुन्हा ऑस्ट्रेलियामधील प्रसंग डोळ्यासमोर आला. अपघाताच्या जागेवरून

वडिलांची वाट पाहत उभा होतो. तिची अवस्था पाहून मोबाईलवर ॲडलेडच्या हॉस्पिटलशी संपर्क साधला. अपघात उपचारतज्ज्ञाला काय झाले आहे त्याची कल्पना दिली. त्याने मला काही सूचना दिल्या. माझ्याजवळ सुदैवाने डॉक्टरी बॅग होती. तिचे ब्लडप्रेशर व शारीरिक परिमाणांचे वर्णन केले. तिची कोणती कोणती हाडे मोडली आहेत हे समजल्यावर त्या तज्ज्ञ डॉक्टरांनी ती फार गंभीर अवस्थेमध्ये असल्याचे निदान केले. तिच्यावर कोणते प्राथमिक उपचार करावयाचे ते सांगितले मला. मी तसे केले. तिला अशा अवस्थेत पडून सुमारे चार तास झाले असावेत. कांगारू प्राण्यांना अचानक उडी मारून पुढे येण्याची सवय असते. असे बेसावधपणे आलेले संकट या अवस्थेला कारणीभूत असते. सु अनुभवी होती पण शेवटी अपघात असेच होतात ना.

वडील या जागेपर्यंत रस्ता शोधत शोधत येईपर्यंत एक तास लागला. स्टेशन वॅगनमधून आले. माझ्या बहिणीचा थंडीपासून बचाव करणे आवश्यक होते. मी माझ्या अंगावरचे काढून तिला लपेटले. तिला शक्य तितक्या लवकर हॉस्पिटलमध्ये दाखल करणे आवश्यक होते. अशा वेळेस भावनावश न होता शांत डोक्याने काम करणे गरजेचे असते. मोटारीच्या मागच्या भागात आम्ही तिला ठेवले. जे मिळाले त्या वस्तूंनी तिला लपेटले. तिला धक्के बसू नयेत म्हणून गाडी फार हळू चालवावी लागत होती. घरी पोहोचायला एक तास लागला. हेलिकॉप्टर ॲम्ब्युलन्सला खबर दिली होतीच.

आम्ही घरातल्या जुन्या वस्तू, पालापाचोळा पेटवून हेलिकॉप्टरला दिशा दाखविण्याचा प्रयत्न करीत होतो. खूप मोठी आग झाली पण त्याचा उपसर्ग घराला होऊ नये ही काळजी घेणंही आवश्यक होतं. हेलिकॉप्टरमधून संदेश आला की आग दिसते आहे. हेलिकॉप्टर उतरलं एकदाचं. त्याच्या आवाजामुळे जंगली श्वापदे सैरभैर धावू लागली. हेलिकॉप्टरमध्ये रुग्णाशिवाय इतरांना जागा नव्हती. त्यामुळे बहिणीला घेऊन हेलिकॉप्टर निघून गेलं. आम्ही हताशपणे पाहत राहिलो. वडिलांनी मला जवळ घेतलं. हुंदके देत होते. "फार चांगलं केलंस, बाबा." वडील स्तब्ध होते. हेलिकॉप्टर ज्या दिशेने गेलं त्या दिशेने बघत होते. शेवटी हेलिकॉप्टर दृष्टीआड झालं. मला मिठी मारून हुंदके देऊ लागले. म्हणाले, "आपलं दुःख प्रकट करायचं नाही. तुझ्या आईला व छोट्या बहिणीला सावरलं पाहिजे. इथलं आयुष्य फार कष्टाचं आहे; पण तरीसुद्धा चांगलं आहे. मला विचारशील, तर हे ठिकाण सर्व जगात सरस आहे. अगदी देवभूमीच म्हण की." मला समजत होते, की हे सर्व उसनं अवसान आहे– मला धीर देण्यासाठी आणलेलं. ते पुढे म्हणाले, "अरे, शेवटी हे ऑस्ट्रेलिया आहे. इथं असंच घडत असतं व त्यातूनच आपण

घडत असतो. डोक्यातून चिंता काढून टाक व जोमाने कामाला लाग.'' मदत वेळेवर मिळाली होती. त्यामुळे काळजी किंचित कमी झाली होती. ऑस्ट्रेलियामधील अशा प्रसंगाने माझी मनोधारणा बनलेली होती. संकटाचा सामना शांतपणे कसा करावयाचा याचा कार्यानुभवच होता हा.

बहिणीला हॉस्पिटलमध्ये दोन महिने राहावं लागलं. उजव्या बाजूला लकवा भरला होता. चालताना काठीचा आधार घ्यावा लागत होता. बोलण्यात तोतरेपणा आला होता आणि पाय विकृत. इतक्या धीट मुलीची अगदी दयनीय अवस्था. एक वर्षानंतर जमीनजुमला विकून आमचं कुटुंब ॲडलेड शहराजवळ स्थलांतरित झालं. माझ्या आईने आत्तापर्यंत खूपच एकटेपणा सोसला होता. द. ऑस्ट्रेलियामधील रानटी आयुष्याचा भरपूर अनुभव घेतला होता. सहा फुटांवर आलेल्या नागाला गोळी घालण्याचं धैर्य तिच्यामध्ये होतं. आमची अवस्था जंगली राहणीतून शहरी राहणीत बदलली. मी याचवेळी विश्वसंचाराला सुरुवात केली. वैद्यकीय ज्ञान व आलेल्या अनुभवामुळे माझं व्यक्तिमत्त्व समृद्ध झालं होतं. नवीन देशात नवीन आव्हानं स्वीकारायला मी उत्सुक होतो. वैद्यकीय क्षेत्रामधील दुर्लक्षित विषयांमध्ये मला रस होता. मी प्रत्येक रुग्णाचं म्हणणं लक्षपूर्वक ऐकत असे. या वृत्तीमुळे माझ्या रुग्णांना माझ्याविषयी आत्मीयता वाटत असे.

कासोव्हामध्ये सैनिकी वैद्यकीय अधिकारी या पदावर पाच वर्षं काम केलं. हजारो सैनिक रुग्णांच्या आरोग्याची माझ्यावर जबाबदारी होती. याच काळात मी ॲम्नेस्टी इंटरनॅशनल या संस्थेत काम करायची संधी घेतली. बाल्कन देशातील निरपराध लोकांचा जनसंहार, विषारी राजकारण या सर्वांमुळे माझ्या विचारांना गती मिळाली. मी ऑस्ट्रेलियातच राहिलो असतो तर मानवी जीवनाचं हे भयानक रूप मला बघायला मिळालं नसतं. डब्लिनमध्ये आलो ते वेगळ्याच उद्देशाने! दीर्घकाळ कारावासात ठेवलेल्या व्यक्तींच्या आरोग्याचा अभ्यास. आत्तापर्यंत युद्धाचा अनुभव घेऊन तावूनसुलाखून निघालो होतो. त्यामुळे मुख्य वैद्यकीय अधिकारी पद काही जास्त कष्टाचं नसेल असा कयास होता; पण आयर्लंडमधील रानटीपणाचा अंदाज आला नव्हता.

मी आठ वाजता फोन परत चालू केला. फोनच्या आन्सरिंग मशिनवर बिल ओ'हाराचा आवाज आला. ''फ्रँक, तो फोन घे.'' मग परत म्हणाला, ''आम्ही तुला घ्यायला येतोय.'' भयंकर संतापलेला दिसत होता. ''कपडे घालून तयार रहा. तुरुंगात फार गडबड झाली आहे.'' मला प्रत्युत्तर करायला वेळच मिळाला नाही. कपडे करून तयार झालो.

बरोबर साडेआठ वाजता दरवाज्यावर धक्के बसू लागले. हाका मारलेल्या ऐकू

आल्या. आत्ताच रेडिओवरच्या बातमीनुसार परिस्थिती आणखी चिघळली होती. आगीचे बंब आत पाठविले होते. वाटाघाटींना यश मिळत नव्हते. अद्यापपर्यंत दोन कारागृह अधिकारी ओलीस होते. त्यांना एचआयव्ही दूषित रक्त भरलेल्या इंजेक्शन सिरींज रोखून जागेवरून हलू दिले जात नव्हते. हे रक्त टोचलं गेलं तर होणारी अवस्था मृत्यूपेक्षा भयानक असणार. एचआयव्ही रक्ताची सिरींज हे भयानक शस्त्र होतं. दरवाजा उघडला. बाहेर दोन पोरगेलेसे पोलीस शिपाई होते. माझा चेहरा अजून सुजलेलाच होता. तो पाहून त्यांना थोडं विचित्र वाटलं. 'तुम्हाला बोलावलंय ताबडतोब.' असे त्यांनी सांगितल्यावर त्यांच्याबरोबर निघालो.

खाली शासकीय गाडी उभी होतीच. इंजिन चालूच ठेवलं होतं. मागच्या बाजूला ओ'हारा धुसफुसत बसला होता. काही तासांपूर्वी तो माझ्याशी दुष्टपणे वागला होता. त्यामुळे आता इथे येणं त्याला अवघड वाटलं असणार; पण या क्षणाला त्याला माझी कधीही वाटली नसावी तेवढी गरज भासली असावी. माझं वैद्यकीय ज्ञान, शक्ती याची आत्ता गरज होती. त्याला हेही माहीत होतं की माझ्यामध्ये असाधारण धैर्य आहे. ड्रग्ज्मुळे वेडसर झालेल्या भयंकर कैद्यांशी कसं वागावं हे कुठल्याच अभ्यासक्रमात नसतं. प्रसंगांना सामोरं जाण्याची मी तयारी केली.

ओ'हाराकडे दुर्लक्ष करीत मी त्याच्याशेजारी बसलो. मी मागच्या बाजूला चढलो. जाणूनबुजून ओ'हाराकडे दुर्लक्ष केलं. मुद्दामच एक जांभई दिली. पाय ताणून आरामात बसलो. मात्र काही माहीतच नाही असं भासवलं. ''काही कळलं का मंत्रीमहोदयांकडून?'' मी विचारलं.

''झक मार तिकडे.'' तो फुत्कारला. बाहेर निघताना लक्षात आलं की माझी साब गाडी जागेवर उभी होती, पण माझ्या शेजाऱ्यांची वाहनं मात्र दिसत नव्हती. हाताची घडी घालून सरळ बघत राहिलो. काय होईल ते होईल. मला कामाला लागलेच पाहिजे. बरेच हिशोब चुकते करायचे आहेत.

६

गाडीच्या समोर दोन मोटारसायकल रायडर्स होते. त्यांचे सायरन वाजवून गजबजलेल्या रस्त्यावरून मार्ग काढला जात होता. गाड्या भरधाव चालल्या होत्या. त्यामुळे वाहनांची व पादचाऱ्यांची त्रेधा उडत होती. काहीतरी भयंकर घडत असल्याची भावना लोकांमध्ये दिसून येत होती. कोणतेही नियम न पाळता या गाड्या अशा का जात असाव्यात असा भाव दिसत होता. यामुळे कित्येक वाहनांचे अपघात झाले.

नऊ वाजून तीन मिनिटांनी पोहोचलो. पत्रकार व टी. व्ही. कॅमेरे बाहेर सज्ज होते. कॅमेऱ्याची फटाफट हालचाल चालू होती. वातावरणात प्रक्षोभ दिसत होता. उतरल्यावर पत्रकारांनी घेरलं. प्रश्नांचा भडिमार सुरू झाला. किती अधिकाऱ्यांना ओलीस धरले आहे? आग कुठे लागलीय? कैदी पळून गेले का? त्यांच्यामधून रस्ता काढताना सगळं काही अंधुक दिसायला लागलं. माझ्याभोवती असलेल्या माणसांचा एकच गोळा तयार झाला आहे असा भास झाला. यातून मार्ग काढत तुरुंगाच्या पुढच्या भागात आलो. मी मान खाली घातली होती. माझा विद्रुप झालेला चेहरा टी. व्ही. वर यायला नको. ते चित्र माझ्या ऑस्ट्रेलियातील कुटुंबीयांपर्यंत पोहोचू शकत होतं.

मी इथे आल्यापासून तुरुंगाचे प्रवेशद्वार सताड उघडं असल्याचं प्रथमच पाहत होतो. आतमध्ये आगीचे बंब पाणी फवारत होते. धुराचे लोट दिसत होतेच. दंगल शमवणाऱ्या पोलीसदलाचे लोक शिरस्त्राण व ढालीसह तयार होते. जळणाऱ्या रबराचा वास व भय यांनी वातावरण संपृक्त झाले होते. जो दिसेल त्याच्यावर ओ'हारा खेकसत होता. आमच्याभोवती चिलखतधारी रक्षकांनी कडे केले. माझी

उंची सहा फूट असूनही मी त्यांच्यापुढे एवढासा दिसत होतो. त्यांच्या संरक्षणात आत गेलो.

डॉन कँपबेल हा कारागृह गव्हर्नर. उंचापुरा, टक्कल असलेला पण फार धाडसी, शासकीय कक्षात माझीच वाट पाहत असावा. माझ्या चेहऱ्याकडे विचित्र नजर टाकून त्याने विषयाला सुरुवात केली. तेवढ्यात हेलिकॉप्टरच्या आवाजाने ऐकू येईनासे झाले. कँपबेल मोठ्या आवाजात सांगू लागला. ''आपण 'सी' कक्षाकडे जाणार आहोत. तिथेच ओलीस ठेवलंय त्यांना. 'डी' कक्षामध्ये सी. एस्. गॅस सोडून ताब्यात आणला आहे. छताला आग लागली आहे पण आटोक्यात आहे.''

हेलिकॉप्टरचा आवाज लांब जाईपर्यंत थांबलो. ''कैद्यांची अवस्था कशी आहे?'' मी विचारले. व्यसनांमुळे फुफ्फुसे नासून गेलेले कैदी या वायूमध्ये कितपत टिकतील या विचारामुळे मी चिंतेत होतो.

''त्यांना सैनिकी रुग्णालयात दाखल केलंय.'' कँपबेलने माहिती दिली. एका शिपायास बोलावून माझ्याकरता चिलखत व काडतुसं आणायला सांगितली. चिलखत चढवलं. त्यातून चाकू व सुई आत शिरू शकत नव्हती. ''काडतुसं नकोत. त्यामुळे ते आणखी बिथरतील.'' मी म्हणालो.

''ते तुझं तू बघ; पण मी हे लक्षात ठेवीन.'' कँपबेल उद्‌गारला.

ठीक आहे, माझं काम आहे हे. टीव्ही कॅमेऱ्यामध्ये काय चित्रण झालंय ते तपासलं. सगळं धूसर होतं. त्याचा काही उपयोग नव्हता.

''त्यांनी टीव्हीच्या काचा बंद केल्या आहेत. त्यामुळे चित्रं स्पष्ट येत नाहीत. आमचे लोक छपरावरून काही चित्रं घेता येतात का ते बघत आहेत. ही सगळी जागा गलिच्छ घाणीने भरली आहे.

''दोन ओलिसांच्या गळ्याजवळ सिरिंज धरलेली आहे. दुसऱ्या दोघांना बांधून ठेवले आहे.'' कँपबेलने माहिती दिली व सिगारेट शिलगावली. ''आतमध्ये सगळा राडा करून ठेवलाय. थोडा वेळ मिळावा म्हणून दोनशे कुप्या व्हॅलियमच्या पुरवल्या पण काही मिनिटांतच त्यांचा फडशा पडला. मी त्यांना तू येतो आहेस हे सांगितलं आहे.''

''बघू कसं काय जमतंय ते.'' असं म्हणून मी निघालो. भीतीचा गोळा पोटात उठला होता; पण धैर्य गोळा केलं. घाम आला होता. मी डॉक्टर आहे. हे काम मला कशाकरता दिलं आहे? गेल्या आठवड्यात माझी काय अवस्था केली होती? सगळी फसवणूक आणि खोटेपणा. करू का हे सगळं जाहीर पत्रकारांसमोर? पण आता परत फिरता येणार नव्हतं. शेवटी डॉक्टर म्हणून कैद्यांच्या आरोग्याची काळजी मला घ्यायलाच पाहिजे. ड्रग्ज् न मिळाल्यामुळे त्यांची डोकी फिरतील आणि काय वाटेल ते करतील. माझ्याजवळ काही कल्पना होत्या. माझ्यावर आलेल्या

प्रसंगाचे काहीतरी स्पष्टीकरण यातून मिळेल का?

वाटेतील दंगलीच्या बंदोबस्तासाठी आलेले पोलीसदल, पांढऱ्या गणवेशातील उपवैद्यकीय सेवक यांना ओलांडून आम्ही पुढे गेलो. "मला ५ एम.एल. च्या सिरिंजच्या चार पेट्या हव्या आहेत. जंतुनाशकं, सुया असं बरंच काही लागेल." गव्हर्नरची दृष्टी माझ्याकडे होतीच. "डायमॉरफिनही पाहिजे. हे सगळं मिळाल्याशिवाय मी जाऊ शकणार नाही."

"अरे, पण हे सगळं आणणार कुठून?" गव्हर्नर अगतिक दिसला.

"हॉस्पिटलमध्ये, शेवटच्या अवस्थेतील रुग्णासाठी असतं हेरॉईन. हो आणि त्यांना उलट्या होऊ नये यासाठी मॅक्झोलोनपण लागेल." कँपबेल पडलेल्या चेहऱ्याने टिपण करत होता. त्याची सिगारेट संपली होती.

'सी' कक्षापर्यंत जाईपर्यंत तीन तारेची कुंपणं ओलांडावी लागली. प्रत्येक दहा फुटांवर वॉर्डन उभे होते. प्रत्येकाच्या चेहऱ्यावर काळजी व चिंता. पुढे गेल्यावर आरडाओरडा ऐकू यायला लागला. आणखी एक फाटक उघडलं. पुढे पाऊल टाकतोय तोच माझ्या उजव्या खांद्यावर कुणीतरी हात ठेवल्याचे जाणवले. ओ'हारा होता तो. बराच पुढे आलो आहे अशी त्यांची धारणा दिसली. तो तिथेच थांबला. मी पुढे गेलो. माझ्यासोबत कँपबेल मात्र होता. एका दुर्गंधीयुक्त बंद व्हरांड्यापुढे जावे लागणार होते. ह्या ठिकाणी दंगल शमवणारे पोलीस व नेमबाज बंदूकधारी सज्ज होते. पोलादी फाटक बंद होते व त्या ठिकाणी ओलीसांसाठी वाटाघाटी करणारा मध्यस्थ उभा होता. मी आत घुसलो त्यावेळी तो नाकावर रुमाल दाबून उभा होता. कँपबेल माझ्यामागे आला. पोलादी दरवाज्यामागे कारागृह शासनाने नियुक्त केलेला मध्यस्थ आला. कँपबेलने माझी ओळख करून दिली. त्याचे नाव डग्लस असं काही होतं. "सगळं भयंकर आहे. हे भिकारचोट काही ऐकत नाहीत." तो म्हणाला.

अडचण अशी होती की, यापुढचा मार्ग जळक्या व मोडक्या गाद्यांनी बंद केला होता. बराकीबाहेरही जळक्या गाद्या टाकल्या होत्या. वेड्यावाकड्या नळ्या व लाकडी फळकुटांचा साठा केलेला दिसत होता. जळलेल्या बराकी चव्वेचाळीस ते पन्नास फूट लांबीच्या होत्या. उजेडासाठी उंचीवर काचा होत्या. त्या आता धुराने काळवंडलेल्या होत्या. वातावरणात धूर भरलेला होता. प्रत्येक सहा इंचावर भक्कम गज लावून भिंतीला आधार दिला होता. फरशी प्लॅस्टिकच्या तुकड्यांनी तयार केली होती. सहा फूट उंचीपर्यंत जाळी बसवली होती.

एका टोकाला दोन वॉर्डन्स्ना गजाला बांधून ठेवलेले दिसलं. त्यांच्या विजारी खाली ओढून त्यांच्या पट्ट्यांनीच त्यांचे पाय बांधले होते. त्यांचे चेहरे काही मला

दिसले नाहीत. फरशीवर विष्ठा व लघवी केलेली दिसत होती. ह्या सर्वामुळे असह्य दुर्गंधमय झालं होतं सगळं.

या विभागातील कैदी स्वत:चे कपडे वापरीत. जीन्स् व टी-शर्ट्स. अंगावर गोंदलेलं असे. सगळ्या आकाराची माणसे होती. ते कोणत्या अवस्थेमध्ये असतील याची कल्पना आल्यामुळे अंगावर शहारे आले. काही जण वेडेवाकडे नाचत होते. एक जण गजावर डोकं आपटून घेत होता. एक प्रचंड आकाराचा नायजेरियन कैदी कोपऱ्यात थरथरत उभा होता. अलीकडे आफ्रिकन व आशियामधल्या कैद्यांची संख्या वाढली होती. त्याच्याशेजारी एक ढेरपोट्या कैदी बीभत्सपणे नाचत होता. वंशभेदाला जणू मूठमाती दिली होती. थोडं पुढे पाहिलं तर चार-पाच जण निवांतपणे, काही न घडल्याप्रमाणे गप्पा मारत होते. लांबवर दुसरे दोन ओलीस बांधलेले दिसले. त्यांच्याभोवती किती कैदी आहेत, दूषित रक्ताच्या सिरिंजेस आहेत हे काही समजत नव्हतं. हा युरोपमधील सर्वात भयानक तुरुंग होता. या बाजूला अत्यंत क्रूर असे खुनी होते. ह्यांना फक्त हेरॉईन हवं असे. त्यांचं तेच जीवन होतं. पुढे पाहिले तर एका कैद्याचे शरीर काही जण ओढत येत होते. बाकी कैदी मधे उभे राहून ते बघायला अडथळा करत होते. त्या कैद्याला त्यांनी जाळीवर फेकले. सर्वांनी वेड्याप्रमाणे आरडाओरडा केला.

''इथला म्होरक्या कोण आहे?'' मी विचारले.

''डॅन स्टील. इथं त्याच्याशिवाय पानही हलत नाही.'' कॅम्पबेल म्हणाला.

''कुठे आहे तो?''

''उजवीकडे सहावी कोठडी.''

मी आकडे मोजत पुढे गेलो. सहावी कोठडी उघडी दिसली; पण काहीच हालचाल नव्हती.

''तो एकच बोलतोय– त्यानं काही घडवून आणलेलं नाही. लोक त्याचं ऐकत नाहीत. अत्यंत वैतागले आहेत सर्व. त्यांना काहीही सांगणं मुश्कील आहे.''

''खरं आहे का ते?''

''नाही, तो अत्यंत खुनशी आहे. कपट कारस्थानात पटाईत. लपून बसलाय तो आत्ता.''

ह्यावेळी कोण कुठे आहे त्याची कल्पना येत नव्हती. बाहत्तर कैद्यांपैकी एक कमी झाला होता. माझ्या हिशोबाप्रमाणे पन्नास जण, जे ड्रग्जशिवाय होते ते भयानक होते. सी.एस्.गॅस सोडला तर ओलीसही त्याला बळी पडणार. त्यांना कसे वाचवायचे? एक दोघांना गोळ्या घातल्या तर परिस्थिती आणखीनच चिघळणार. एकदम हल्ला केला तरी काही साधण्यासारखे नव्हते. त्यांना गोडीगुलाबीने ताळ्यावर आणणे हाच मार्ग दिसत होता; पण वाटाघाटी करणाऱ्याला काही यश

आले नव्हते. माझ्याजवळ उपाय होता पण त्यांचा म्होरक्या भेटायला पाहिजे.

"स्टील, डॅन स्टील बाहेर ये." मी ओरडलो.

आतमधील कैद्यांनी क्षणभर माझ्याकडं पाहिलं. डोके आपटणाराही क्षणभर थांबला. नायजेरियन कैद्याला काहीच फरक पडला नव्हता. एका कैद्याला मी खडसावलं, "डॅनला घेऊन ये लगेच." त्याने बोटांनी विजयाची खूण केली. पुढे गेलो म्हणालो, "तुम्हाला हेरॉईन पाहिजे असेल तर मी सांगतो तसे करावे लागेल." बऱ्याच कैद्यांनी कान टवकारले. आणखी काही कैदी पुढे आले. "तुम्हाला पाहिजे ते सर्व माझ्याजवळ आहे, पण डॅन येऊ द्या पुढे."

माझ्याजवळ येण्याच्या ऐवजी ते दूर गेले. गलिच्छ शिव्या देत होते. एका जळक्या गादीला लाथ मारून राग व्यक्त करीत होते. थंडीतही अंगाला घाम फुटला होता. त्यांना किती डायमॉर्फिन लागेल त्याचा हिशोब डोक्यात चालू होता. त्याला किती वेळ लागेल याचं गणित मांडत होतो. काय होईल याचा अंदाज येत नव्हता.

डॅन स्टीलची सुरुवात झाली ती भुरट्या चोरीपासून. वयाच्या विसाव्या वर्षी खून केला. तो जिथे राहायचा तिथे गुन्हेगारांचे आगर होते. त्याचा बाप गँगवॉरमध्ये मारला गेला. त्याचे सगळे चुलते तुरुंगातच होते. त्याची बहीण या तुरुंगात महिला विभागात होती. स्वत:च्या मुलाला मारल्याबद्दल. त्या अर्भकाला मेथॅडोनची जास्त मात्रा देऊन मारलं होतं. मूल रडायचं म्हणून त्याला मारलं. मूल गेलेलं तिला दोन दिवस समजलंच नाही.

स्टीलने छपन्न वर्षांच्या आयुष्यापैकी वीस वर्षे तुरुंगात घालवली होती. खून, मादक द्रव्यांचा व्यापार असे आरोप. युरोपातील सर्व देशांत संचार केला. त्याला नडणाऱ्या दोन ड्रग्ज् व्यापाऱ्यांचा बदला घेण्यासाठी. शेवटी त्यांना त्यानं गाठलं आयर्लंडमध्ये. त्यांचे हाल हाल करून मारलं त्यांना. त्यानंतर त्याने पुरावा नष्ट करण्याचा प्रयत्न केला. मृत शरीर पेट्रोल टाकून जाळण्याचा प्रयत्न केला. दुर्दैवाने (त्याच्या) ही प्रचंड आग सगळीकडे पसरली. आगीच्या बंबानी आग विझवेपर्यंत त्यामध्ये सापडलेल्या व्यक्ती जळून खाक झाल्या होत्या. कुणाचीही ओळख पटू शकली नाही. न्यायालयात हा गुन्हेगार बढाई मारत होता की ज्युरीवर त्याची माणसं आहेत. न्यायालयाचा अवमान केल्याचं निदर्शनास आल्यावर, त्याचं प्रकरण न्यायालयाच्या पूर्ण पीठाकडे वर्ग करण्यात आलं. या ठिकाणी, त्याला शिक्षा झाली. खटला चालू असतानाही हा विनोद करीत असे. शिक्षा जाहीर केल्यानंतर त्याला कोर्टाला शिव्या दिल्याबद्दल आणखी अठरा महिने त्याची शिक्षा वाढवली गेली.

अखेर स्टील सहा नंबरच्या कोठडीमधून बाहेर आला. माझ्यासमोर आला. सहा फुटाच्या वर उंची व धट्टाकट्टा, पांढुरके केस विरळ होत चालले होते. चेहऱ्यावर

डाव्या कानापासून हनुवटीपर्यंत वण होता जखमेचा. तोंडात चिरूट धरला होता. हवेत धुराचे लोट सोडत होता. सध्या तो पंचवीस वर्षांची शिक्षा भोगत होता.

विखुरलेल्या, जळक्या सामानामधून पुढे आला. माझ्याकडे रोखून बघत पुढे येत होता. नेव्ही रंगाची विजार, क्र्यू नेक स्वेटर अशा वेषात होता. माझ्यापासून सुमारे दहा फूट अंतरावर उभा राहिला. त्या सगळ्या वातावरणामुळे मला वांती होईल असं वाटलं; पण मी कसंबसं सावरलं. जळक्या फळीला लाथ मारून चिरूट फेकून दिला. माझ्याकडे बघत राहिला. ओठ आणि हात अतिरिक्त धूम्रपानामुळे काळे व पिवळे पडले होते. मुष्टियोद्धयासारखं त्याचं नाक होतं. गळ्यावर सापाची आकृती गोंदविली होती. पायात काळे अणकुचीदार बूट घातले होते. १९५० सालातली फॅशन. चिरूट पायाखाली चिरडून पुढे आला.

मी एकटाच अडथळ्यांमधून मार्ग काढत पुढे गेलो. या ठिकाणी आता स्टील व मी असे दोघेच होतो. दोघेही एकमेंकाकडे आगडोंब झालेल्या डोळ्यांनी पाहत होतो. मध्ये लोखंडी गज होते.

सध्या तरी त्याची सरशी झाल्यासारखं वाटत होतं. त्याच्या ताब्यात ओलीस होते. त्याच्या एका इशाऱ्यावर त्यांचे जीवन संपलं असतं. माझ्या चेहऱ्याकडे पाहत कुत्सितपणाने म्हणाला, ''मी ऐकलं की काहीतरी डांगडिंग झाली म्हणून.''

मी संयम बाळगत होतो. त्याच्या जाळ्यात सापडायचं नव्हतं मला.

पुढे म्हणाला, ''त्यांच्यापुढे काही चाललं नाही वाटतं.'' आवाज भसाडा होता. दारू आणि धूम्रपानाचा परिणाम असावा.

मी म्हणालो, ''बाकीचं सोड, मला मदत पाहिजे.''

सैतानासारखा असला तरी तो मूर्ख नव्हता. मी सरळपणे त्याचा सामना करणार होतो. त्याला थोडा घोळात घेणं गरजेचं होतं. थोडं चुचकारणं आवश्यक होतं. तो म्हणाला, ''असं ओरडणं सभ्य माणसांना शोभत नाही.''

मी उत्तर दिलं, ''तुझं लक्ष वेधण्याचा दुसरा काय मार्ग होता?''

खिशात चाचपून दुसरा चिरूट त्याने काढला, शिलगावला.

''काय समस्या तरी काय आहे?''

''तुला सगळं माहीत आहे. बहाणे करू नकोस.''

''माझ्या पाठीला काही डोळे नाहीत.''

''मला शिकवू नकोस. मी इथे काही गोट्या खेळायला आलेलो नाही. तू काय करणार आहेस ते सांग.''

थोडा वेळ विचार करत थांबला.

''हे बघ दोनच रस्ते आहेत. ते लोक गॅस सोडतील व बंदुका चालवतील. मग ते थांबणार नाहीत, ओलिसांना सोडवेपर्यंत. दुसरा मार्ग आहे समजुतीचा.''

माझ्याकडे बघत तो हालचाल करीत राहिला. "निष्कारण रक्तपात होईल."

आसपासचे कैदी आमचं संभाषण ऐकण्याचा व समजण्याचा प्रयत्न करीत होते. निराश झालेले, त्रासलेले दिसत होते. सगळ्यांनी हाताच्या घड्या घातल्या होत्या. वातावरण इतकं क्षुब्ध होतं की कोणत्याही क्षणी गोळ्या सुटाव्यात.

"मग दुसरा पर्याय?"

"तुम्हाला पाहिजे ते मी देतो."

"तुम्हाला भडव्यांना, काय माहीत आम्हाला काय हवंय ते?"

तो उत्तेजित झाला होता. बराकीकडे हात करून म्हणाला, "डॉ. रयान, ही बघा आमची अवस्था. आमचं जग वेगळं आहे. तुमचं सगळं वेगळं आहे." मला दिसले की आणखी काही कैदी जमा होऊ लागले होते. आवाज वाढू लागला होता.

"आमच्याबद्दल मी बोलत नाही. मी निघून जाईन. माझं काय वाकडं होणार आहे? पण मी डॉक्टर आहे. मला माझं काम समजतं. भाषण देण्याची गरज नाही. माझ्याजवळ तुम्हाला पुरेल इतकं हेरॉईन आहे. ते सर्व तुम्हाला मारायला तयार आहेतच. लक्षात घ्या. मी करू शकतो हे सर्व; पण धमक्या देऊन काही होणार नाही."

स्टीलने मागे पाहिलं. आता त्याचा आवाज फारच टिपेचा होता. तिरस्काराचा होता. "या भडव्यांच्यावर माझी सत्ता नाही. ते काय झक मारताहेत ते मारू देत आणि त्यातून तुझी गांड फाटली तर तुझं तू बघ. तुझा काय वट आहे ते मला आहे माहीत. जर काही घडलंच तर तुमच्या लोकांना कोणी शहीद म्हणणार नाही. त्या हरामखोरांनी फार नखरे केलेत. त्यांच्यामुळे आमच्या वाट्याला नरक आलाय." चिरूटाचा एक झुरका घेतला. माझ्या तोंडावर धूर सोडला. मी विचलित झालो नाही. धुरामुळे इतर घाण वास थोडे कमी जाणवले. गव्हर्नर सगळं ऐकतो आहे. याची स्टीलला जाणीव होती. अधिकारीवर्गाला शिव्या घालून तो समझोता करत असे. अधिकारीवर्गाचे दोष दाखवून तो आपली बाजू बळकट करण्याचा प्रयत्न करत होता.

"मला त्यांची नावं सांग, तक्रारी सांग. बघतो मी ते." मी म्हणालो, "हे कुठे तरी थांबायला पाहिजे ना?"

त्याचा स्टीलवर काही परिणाम झाला नाही. "तू फक्त डॉक्टर आहेस. चार गोळ्या दिल्या की झालं तुझं काम."

मी चिडलो, "एक तासात मी जे करतो ते तू साल्या, उभ्या आयुष्यात करणार नाहीस. फुकट वेळ दवडू नकोस. ते सगळे जण बंदुका सरसावून बसले आहेत."

फरशीवर राख झाडून स्टील निघून गेला. काही कैद्यांना जमवून बोलणं केलं. नायजेरियन व अन्य कैदी तडफडत होते. डोके आपटून घेणारा कैदी जमिनीवर पडला होता. त्याच्याबरोबरचा दुसरीकडे कोपऱ्यात उभा होता. सगळीकडे

चलबिचल दिसत होती. जाळीमधून त्यांच्या पायांच्या हालचाली दिसत होत्या. माझ्या दिशेने कुणीतरी एक थाळी भिरकावली; पण ती मध्येच पडली. आता आतमध्ये घोषणा सुरू झाल्या.

डॅन स्टील परत आला, हातात एक यादी घेऊन. म्हणाला, ''माझ्या अटी आहेत काही.''

मी समजलो, काही मार्ग सापडतोय. माझ्या हृदयाची धडधड कमी झाली. ''हे पहा माझ्या अधिकारात असल्यास मी करीनच.''

''मी काही स्वर्ग मागत नाही आहे. अगदी जरुरीच्या गोष्टी आहेत त्या.''

मी म्हणालो, ''सांग तरी.'' माझ्याजवळ आला. वरून हेलिकॉप्टरच्या पंख्याचा आवाज येतच होता. तो बोलू लागला,

''जमेसन व्हिस्कीची वीस खोकी.''

''दिली.''

''नाही, चाळीस करा.''

''भोसडीच्या, असे दुप्पट चौपट करत राहिलास तर व्हिस्कीचा कारखाना बंद पडेल.'' हेलिकॉप्टरच्या आवाजामधून ऐकू जावे म्हणून ओरडावे लागत होते. मागच्या बंदुकधारी शिपायाला मी थांबण्याचा इशारा करत होतो. स्टील पुढे म्हणाला, ''तसली मासिकंपण पाहिजेत; पण चित्रं अस्सल पाहिजेत. सिगारेट हव्यात एक हजार.'' इतक्यात मोठा स्फोट झाला. सगळीकडे धूरच पसरला. स्टील धूम पळाला. कोठड्यांवरचं छत स्फोटकांनी उडविलं होतं. छताची छकलं खाली लोंबू लागली. अंधारात काही आकृत्या दिसू लागल्या व स्टेनगनच्या फायरिंगचा आवाज. मी जमिनीवर पडून गोळ्यांपासून बचाव करण्याचा प्रयत्न करू लागलो. गेट मोडून सैनिक आत शिरू लागले. सगळे अडथळे पार करीत पुढे जात होते. सर्वत्र किंकाळ्या. मीही त्यांच्या पायाखाली चिरडलो गेलो. आणखी गोळीबार. अंगाची गुंडाळी करून आधीच जखमी झालेले शरीर सांभाळायचा प्रयत्न करत होतो.

७

बातम्या :

तुरुंगातील दंगल शमली. खास कृतिदलाची कारवाई.

चार ठार, सहा जखमी.

वृत्तपत्र माध्यमांना फार मोठा विषय मिळाला. ही कारवाई कशी केली गेली याची रसभरित वर्णने सकाळ, संध्याकाळ प्रसारित होऊ लागली. अनधिकृत सूत्रांचा हवाला दिला जात होता; पण बातम्या मात्र प्रत्यक्ष पाहिलेल्या व्यक्तींकडून आल्या आहेत असेही सांगण्यात येत होते. ह्या सर्वांचा सूत्रधार ओ'हारा. गव्हर्नर कॅंपबेल याच्या धैर्याची सगळी तारीफ केलेली दिसली. डग्लसने वाटाघाटींची शर्थ कली. त्याचीही फार स्तुती केली गेली. त्याच्या वाटाघाटीच्या कौशल्यामुळे विशेष कृतिदलाला कारवाई करणे सोपे गेले. कशाप्रकारे हल्ला केला गेला याचे प्रसारण सर्वत्र केले गेले. पॅट्रिक हॅलोरन हे खंदे रिपब्लिकन. न्याय मंत्रायलाचे मंत्री. त्यांनी पत्रकार परिषद घेतली. हॉस्पिटलमधील जखमी कैद्यांची विचारपूस करताना, सोडविलेल्या ओलीस अधिकाऱ्यांशी बोलताना दाखविले गेले. ते सुरक्षित होते. ठार झालेले कैदी किती भयानक होते त्याची वर्णने सादर झाली. हे घृणास्पद कृत्य कायद्याचे राज्य संपविण्यासाठी काही माथेफिरू व्यक्तींनी घडवून आणले होते, असा मंत्रीमहोदयांनी दावा केला.

कैद्यांच्या गुन्ह्यांची माहिती लोकांना दिली गेली. ते इतके भयंकर होते, की लोकांची सहानुभूती त्यांना मिळणेच शक्य नव्हते. लहान मुलांचे खून, टी.व्ही. बघणाऱ्या बायकोशी भांडण झाल्यामुळे बायकोला मारणारा खुनी, एक मुस्लीम अतिरेकी अशा कैद्यांबद्दल कुणालाही कणव वाटणे शक्यच नव्हते. विरोधी पक्षांच्या न्यायालयीन चौकशीच्या मागणीला त्यामुळे कोणीच उचलून धरले नाही.

हॅलोरन महोदयांनी आपल्या निवेदनात सांगितले की शेवटी खून हा खूनच.

त्याचे समर्थन करता येईल का? येथील कैदी हे खुनाच्या आरोपावरून शिक्षा झालेले असतात. त्यांच्या दीर्घ शिक्षाच त्यांच्या भयानक अपराधांची कल्पना देतात. सर्व नागरिक माझ्याशी सहमत होतीलच. सुदैवाने सैनिकांपैकी कुणीही दगावला नाही. कारागृहामधील सुरक्षाव्यवस्थेचा आढावा घेण्यात येईल, असेही जाहीर करण्यात आले. कैद्यांमधील मादक द्रव्यसेवनाच्या रोगावर उपचार करण्यासाठी सैनिकी रुग्णालयातील डॉक्टरची मदत घेण्यात येईल. कारवाईत भाग घेतलेल्या सैनिकांची त्यांनी जोरदार प्रशंसा केली. मंत्री महोदयांचं हे निवेदन जसंच्या तसं सर्वत्र प्रसिद्ध केलं गेलं. यातील ढोंगीपणा कमी लोकांच्या लक्षात आला.

डॉ. फ्रँक रयान एम्.डी. या व्यक्तीचा कुठेही उल्लेख नव्हता. माझ्यावरील ओढवलेल्या गेल्या आठवड्यामधील प्रसंगामुळे मला ओ'हाराने प्रसारमाध्यमापासून दूर ठेवलं होतं. मनात एक समाधान होतं, की ऑस्ट्रेलियामधील माझ्या कुटुंबीयांना याची कल्पना नव्हती. मी त्यांना ई-मेल पाठवून माझी खुशाली कळवली.

माझ्या साब गाडीचं निरीक्षण करताना सर्व घटनांचं पृथक्करण करत होतो. विलक्षण बोचरी थंडी. हाडापर्यंत पोहोचणारी. थंडीपासून बचाव करणारे कपडे परिधान केले होतेच. गाडीची परिस्थिती पूर्वीसारखीच होती. धूळ खूप साठली होती. वायपर्स बदलणे आवश्यक झाले होते. मी अंतर मोजण्याचे कधी भान ठेवत नव्हतो. त्यामुळे या काळात गाडी किती पळविली गेली असेल याचा अंदाज करणे शक्य नव्हते. एक तासभर गाडीची कसून तपासणी केली. हे सगळं करताना हात काळेनिळे झाले; पण संशयास्पद काहीच आढळलं नाही. काही लपवलं असेल तर मला तरी सापडलं नाही.

गेल्या सात दिवसांमध्ये माझ्या आयुष्यात किती महत्त्वपूर्ण परिवर्तन झालं होतं. हेलनने आरशावरील वाफेवर दिलेला संदेश डोळ्यासमोर येत होता. साब गाडीमध्ये बसून मी आजूबाजूला पाहत होतो. नेहमी उभ्या असणाऱ्या अन्य दोन मोटारी आता नव्हत्या. मी त्यांच्या मालकांनाही परत आल्यापासून पाहिलं नव्हतं. डॅन स्टीलने मारलेला टोमणा आठवला. 'तू म्हणे मारामारीत गुंतला होतास.' त्याने अंदाजाने केलेला प्रहार होता, का त्याला यातलं खरंच काही माहीत होतं? ही कल्पना मी मनातून झटकून टाकली. काहीतरी विपर्यास. त्याला कसं माहीत होणार हे सगळं? गाडीच्या पुढच्या कप्प्यातही काही आढळलं नाही. ही सगळी खटपट करीत असता मनात पक्कं रुजलं काहीतरी कारस्थान होतं निश्‍चित. थंडी घालविण्यासाठी हाताचे तळवे एकमेकांवर घासले. माझ्या डोक्यात वेगळंच आले. कारागृह सुरक्षेची पडताळणी करण्यासाठी ओ'हाराने स्टीलशी संगनमत केलं होतं का? काहीतरी अज्ञात कारणासाठी स्टीलला उचकवून ही दंगल घडवून आणली होती का? मनाला

पटत नव्हते पण या तुरुंगातील घडामोडींच्या वृत्तामध्ये स्टीलचे नाव कुठेच कसं आलं नाही? उत्तर मिळत नव्हतं. मी हा विषय थोडा स्थगित ठेवला. दुसरं एक काम पूर्ण करणं आवश्यक होतं.

एका पब्लिक कॉलच्या बूथवरून फोन लावला. पावसाचे थेंब आत येत होते. ''लिसा दुगनशी बोलायचे आहे.'' मी म्हणालो.

मुद्दामच माझ्या राहत्या जागेपासून लांब असलेली जागा निवडली होती. खबरदारी म्हणून. अमेरिका बँक ह्या ऑफिसमध्ये लिसा काम करीत असे. डब्लिनच्या आर्थिक व्यवहारासाठी प्रसिद्ध असलेला हा भाग होता. लिफी नदीच्या जवळ होता. तिथेच लिसाचं कार्यालय होतं. बऱ्याच वेळा तिची वाट पाहत थांबलो असताना त्या नदीवरची वाहतूक बघत असे. मद्याची वाहतूक करणाऱ्या बोटी दिसत. मी मूळचा दुष्काळी भागातला, त्यामुळे मला नद्यांचे आकर्षण वाटे. असाही विचार यायचा की इथं इतकं पाणी वाहून चाललंय आणि आपल्याकडे? हे पाणी तिकडे नेता आलं तर किती बहार येईल!

अधीरपणे पलीकडून काय उत्तर येणार याची वाट पाहत होतो. ''सर, काय नाव म्हणालात?'' राग दाबून ठेवून मी म्हणालो, 'लिसा दुगन' बूथच्या काचेवर लावलेल्या काहीतरी जाहिरातींकडे पाहत राहिलो. आशियामधील कुणी एक सुंदरी अगत्यपूर्ण सेवा देण्याचं आमिष दाखवत होती, थोड्याबहुत मोबदल्यामध्ये. घड्याळाकडे बघत होतो अस्वस्थ अवस्थेमध्ये. चार मिनिटे गेली. नेहमी मला तिचा संपर्क साधायला तीस सेकंद पुरे होत. शेवटी ज्याला भीत होतो तेच झालं. पलीकडून आवाज आला, ''माफ करा इथं या नावाचं कोणीही नाही.''

मी चिडलो. तऱ्हेतऱ्हेने समजावलं. ''अहो, मी नेहमी तर फोन करतो.'' इ. पण व्यर्थ. शेवटी मी परकीय चलन विभागात फोन लावून द्या म्हणून सांगितलं. थोड्या वेळाने पलीकडून कुणीतरी जिम पॅटरसन बोलतो आहे हे समजलं. आवाज माझ्या माहितीचा होता व ती व्यक्तीसुद्धा. ''जिम, कसं काय? मला ओळखलं का? मी फ्रँक, लिसाचा मित्र.''

उत्तर आलं, ''काय फ्रँक, कसा आहेस? तुमच्या तुरुंगात फारच गडबड झाली नाही? अजून आहेस का तू तिथे?'' इतका राग आला की त्याची मान धरावी असं वाटलं. गेल्या सहा-सात दिवसांनंतर पहिल्यांदाच दुसऱ्या कुठल्या तरी व्यक्तीशी फोनवर बोलत होतो. मी म्हणालो, ''मी डॉक्टर आहे ना. त्यामुळे मला त्यांनी त्या सगळ्या प्रकारापासून लांब ठेवले.'' एवढ्यात बाहेरील वाहतूक इतकी वाढली की काही कर्कश्श आवाजामुळे फोनवरील काहीही ऐकू येईनासं झालं. मी बोलणं चालूच ठेवलं. ''अरे, लिसा आहे कुठे? मला बोलायचंय तिच्याशी. त्या नावाचं

कुणीही नाही असं तुमची ऑपरेटर सांगतेय.''

पलीकडे फोनवर हात ठेवून मला न ऐकू जाईल अशा अवस्थेत काही वेळ गेला. त्यानंतर आवाज आला, ''अरे, मध्येच कुणीतरी विनिमय दराची माहिती विचारत होता. झालंय काय की लिसाने ही नोकरी पाच दिवसांपूर्वी सोडली. घरी काहीतरी समस्या झालीय असं म्हणत होती. जाताना तिच्या ड्रॉवरमधल्या सगळ्या वस्तू नेल्या आहेत. पण फोन नाही केला तिनं तुला?''

उत्तरादाखल मी काहीतरी पुटपुटलो खरा, पण समजत होतं तो थापा मारतोय. माझ्यासमोर परत वाळूचं घड्याळ दिसू लागलं. लिसाने नोकरी सोडली. खोट्या जबानीवर सही केली. तिच्या मोबाईलवर संपर्क होत नाही. स्वत:च्या सर्व वस्तू घेऊन गेली. फोन ठेवून निघालो. माझ्यावरील आलेल्या संकटामुळे लिसावरही काही प्रसंग आलाय का? आम्ही एकत्र होतो ते दिवस आठवत होते. आमचं बरोबर फिरायला जाणं, हसणं, खिदळणं. सगळं काही समोर होते. तिची अंतर्वस्त्रे खरेदी करतानाही मी तिच्याबरोबर असे. भडक असे वस्त्र घ्यावे असे सुचवित असे. आमची कामक्रीडा, तिचं मुलायम शरीर, सुखाचं विव्हळणं. मी तिला माझ्या पूर्व आयुष्यातील अनुभव सांगायचो. माझे कष्ट व संकटांबद्दल ऐकताना तिचे डोळे विस्फारून जात. भणाणलेलं डोकं काबूत ठेवण्याचा प्रयत्न करीत होतो. पूर्णपणे बावचळलो होतो. बिल ओ'हाराचा सैतानी चेहरा डोळ्यांसमोर आला. रागाने बाजूच्या फळीवर प्रहार केला. ''नीच खोटारडा.'' मी ओरडलो. त्याच वेळी एका वयस्क महिलेनं मला सांगितलं, ''बाबा रे, असं करू नकोस. ही सभ्य लोकांची वस्ती आहे.''

घराकडे परतलो आणि माझ्या खालच्या सदनिकेचं दार ठोठावलं. बराच वेळ वाट पाहिली. उत्तर आलं नाही. परत प्रयत्न केला. बहुतेक आत कोणी नसावं. सभोवती फिरून पाहिलं. कुणी राहत असल्याचे काहीच लक्षण नव्हतं. गेले कुठे हे सर्व लोक? पाऊस सुरू होता. सगळ्या आवारात पाणी साठले होते. शेजारी जागा सोडून गेले होते हा निव्वळ योगायोग होता का आणखी काही? माझ्यावर कोसळलेल्या संकटाचाच भाग? बहुतेक तसंच असावं. कुठून सुरुवात करावी?

टॅक्सी केली. 'सिटी सेंटरकडे घे' म्हणून सांगितलं. ड्रायव्हर बडबड्या निघाला. सरकार, हवामान, स्वत:ची तब्येत या सर्वांवर त्याचे मतप्रदर्शन चालू होतं. मला वेस्टबरी हॉटेलजवळ उतरवीपर्यंत मला त्याच्या तब्येतीबद्दल इत्थंभूत माहिती दिली गेली होती. हा मनुष्य तर रोगशास्त्राचं चालतं बोलतं पुस्तकच होता; पण हे सगळं ऐकायच्या मन:स्थितीमध्ये मी नव्हतो.

पाऊस थांबला होता. पूर्वेकडून अजूनही काळे ढग आले होते. त्यामुळे वातावरण अंधकारयुक्त व उदासीन झालं होतं. पादचारी लगबगीने आसरा शोधत होते. थंडीपासून बचावासाठी काही लोक धूम्रपानाचा आश्रय घेत होते. डॉसन रस्त्यावर पुढे गेलो. चिखल व रोमॅनिअन भिकाऱ्यांनी भरलेला रस्ता. हॉजेस फिग्गीज पुस्तकाचं दुकान आलं. टॉम क्लांसीच्या नवीन आवृत्तीच्या जाहिराती झळकत होत्या. नाझा रस्त्यावर कुठली एक बस रस्ता अडवून बसली होती. त्यामागे हॉर्न वाजवणे व शिवीगाळ चालू होती. त्रिनिटी कॉलेजजवळ आलो. म्हणजे आयर्लंडची प्रख्यात युनिव्हर्सिटी पुढे गेलो. वैद्यकीय संस्थांच्या प्रांगणात गेलो. रस्ता खाचखळग्यांनी भरला होता. विद्यार्थ्यांची लगबग चालू होती. नुकताच पाऊस पडून गेला होता. प्रत्येकाने पाऊस व थंडी यांपासून रक्षण करण्यासाठी कपडे केले होते. डब्लिन येथील व ॲडलेड येथील विद्यार्थ्यांचा परिवेश फारच वेगळा होता. द. ऑस्ट्रेलियाच्या ह्या शिक्षण संस्थेत सगळेच टी-शर्ट इ. परिधान केलेले. आयर्लंडमधील हवामानामुळे इथला पेहराव सगळाच वेगळा.

सहा महिन्यांपूर्वी मेडिकल संस्थेमध्ये वाचनालयाची सदस्यता मिळविली होती. माझ्या अभ्यासासाठी हार्मन जेलमध्ये हिपेटायटिस सी आणि एच.आय.व्ही. एकाच रुग्णामध्ये सापडत असे. लिव्हर खराब झाल्यामुळे एड्स पसरायला अनुकूल वातावरण असतं का? ह्या विषयावर मी खूप काही संशोधनाचं साहित्य जमा केलं होतं. हे जमा केलं होतं हार्मनमधील कैद्यांकडून, ज्यांना हिपेटायटिस सी व एचआयव्ही या दोन्ही रोगांची लागण झाली होती. त्यामुळे या व्याधींचा कसा मुकाबला करावयाचा याची काही पद्धती विकसित केली होती.

लायब्ररीमध्ये दोन्ही बाजूला असलेल्या टेबलांमधून वाट काढत गेलो. विद्यार्थ्यांचे 'ग्रे ॲनाटॉमी' इ. चं वाचन चाललं होतं आणि भलीमोठी पुस्तकं होती. बाजूच्या एका दालनामध्ये वृत्तपत्रे साठविली होती. गेल्या तीन आठवड्यांमधील अंक मला मिळाले. आयरीश टाईम्स्, आयरिश इंडिपेंडन्स असे सगळे अंक होते. मी अधाशीपणे बारा फेब्रुवारीचे अंक घेतले. त्या सगळ्यांमध्ये कुठेही त्यादिवशी माझ्या घराबाहेर घडलेल्या घटनेचं वृत्त नव्हतं. इराक व त्याच्या आसपासच्या घटनांच्या वृत्तांनी रकाने भरले होते. अमेरिकेमधील कंपन्यांकडून व अमेरिकेच्या परराष्ट्र मंत्रालयाकडून बऱ्याचशा सावधगिरीच्या सूचना छापल्या होत्या. इराक व मध्यपूर्वेच्या देशांपासून सावध राहण्याचे इशारे होते. नशाबाज खेळाडूंबद्दलच्या बातम्या. त्यांच्यातील भांडणांच्या बातम्या असे काही दिसत होते. इराक, मुस्लीम अतिरेक्यांनी दिलेल्या धमक्या. प्रत्येक वर्तमानपत्रामध्ये पानन्पान पाहिलं, कुठेतरी डॉ. फ्रँक रयान यांच्या संबंधात एक ओळही छापलेली नव्हती. मी सबंध कारागृह

व्यवस्थेमध्ये एकटाच वैद्यकीय अधिकारी होतो. तुरुंगातील घटनांच्या संदर्भात एक उल्लेख आढळला. सदर वैद्यकीय अधिकारी कैद्यांमधील व्यसनाधीनता व त्या संबंधात करावयाचे उपचार यांचा अभ्यास करीत आहे, असा छोटासा उल्लेख मिळाला पण माझं अपहरण, लंडनमध्ये मला घडलेला तुरुंगवास याची माध्यमांमधील कुणालाही कल्पना असावी असं दिसलं नाही. एका बातमीने माझं लक्ष वेधलं. हार्मन सुधारगृहातील 'जे' कक्ष काही जरुरीच्या दुरुस्त्यांसाठी रिकामा करण्यात आला होता. बातमीसोबत या कक्षातील भयंकर कैदी दुसरीकडे नेत असल्याचं छायाचित्रपण होतं. या कक्षातील मल उत्सर्जन व्यवस्था दुरुस्त करावयाची असल्याने कैदी दुसरीकडे हलवावे लागले असा उल्लेख करण्यात आला होता. हे मात्र मला नवीन होतं. कारागृह व्यवस्थापनाला कैद्यांच्या आरोग्याबद्दल चांगलीच आस्था आहे हे ज्ञान मला ह्या बातमीवरून प्राप्त झाले. सर्व तुरुंगामध्ये त्या संबंधात काय परिस्थिती होती ते मी जाणून होतो. ह्या विषयात आंतरराष्ट्रीय स्तरावर मान्य केलेले नियम धाब्यावर बसविलेले मी बघत होतो. फार लाजिरवाणं होतं सगळं. व्हिक्टोरियाच्या कालखंडातील व्यवस्था अजूनपर्यंत टिकवली गेली होती. युरोपमधील प्रथम क्रमांकाचे कारागृह!

वर पाहिले, तर एक लठ्ठ मुलगी माझ्याकडे पाहत होती. माझ्या त्या अवस्थेमुळे मला असं वाटलं की ती माझ्यावर लक्ष ठेवून आहे. हेरगिरी... मग माझ्या लक्षात आले की माझ्या विद्रुप झालेल्या चेहऱ्यामुळे तिची अशी समजूत झाली की कोणीतरी रस्त्यावरचा गुंड लायब्ररीमध्ये घुसला आहे. मी तिच्याकडे बघून स्मित केलं त्यामुळे तिचा भ्रमनिरास झाला असावा. मी परत माझ्यासमोरील वर्तमानपत्रांमध्ये डोकं खुपसलं. तिची आणखी काही समजूत झाली नसली म्हणजे मिळवलं. ह्या क्षणाला मला कुठल्याही मुलीमध्ये रस नव्हता. आयरिश टाईम्स्‌मधील एक लेख वाचला. मिलोस बोक्रोव्हिस हा पूर्व युरोपमधील टोळीयुद्धात पोलीसांना अवैध शस्त्रव्यापार, खून, मादक पदार्थांचा व्यापार इ. अनेक गुन्ह्यांबद्दल हवा होता. वृत्तपत्रातील मी वाचत असलेल्या लेखामध्ये सदर गुन्हेगार झाग्रेब येथे आहे अशी माहिती दिली होती. त्याबद्दल इतर माहिती वाचण्याचं टाळलं. मला काळजी होती की माझ्याबद्दल काय मजकूर आहे ते बघण्याची.

एक तासभर झाल्यानंतर प्रयत्न सोडून दिला. खुर्चीत विचार करत बसून राहिलो. पलीकडील वाचनकक्षात विद्यार्थी वाचत होते. पानं उलटल्याचा, कुजबूज चालल्याचा आवाज येत होता. परत एकदा जुन्या आठवणी दाटून आल्या... ऑस्ट्रेलियामध्ये माझ्या परीक्षेच्यावेळी नेहमीच उन्हाळा असे. त्यावेळी वनस्पतींचे फुलांचे वास, पक्ष्यांचे किलबिलणे, कर्कश ओरडणे कानावर येई.

अशा आठवणींत बुडून गेलो असता बाहेर अंधारून आले व पावसाच्या

आवाजामुळे भानावर आलो. आता बाहेर गारा पडू लागल्या होत्या. विजांचा गडगडाट ऐकू येत होता. या वातावरणात लिसाची आठवण साहजिकपणेच आली. तिला माझ्या सर्वच गोष्टींमध्ये रस वाटत असे. कुठल्याही प्रसंगाचं वर्णन ऐकल्यावर विचारायची, ''मग काय केलंस तू फ्रँक?'' तिचा चेहरा विस्मय दर्शवत असे. मी ॲम्नेस्टी इंटरनॅशनलमध्ये काम करीत असताना कॉसोवोच्या क्रौर्याच्या कथा सांगत असे. आता मला वाटू लागले, की हे सर्व भाव खरे होते? आणि मलातरी तिची काय माहिती होती? माझ्याबद्दल, माझ्या कुटुंबाबद्दल तिला सर्वकाही तपशीलवार माहीत झालं होतं. अगदी इत्थंभूत. मी तिच्या सौंदर्याने व व्यक्तिमत्त्वांमुळे इतका भारून गेलो होतो, की मी ह्या गोष्टींचं भानच ठेवलं नव्हतं. तिचे दोन भाऊ लंडनमध्ये बँकिंग व्यवसायामध्ये होते म्हणे. लिसा देशाच्या खालच्या भागातून आली होती असे सांगे. 'नेमकं कुठे' असं विचारल्यावर 'त्यानं काय फरक पडणार आहे' असं म्हणायची. तिचं म्हणणं असायचं की माझा प्रदेश फार मोठा आहे. त्याच्या तुलनेत तिचे गाव आयर्लंडच्या नकाशात दिसणारसुद्धा नाही. मीही मूर्खासारखा मान डोलवत असे. 'आणि बहिणी?' असं विचारल्यावर ती म्हणायची 'कशाला पाहिजेत?' प्रश्न व त्यांची उत्तरे? आपण प्रेम करायला भेटतोय आणि प्रणय सुरू होई. तिच्या कुटुंबाविषयी विचारलेला प्रत्येक प्रश्न माझ्या वासनेमध्ये वाहून जायचा. कधीच उत्तर मिळालं नाही. आपण दोघे तिच्या गावाकडे जाऊ असं म्हणालो की म्हणायची 'जाऊ या निश्चित, पण ह्या आठवड्यात नको.' मी एकदा म्हणालो, 'लिसा, आपण लग्न करू या. मी तुला अत्यंत सुखात ठेवीन.' मी खरोखरच गांभीर्याने म्हणत होतो. तिने प्रश्न केला, 'तू काय मला मागणी घालतोयस का?' डोळे मिचकावत ती बोलली. 'होय, तू हो म्हण ना.' 'शक्य नाही ते.' 'पण का?' ती म्हणाली, 'ते फार धोकादायक आहे.'

काय होता हा धोका? माझ्यापासून लपविण्यासारखं काय होतं? कशाला घाबरत होती ती? आणि कुठल्या अन्य पुरुषावर प्रेम होतं का? का काही कौटुंबिक रहस्य होतं? तिच्या आयुष्यात दुसरा पुरुष असण्याचा विचार फारच क्लेशदायक होता.

माझी मला कीव येऊ लागली. अजूनही पावसाचा मारा चालू होताच.

८

"तुला आम्ही सर्व फायदे अगदी उदारपणे देऊ." बिल ओ'हारा मला सांगत होता. त्याच्या न्यायखात्याच्या ऑफिसमध्ये आम्ही होतो. एका गुबगुबीत खुर्चीवर बसून तो आपली बोटं टेबलावर वाजवत होता. नजर माझ्यावर स्थिर होती. "दोन वर्षांचा करार आहे तुझ्या नोकरीचा! अजून मुदत पूर्ण व्हायला बारा महिने आहेत. सरकारकडून तुला या बारा महिन्यांचा पगार व अन्य पेन्शन वगैरे सर्व फायदे मिळतील."

"कशाबद्दल?" मी विचारले.

"तुला एकतीस मार्चपासून नोकरीमधून मुक्त व्हावं लागेल. ह्यादरम्यान तुझ्याजागी कुणाला नेमायचं त्याची व्यवस्था होईल."

माझ्या भुवया उंचावल्या. माझ्याजागी दुसरी नेमणूक? हे सगळं कशासाठी? कोण मिळणार होतं त्यांना? इथे नोकरी करण्यामध्ये रस असलेले उमेदवार जवळजवळ नव्हतेच. मी म्हणालो, "माझ्या जागी तुम्हाला दुसरी व्यक्ती मिळाली हे छानच झालं. कोण आहे तो?"

"माफ करा फ्रँक, ते सांगायला मला परवानगी नाही. सुरक्षेचा प्रश्न आहे. इतकंच सांगतो की तो बेचाळीस वर्षांचा कॅनेडीयन आहे. बऱ्याच देशांमधील अशा कामाचा त्याला खूप अनुभव आहे."

माझ्या लक्षात आले की हा कुणीतरी लांगूलचालन करणारा होयबा असणार. मी म्हणालो, "हार्मन तुरुंगात काम करणं सोपं आहे का?" त्याने उत्तर दिले, "काही सुधारणा करणार आहोत आम्ही कारागृह कार्यपद्धतीमध्ये. त्यामुळे वैद्यकीय देखरेखीचं काम सोपं होईल."

"आणि मी या कामाला योग्य नाही आहे का?"

"हे पहा तुझ्यामुळे समस्या निर्माण होऊ शकतात. आता तू हे सर्व करून

बसला आहेस. कसा विश्वास ठेवायचा? मन स्थिर नसणारे लोक अशा जागी ठेवणं योग्य नाही. काल एक उच्चस्तरीय बैठक झाली. त्यात ठरलंय असं.''

त्याचे सगळंच बोलणं खरं होतं असं नाही. शब्द सहज निघाले होते पण देहबोलीमधून काही वेगळेच दिसत होते. आतून अस्वस्थ असावा. आमच्या सहवासामुळे त्याच्याशी थोडी मैत्री झाली होती. त्यामुळे त्यातून हे सांगायला क्लेश होत असावेत.

''आणि मी नाही म्हटलं तर?''

''ते मूर्खपणाचं होईल.''

''का?''

''अरे, हॅलोरन साहेबांशी वैर केल्यासारखं होईल. तुला होता का नव्हता करेल तो. तुला त्याची ख्याती माहीत नाही का? फार कुटील कारस्थानी!''

हे मला माहीत होतं. त्याच्या मार्गात येणाऱ्या प्रत्येकाचा तो कोणत्याही मार्गाने काटा काढत असे. त्याच्या जुलमीपणाच्या अनेक कथा प्रचलित होत्या. आयर्लंड हा दहशतवादामुळे पिडलेला देश होता. त्यामुळे अतिरेक्यांच्याविरुद्ध केलेल्या कोणत्याही कृतीला, अगदी अन्यायकारक असल्या तरी, जनतेचा विरोध होत नसे. इस्लामी अतिरेक्यांबद्दल तर त्याची भूमिका अतिशय क्रौर्याची होती.

''म्हणजे सगळं अवघडंच दिसतंय?'' मी म्हणालो.

ओ'हारा डोळे बारीक करून माझ्याकडे पाहत होता. ''बरोबर, तुझं रेकॉर्ड खराब करायचं नसेल तर आपला हो म्हणून मोकळा हो. नशीब समज तुझ्या इंग्लंडमधील भानगडींची त्याने प्रसिद्धी नाही केली. तसं झालं तर तुला दुसरीकडे कुणी उभं करेल का?''

त्याचे म्हणणे स्वीकारावेच लागले. त्यांनी माझ्याविरुद्ध भक्कम पुरावा तयार केला होता. ''खरंय तुझं म्हणणं बिल, तसंच करावं लागेल.'' मी उत्तर दिलं.

मान खाली घालून ओशाळल्यासारखं दाखवत होतो. तिरक्या नजरेने ओ'हाराचं निरीक्षण करत होतो. तोही माझ्याकडे तीक्ष्ण नजरेने पाहत होता. डोक्यात त्याची नजर घुसत होती. बदचलन डॉक्टर्सना कोणी असं जाऊ देत नाही. त्यांच्या भानगडी चव्हाट्यावर मांडल्या जातात. त्यामुळे ओ'हाराला वाटत होतं मी माघार घेईन. मी म्हणालो, ''मलाही घरची आठवण येतेय. मी स्वीकारतो हे सर्व.''

ओ'हाराच्या मनावरचा ताण कमी झाला. ''बाकी काळजी करू नकोस. आम्ही तुला उत्तम शिफारसपत्र देऊ. तुला कुठेही नोकरी धरायची असेल तर सर्व काही मदत आम्ही करू.''

''आभारी आहे. तुमची मोठीच मदत होणार आहे.'' पण आम्ही दोघेही एकमेकांना खेळवत होतो. त्याला माहीत होतं की मी आव्हान स्वीकारणारा माणूस

होतो. आत्ताचं माझं वागणं केवळ वरकरणी होतं, हे तोही समजून होता आणि आमच्यापैकी कुणीही आपली चाल बदलणार नव्हता. मला विनासायास घालवण्याचा त्यांचा प्रयत्न होता. माझ्या सारखं मनात येत होतं की म्हणावं, 'अरे बिल, चल थोडी बिअर घेऊ आणि मला सांगून टाक एकदा खरं काय ते.' लिसालाही शेवटचे भेटायचे होते. तिच्यावर मनापासून प्रेम केले होते. सर्वस्व होती ती. लिसापासून मला शरीरसुख मिळत होते पण त्यापेक्षा तिच्या लोभसवाण्या व्यक्तिमत्त्वामुळे मी प्रभावित झालो होतो. माझ्या आयुष्याचा अविभाज्य भाग, तिच्यावाचून माझं जगणं व्यर्थ होणार होतं. कदाचित दुसरी कुणीतरी माझ्या पुढच्या आयुष्यात येईलही; पण लिसावर केलं तेवढं उत्कट प्रेम मी करू शकेन का? तिचं सगळंच वेगळं होतं. अशी शेवटची का होईना, भेट होईल?

अशक्य दिसत होतं सगळं. ओ'हाराकडे प्रत्येक प्रश्नाला काहीतरी उत्तर असे. तेही कथेच्या स्वरूपात. म्हणून मी असं ठरवलं की त्यांचा असा समज होऊ द्यायचा की मी पराभव स्वीकारला आहे. मग प्रश्न असा उद्भवला की आत्ताच का सोडून जाऊ नये घराकडे. ऑस्ट्रेलियामध्ये उन्हाळा संपत आला असेल. थोडा आराम करावा आणि पुन:श्च नोकरीचा शोध. हे मी ओ'हाराजवळ बोललो. तो म्हणाला, ''तसं नाही करता येणार. तो पर्याय शक्य नाही. तुझ्या जागी येणारा डॉक्टर पुढील महिन्याच्या अखेरीस येईल तोपर्यंत तुरुंग डॉक्टरशिवाय ठेवता येणार नाही. सैनिकी हॉस्पिटलच्या डॉक्टरांनी ही जबाबदारी घेण्याचं नाकारलं आहे.''

मी विचार करत होतो की हे सगळं रहस्य उलगडायला किती वेळ लागेल? शेवटी ओ'हाराला हवं असणारं उत्तर दिलं, ''ठीक आहे, बिल, मी थांबतो तोपर्यंत.''

डब्लिन महानगरपालिकेकडे अर्ज केला. घरमालकांची सूची प्राप्त होण्यासाठी अर्ज. एका टेबलापासून दुसऱ्या टेबलावर अर्ज फिरत होता. एका कर्मचाऱ्याकडे शेवटी तो अर्ज पोहोचला. तिथे एका कॉम्प्युटरसमोर एक स्त्री कर्मचारी कीबोर्डशी खेळत होती. पंधरा मिनिटांनी मला माझ्या अर्जाचं उत्तर म्हणून एक कागद दिला गेला. त्यावरून कळलं की मी राहत असलेली जागा न्यायखात्याच्या मालकीची होती म्हणजे माझे शेजारीही त्यांच्याच हाताखाली काम करणारे असणार. त्या कारस्थानात सामील असणारच ते. माझं अपहरण करणारे तिथे कसे प्रवेश करू शकले हे मला लक्षात येऊ लागलं. बाहेर वादळ व थंडी होतीच. मी टॅक्सीला हात केला. टॅक्सीमध्ये बसून पुढची चाल काय करायची ते पक्कं केलं.

परत एकदा तसलाच फोन बूथ. फोन लावला. कॉनर मॅसनला. हा होता एका

पत्रिकेचा वार्ताहर. त्याचं काम होतं, शहरातील गुन्हे व गुन्हेगार यांच्याबद्दलचे वृत्त संकलन, क्राईम रिपोर्टर. सनसनाटी बातम्या मिळविण्याबद्दल त्याची जबरदस्त प्रसिद्धी होती. तो बातम्या तयारही करू शकत असे म्हणत. त्याने भ्रष्टाचाराची अनेक प्रकरणं उघडकीस आणून काही समाजकंटकांशी शत्रुत्व घेतलं होतं. त्याच्या पाळतीवर हे लोक असत. त्याच्या घरावर बाँबहल्लाही झाला होता. त्याच्या जिवाला धोका असल्यामुळे त्याला शस्त्र जवळ बाळगायचा परवाना होता. यापूर्वी त्याचा व माझा संबंध आला होता. तुरुंगातील बातम्या, कैद्यांची माहिती इ. साठी तो माझ्याकडे यायचा; पण माझ्या नोकरीच्या अटींनुसार मला काही गुप्त वार्ता जाहीर करता येत नसत. आम्ही बाहेरही भेटलो होतो; पण माझा काही उपयोग नाही अशी खूणगाठ त्याने बांधली होती. आता मला नोकरीच्या अटींची पर्वा करण्याचे कारण उरलं नव्हतं.

"मॅसन बोलतोय, बोला."

"मी फ्रँक रयान आहे. आठवतं का? हार्मन कारागृहाचा मुख्य वैद्यकीय अधिकारी." थोडा वेळ मधे गेला.

काहीतरी संशयास्पद वाटलं असणार.

"काही विशेष?"

"आहे ना."

"मला घोळात घ्यायचा विचार आहे काय? काही विशेष सांगणार?"

"होय, पण फोनवर नाही."

पूर्वी जिथे भेटलो होतो त्याच कॉफी शॉपमध्ये भेटलो. गजबजलेला अरुंद रस्ता. येणाऱ्या जाणाऱ्यांवर लक्ष ठेवता येत होतं. मी आधी पोहोचलो व कोपऱ्यातलं टेबल पकडलं. कॉफी मागवली. कॉफी घेताना पेपर नॅपकिनवर काही नोंदी केल्या. तो आला वीस मिनिटं उशिरा. हातात आयरिश टाईम्स दिसत होता. पेपर समोर ठेवल्यावर दिसलं की त्यामध्ये बारका टेपरेकॉर्डर लपवला होता. लाल दिव्यामुळे समजले की टेप आधीच चालू केलेला होता. थोडे इकडचं तिकडचं बोललो. तोपर्यंत त्याचं पेय संपलं. त्याने आपल्या मांजरासारख्या नजरेने सर्व जागा न्याहाळली. विशेष काही जाणवलं नाही. तुरळक गिऱ्हाइकं दिसत होती. वेटर मुळीच लक्ष देत नव्हते. त्यानं टेबलाखाली हात घालूनही तपासून बघितलं. माझ्याकडे बघून हसला व काहीतरी निरर्थक पुटपुटला.

मॅसनचे वय चाळीस असावं. शरीर बैलासारखं पुष्ट. जबड्याकडे बघून हिंस्र पशूशी साम्य जाणवायचं. अति धूम्रपानामुळे त्वचेचा रंग बदलला होता. कपडे अजागळासारखे. लाल केसांमधून हात फिरवत होता.

"हं, काय काम आहे?"

"मला काही माहिती पाहिजे."

"अहो बातमीदार मी आहे. बातमी तुम्ही मला द्यायची!"

"आपण देवाण घेवाण करू. तुरुंगातल्या दंगलीची पार्श्वभूमी मी देतो. त्या बदल्यात मला दोन व्यक्तींची नावं पाहिजेत."

"आणि त्या सुरक्षा कराराचं काय?"

"ते संपलंय सगळं आता. प्रश्न नकोत पुढं बोला."

"ठीक आहे. तुरुंगातल्या दंगलीबद्दल सांग. मला समजलं पाहिजे सगळं."

मी तुरुंगामध्ये कैद्यांना शांत करायचा कसा प्रयत्न केला. मी कैद्यांना हेरॉईन देऊ केले. सर्व काही सांगितले. मॅसन वारंवार कॅसेट चालू आहे की नाही ते तपासत होता. मी सगळं सांगत असताना माझ्याकडे रोखून पाहत होता. मी सांगतो त्याची मनाशी पडताळणी करीत असावा. त्याची किती सनसनाटी बातमी होऊ शकते याचा अंदाज. चेहऱ्यावर काही अनिश्चितता दिसत होती.

"मला हे समजत नाही की हे लोक ड्रग्जूशिवाय इतके दिवस राहू शकतात का? तुम्ही काय करत होतात?"

मी माझ्या चेहऱ्यावरील जखमांकडे निर्देश केला, म्हटलं, "मला कशात तरी गुंतवलं होतं."

त्याच्या कपाळाला आठ्या पडल्या. "म्हणजे त्यांना वेळ मिळावा म्हणून तुझा वापर केला गेला का?"

"शक्य आहे. माझ्या गैरहजेरीमध्ये त्यांना तयारी करायला वेळ मिळाला."

"तुला कसं काय वाटतं?"

"मला काय वाटतं ते जाऊ द्या झक मारत. न्यायखात्याकडून हा तुरुंग प्रयोगशाळेसारखा वापरला जातो. कैद्यांच्या आरोग्याविषयी त्यांना काहीच कर्तव्य नाही."

मॅसन कृत्रिम हसला. "तू नवखा आहेस. हे ठीक आहे, पण मूर्खपण आहेस का? कैद्यांच्या अधिकारांना इथे कुणी जाणत नाही. ते आरोग्य वगैरे सगळं दुसरीकडे, इथं नाही. इथले कैदी सगळे भयानक आहेत. त्यातला एखादा प्लेग होऊन मेला तरी त्याचं कुणाला दुःख होणार आहे? डॉक्टर, शहाणा बन. तुझी कुणालाच गरज नाही आहे."

मॅसन जे सांगत होता ते मी अद्याप लक्षात घेतलेलं नव्हतं. त्याला बोलू दिलं. मी त्याने दिलेल्या माहितीमुळे चक्रावलो आहे असं दाखविलं.

"फार झालंय सगळं. मी सोडून चाललो आहे."

आश्चर्यचकित होऊन तो म्हणाला, "काय? कशासाठी?"

"इथली हवा मला मानवत नाही. पगारही खूप चांगला नाही. या दंगलीचं

निमित्त झालं एवढंच. परत मला ओलीस व्हायचं नाही आणि एचआयव्हीची सुई टोचून घ्यायची नाही.''

''नोकरी स्वीकारताना आलं नव्हतं का लक्षात हे सर्व?''

''धोक्याची कल्पना असणं व प्रत्यक्ष धोक्याचा सामना करणं फार वेगळं आहे. रोज कुणाला तरी मारहाणीत मरण येतं व झुरळासारखं फेकून दिलं जातं.''

''तो खबऱ्या होता.''

मी डोळे विस्फारले. हे नवीनच होतं. ''तुला कसं माहीत?''

''माझेही काही लोक आहेत. आधी होता तो मादक पदार्थांचा व्यापारी मग तो फितुर झाला. शिक्षा कमी करण्याच्या बदल्यात तो खबऱ्या बनला.''

''त्या कामात काही फारसा प्रवीण नसावा तो. नाहीतर दंगलीची पूर्वकल्पना त्याने दिली असती.''

''मला वाटतं की अधिकाऱ्यांना कल्पना होती. त्यांना तसं घडायला पाहिजेच होतं. योग्य वेळ येताच त्यांनी कारवाई चालू केली. आता हेच पहा की कुठलाही वॉर्डन गंभीर जखमी झाला नाही. कैदी मात्र कुत्र्याच्या मौतीने मेले. जरा विचार कर यावर.''

विचारचक्र वेगाने चालू होतं. मॅसनने सिगारेट शिलगावली. म्हणाला, ''माझा वेगळाच विचार आहे. मला काही कल्पना आहे ते मी दाखविणारच नाही. एकदम काहीतरी ऐकण्यापेक्षा बरे.'' आणखी दोन कॉफी मागवल्या. वेटर मुलीच्या चेहऱ्यावर नापसंती भाव दिसले. त्याने तिकडे लक्ष दिले नाही.

''तुला माहीत झालं का? सी कक्ष परत वापरायला लागलेत ते?''

''नाही, आत्ताशी ते मला कशात घेतच नाहीत.''

''कारवाई संपल्यानंतर तीस तासांतच सफाईचं काम सुरू केलं. वायू व गरम पाण्याच्या फवाऱ्याने सगळं स्वच्छ केलं. नवीन छत बदललं. प्लास्टर व रंगाचे कामही पूर्ण केले. अगदी तातडीने डी कक्षाचं कामपण चालू आहे झपाट्याने! सगळं विचित्र नाही वाटत?''

ह्या सगळ्याला विचित्र म्हणणं पुरेसं नव्हतं. आम्ही दोघेही एकमेकांकडे बघत राहिलो. मॅसनने झटक्यात कॅसेट बंद केली. ''बरीच महत्त्वाची बातमी आहे खरी. मला दुसरीकडूनही ही बातमी मिळाली असती पण ह्यामध्ये आणखी काही रहस्य असणार.'' थोडी खुर्ची सरकवून बसला. सगळ्या कॅफेकडे त्याला आता लक्ष देता येणार होतं. ''कारागृह व्यवस्था कोसळते आहे. 'सी' व 'डी' कक्षातील कैदी दुसरीकडे हलवतील म्हणजे दुसऱ्या कक्षात अतोनात गर्दी होणार. अजून हे काही डोक्यात शिरत नाही की इतक्या त्वरेने दुरुस्त्या का पूर्ण केल्या?'' परत सिगारेट ओढत विचारात मग्न झाला. ''जे कैदी ठार झाले त्यांच्याबद्दल माहिती जमवतो आहे.''

मी मध्येच विचारलं. "कशाकरता?"

"त्यांना मुद्दाम गोळ्या घातल्या का? हा प्रसंग घडला का घडविला गेला? काही लोकांचा काटा काढण्यासाठी? नक्की सांगता येत नाही. उत्तरं मिळालीच पाहिजेत."

"कैद्यांना अनेक दिवसांपासून मादक द्रव्यं मिळाली नव्हती. त्यामुळे ते वेडे झाले असतील."

"मला माहीत आहे; पण मेलेल्या चौघांपैकी तिघांना व्यसन नव्हतं. मला निश्चित माहीत आहे."

हे ऐकून मी उडालोच. "मी जमिनीवर पडलो होतो. अंदाधुंद गोळीबार चालू होता. कुणालाही गोळी लागणे शक्य होते."

"तेच म्हणतोय मी." तो त्याच्या मुद्द्यांवर ठाम होता. "बरोबर आहे, कुणालाही गोळी लागणं शक्य होतं ना? मग या तिघांनाच कशी? न्यायखात्याच्या मंत्र्यांनी दिलेलं स्पष्टीकरण पटत नाही. त्यांनी चौकशीला का नकार दिला? दंगल शमल्यानंतर खास कृतिदलाचे लोक ताबडतोब हलवले गेले. त्यांच्याविषयी काहीही माहिती उपलब्ध नाही. तू म्हणशील की हे काही महत्त्वाचं नाही; पण मला अशा गोष्टींचा वास येत असतो."

ऐकत होतो. एकदा वाटलं की माझ्या मनात काय आहे हे ते सांगावं; पण थांबलो. मॅसनचा उद्देश वेगळा होता व माझा वेगळाच. हा पडला वार्ताहर. मला वापरून फेकून देईल मला. बिल ओ'हाराने काय केलं?

पुढे म्हणाला, "जे कक्ष अजूनही रिकामा आहे." सिगारेटचे थोटूक टिचकीने उडवत म्हणाला.

"खरंच का?" मी विचारलं.

"होय आणि त्यामुळे हे सगळं गूढ आणखी वाढलंय. सराईत खतरनाक कैदी तिथे ठेवतात. त्यांना सैनिक तळावर हलवलंय. तिथे आरामात आहेत ते. 'सी' कक्षाची दुरुस्ती अठ्ठेचाळीस तासात होतं आणि जे कक्षाला दुरुस्तीला इतका वेळ?"

"काही समजत नाही बुवा." असं मी म्हटल्यावर मॅसनच्या चेहऱ्यावर अविश्वास दिसला. "हे बघ मी काही लपवत नाही. तुझ्याकडे माझ्यापेक्षा जास्त माहिती आहे. मी विचार करतोय. इतकं मात्र खरं की अधिकृत वृत्त मात्र संशयास्पद आहे."

आम्ही दोघेही विचारात गढलो. मॅसनकडून मदत मिळाली नाहीच. गोंधळ वाढला अधिकच. माझ्याकडून सगळी माहिती घेतली. चांगलीच बातमी करणार त्यापासून अगदी नाट्यपूर्ण. सत्य माझ्यापासून दूर पळत होते. माझी फारच पंचाईत

करून टाकली होती.

मॅसननं मला भानावर आणलं. "कसला विचार चाललाय?"

"मला स्टॅंड स्टील आणि नोएल डेम्पसेबद्दल सगळी माहिती पाहिजे. सर्वकाही तुझ्याजवळ असलेली."

आयरिश टाईम्सच्या कडेच्या रिकाम्या जागेवर काहीतरी खरडत होता. "फार कठीण नाही ते. स्टीलबद्दल सांगता येईल पण हा नोएल डेम्पसे कोण?"

"मला इतकंच माहीत आहे की तो न्यायखात्यात आहे."

माझ्या जखमांकडे बघून तो म्हणाला, "काय करतो तो?"

"ते नाही माहीत."

"शप्पथ आहे तुला. खरं सांग काय ते, कशी मदत करायची मी तुला?"

माझ्या हातांनी टेबल घट्ट धरून ठेवून मी स्वत:वर ताबा ठेवण्याचा प्रयत्न करत होतो. हात दुखत होते. शेवटी म्हणालो, "अगदी प्रामाणिकपणे सांगतो. मला काहीच माहीत नाही."

मॅसन एक मिनिटभर माझ्याकडे बघत राहिला. मग त्याने त्याचे पुढ्यातील सर्व कागद आवरले. सिगारेट विझवून माझ्यापुढे वाकून म्हणाला, "लवकरच माहीत होईल. तुझा चेहराच सांगतोय ते!" संपली आमची भेट.

घरी आलो. दाराशी एक पाकीट पडलं होतं. एखाद्या कंपनीकडून येतं तसं. वर **फ्रँक** असं ठळक अक्षरात लिहिलं होतं. सेलोटेप लावून बंद केलं होतं. हे लावताना त्या व्यक्तीची धांदल उडाली असावी. आतमध्ये एकच कागद होता. दोनच वाक्यं होती. ***"फार सावध रहा फ्रँक. दूर रहा या सगळ्यापासून. माझं प्रेम आहे तुझ्यावर, विश्वास ठेव. लिसा."***

सारखं ते पत्र वाचत राहिलो. लिसाचंच अक्षर होतं. यात शंका नव्हती. मी ओळखत होतो तिचं अक्षर. स्वत: आली होती का इथं? का कुणाबरोबर पाठवलं हे? तिच्यावर काही कौटुंबिक समस्या किंवा संकट आले असावे असं मला वाटलं होतं. पण तसं काही दिसत नाही. 'दूर रहा त्यापासून' याचा अर्थ काय? त्यापासून म्हणजे काय? आणि कोण राहणार होतं दूर यापासून.. कसंही करून मला लिसा हवी होती.

९

माझ्या जखमा झपाट्याने बऱ्या होत होत्या. आभाळामध्ये ढगांच्या हालचाली चालू होत्या. एका बाजूला इंद्रधनुष्यही दिसत होतं. माझ्या मस्तकावरची बंदुकीच्या गोळीने झालेली जखम हाताला जाणवत होती. अंग दुखणं थोडं कमी झालं होतं. दाढी करताना बघत होतो. अजूनही खांद्याचा एक स्नायू सुजलेला होताच. रस्त्यावरून चालत असताना लोकांचं माझ्याकडे लक्ष वेधलं नाही हे विशेष. माझ्या वागण्यातून आता आत्मविश्वास डोकावू लागला होता. हे मला परत तुरुंगातल्या कामावर हजर होताना आवश्यक होते. शेवटी डॉक्टरकडे बघून रुग्णाला दिलासा पाहिजे ना! मी जे दिसत होतो ते खरचटणे वगैरे मोटारसायकलवरून पडल्यामुळे होऊ शकते ना? शेवटी जिवंत राहणं महत्त्वाचं नाही का? एकदाच कधीतरी मी माझ्या दिसण्याबद्दल आग्रही झालो होतो ऑस्ट्रेलियामध्ये. माझ्या मैत्रिणीपण माझ्यासारख्याच लांब लांब राहणाऱ्या होत्या. पोहोचायला एक तास लागायचा. वाटेत रस्ता खडकाळ, कांगारूंचा हल्ला हे होतंच. ते सगळं आता मागे पडलं होतं. आता मी तुरुंगातल्या वैद्यकीय कक्षामध्ये बसलो होतो. काय घडत होतं? आज पंचवीस फेब्रुवारी. दंगल होऊन सहा दिवस उलटले होते. गव्हर्नरची माझ्यावर गैरमर्जी झाली आहे हे सगळ्या तुरुंगात झालं होतं. नाराजीनंच मला परत मुख्य वैद्यकीय अधिकाऱ्याच्या जागेवर रुजू करून घेतलं होतं. कुणाला तरी माझ्या अवस्थेबद्दल सहानुभूती वाटत असेलही. टेबलावर ठेवलेल्या वैद्यकीय अहवालावर नजर फिरवीत होतो. सगळे अहवाल काही असावे तसे नव्हते. परत हा रुग्ण मादक पदार्थांचे सेवन करणारा, लिव्हर कामातून गेलेला.

हार्मन तुरुंगात प्रत्येकाला काहीतरी टोपणनाव असे. कुणालाही त्याच्या खऱ्या नावाने पुकारले जात नसे. मीही मग ह्याच नावांचा वापर करीत असे. पॅच, गस्टर, वाल्डो वगैरे. काही कैदी त्यांनी खून करताना वापरलेल्या हत्यारानेही ओळखले जात

उदा. गज, एकाचं नाव तर ज्वालामुखी ठेवलं होतं. स्त्रियांना बहुतेक कुत्री असे संबोधत. त्याबद्दल कुणाची तक्रार नसे. मॅलेट नावाने ओळखला जाणारा एक कैदी माझ्यासमोर होता. भयंकर खुनी. एका वृद्ध स्त्रीचा तिच्या हँडबॅगकरता खून करणारा. पहिल्यांदा भेटलो तेव्हा म्हणाला होता की मला काही तिला मारायचे नव्हते पण ती बॅगच सोडेना. वीस युरोकरता वृद्धेचा खून. मॅलेटचं वय बेचाळीस वर्षं असावं. पण त्याच्या आजच्या अवस्थेवरून तो पुढचं वर्ष काढेल असं दिसत नव्हतं. वजन खूप कमी झालं होतं. दात पडले होते. त्वचा पिवळी झाली होती. त्यामुळेच बाकीचे कैदी त्याला टाळत असत. मी त्याला औषधं दिली, की तो दुसऱ्या कैद्यांना देऊन बदल्यात काहीतरी घेत असे.

पुढचे पाचही कैदी या प्रकारामधलेच. हेरॉईनच्या व्यसनाचे बळी. एचआयव्ही पॉझिटिव्ह उपचारांचा काही फायदा होणार नव्हता. सगळे जण एकाच सुईचा उपयोग करून नशा करत. मादक द्रव्यं आत आणण्याच्याही बऱ्याच युक्त्या असत. भिंतीवरून आतमध्ये फेकणे हा एक मार्ग. आतमध्येही लपवून ठेवत. ह्या पेशंट्सच्या गुप्त भागांची तपासणी वारंवार करावी लागे. अफूचं सेवन करून अनेक कैदी बेशुद्ध पडत. मादक पदार्थांचा वापर पैशांसारखा केला जाई. उदा. हेरॉईनच्या बदल्यात दुसरं मादक द्रव्य कोकेन इ. द्रव्ये चलनात असत. अश्लील व प्रक्षोभक संभोगाच्या पुस्तकांना व चित्रांना चांगली मागणी असे. मी ह्या सगळ्याला मदत करावी अशी त्यांची मागणी असे. कामपूर्ती न झाल्यामुळे अनेक कैदी बेचैन असत. ह्यासाठी मी त्यांना मदत करावी अशी त्यांची फार इच्छा असे. माझ्या आधीच्या डॉक्टरांचा त्यामुळेच खून झाला होता. त्यांनी हेरॉईन चोरून आणण्यासाठी सहकार्य दिलं नव्हतं; पण त्याचा एक दुर्गुण होता– स्त्रीचे आकर्षण. त्यामुळे त्याला धमकावलं जाऊ लागलं. मलाही हा अनुभव आला होता. काही वस्तूंच्या किंवा काही सवलतींच्या बदल्यात मला हवं ते मिळू शकलं असतं. स्त्री कैद्यांची संख्या काही कमी नव्हती. माझं वयही तरुण होतं; पण मी कटाक्षाने ह्यापासून लांब राहिलो. माझ्या आधीच्या डॉक्टरचा घात त्यामुळेच झाला होता. ज्याने हा खून घडवून आणला तो आता माझ्यापुढे रुग्ण म्हणून आला होता.

"तुम्ही आता बरे दिसताय डॉक्टर." तो म्हणला.

माझ्यासमोर डॅन स्टील उभा होता. समोरील कडमडत्या खुर्चीवर बसला. थोडी हालचाल करून आरामात बसला.

"नर्सकडून सगळा अहवाल मिळाला काय?" मी विचारले.

"मिळाला. दुनियेतील सगळे रोग आहेत." त्याने हात दाखविले, सुजलेले होते. "थंडीत फार दुखतात हे." तो मला टोमणा मारत होता; पण मी गप्प बसलो. कित्येक वेळा कोठडीमधून बाहेर पडण्यासाठी कैदी आजारी असल्याचं कारण सांगत असत.

तो म्हणाला, ''माझं डोकं दुखतंय.''

मी म्हणालो, ''अस्सं.''

''तुम्हाला काहीच कसं वाटत नाही? कसला भिकारचोट डॉक्टर आहेस तू. एक अक्षरही कागदावर लिहित नाहीस. मी बघतोय.''

''मी नंतर लिहितो माझं टिपण.''

''हे पहा, मला यामुळे रात्र रात्र झोप येत नाही.'' त्याने इकडे तिकडे करून मान मोडली. ''मला वाटतं मला ब्रेन ट्युमर आहे. मला एक्स रे तपासणीला पाठवा.''

मी म्हणालो, ''मी बघतो काय ते. मागच्या दोन वेळेला एक्स-रेच्या वेळी दोन कैद्यांनी पळून जायचा प्रयत्न केला. त्यांनी रेडिओलॉजी डिपार्टमेंटच्या लोकांवर हल्ला केला. सी. एस्. गॅसचा उपयोग केला. असा सगळा राडा झाला.''

स्टील म्हणाला, ''माझ्या कानावर आलंय ते. काही उपयोग झाला नाही त्याचा.'' कैद्यांचे प्रयत्न साध्या वेषातील पोलिसांच्यामुळे फसले. न्यायखात्याने याची दखल घेतली, पण डॉक्टरांच्या संघटनेने चार आठवड्यांसाठी बहिष्कार घातला. ह्या प्रकाराचा निषेध म्हणून कारावास प्रशासनाने यासाठी इकडून तिकडे हलविता येईल असं छोटं मशिन आणलं; पण ते एक आठवड्यात बंद पडलं ते पडलंच. मी सुनावलं, ''कार्यपद्धती काय आहे ते तुला माहीत आहेच. आरोग्य हा काही प्राधान्य द्यावयाचा विषय नाही. सहा मानसिक रुग्ण आहेत इथं पण त्यांना जागा नाही म्हणून मनोरुग्णालयात पाठविता येत नाही. त्यामुळे त्यांना झोपेची इंजेक्शन देऊन कसंबसं ठेवलं आहे. हे फार रानटीपणाचं आहे. पण मी तरी काय करू?'' स्टील निर्विकारपणे ऐकत होता; पण काही प्रकाश त्याच्या डोक्यात पडला असावा. एकदा त्याच्यापर्यंत बातमी पोहोचली की सर्वत्र पसरायला वेळ लागत नसे. ''तुला जर एक्स-रे साठी पाठवायचं असेल तर त्याला बरंच काही करावं लागतं. फॉर्म भरावे लागतील. गव्हर्नरकडे जाऊन बाजू मांडावी लागेल.''

''च्यायला, हे सोपस्कार होईपर्यंत मी मरून जाईन की.'' मला पटलं, पण काही बोललो नाही. एका चिठ्ठीवर मायग्रेन असे निदान लिहिले. त्याला विचारले, ''किती दिवसांपासून हा त्रास आहे तुला?''

''खूप दिवस झाले.''

''अरे पण, किती दिवस?'' मी परत भाषण देणार इतक्यात स्टीलने मला न बोलायची खूण केली व कुजबुजला, ''कोणीतरी ऐकतंय. तुमच्या मागावर आहे कुणीतरी.''

मी चपापून ताठ बसलो. समोर स्टीलच्या टी-शर्टमधून गोंदलेला सर्प दिसत होता. कुठे आणि कुणी केलं असेल हे काम? भानावर येऊन त्याला विचारले, ''तू

काय म्हणतोस ते काही समजत नाही मला. उगीच उचापती करावयास आला असशील तर आपला रस्ता सुधार. मला इतर रुग्णांना तपासू दे.''

तो उठला आणि दरवाज्याजवळ जाऊन चाहूल घेतली. बाहेर कुणीच नव्हतं. माझ्या खोलीत सामानाची गर्दी होती. आवाज बाहेर जाणं अवघड होतं. बाहेर एक शस्त्रधारी उभा असे. आतमध्ये एक धोक्याचा इशारा देण्यासाठी लाल बटण होतं. सर्व रुग्णांची तपासणी व उपचार याबद्दल गुप्तता पाळावी लागे.

''त्या ठिकाणी सगळे जणच आजारी असतात.'' स्टील परत खुर्चीत आदळला व म्हणाला, ''बाहेर काही दबलेले आवाज येत होते. इथं कुणालाही प्राधान्य मिळत नाही. अगदी हार्ट ॲटॅक आला तरच बघतात. कोमातही जातात काही जण. कोण लक्ष देतंय!''

मी फारसा रस घेतला नाही. ''काय आहे तरी काय हे?'' मनातील यंत्रणा सज्ज झाली होती. त्याच्याकडून माहिती घ्यायला.

स्टीलच्या चेहऱ्यावर असा भाव होता की त्याच्याकडे बहुमोल माहिती आह. त्याला हेही माहीत होतं की त्याला जेवढी माहिती आहे त्याच्या निम्म्यानेही माहिती नाही मला.

''पिस्तूल कुठे आहे तुमचं?'' त्याने विचारलं.

प्रश्न अनपेक्षित होता. मी कामावर हजर होताना मला शस्त्र बाळगण्यास मना केलं होतं. याबद्दल ओ'हाराने प्रसृत केलेल्या सूचना स्पष्ट व रेखीव होत्या. डॉ. रयान यांनी कुठलंही शस्त्र वापरू नये. फक्त अतिभयंकर कैद्यांच्या विभागात जाताना या हत्याराचा वापर करावा.

स्टीलच्या प्रश्नाला उत्तर न देणंच योग्य वाटलं. न बोलणं श्रेयस्कर. तसेच झाले... ''मी ऐकलं तुमचा शस्त्र परवाना रद्द झालाय.'' तो म्हणाला.

''तुला इथलं बरंच काही माहीत असतं वाटतं. दुसरं काम तरी काय आहे तुला?''

स्टील हसला आणि चेहऱ्यावरच्या जखमेच्या वणावरून हात फिरवला. त्याच्या चेहऱ्यावर प्रश्नचिन्ह दिसत होतं.

''डॉ. रयान, मी सांगतोय ती थाप नव्हे. मी जरी गजाआड असलो तरी जगात काय चालू आहे यावर माझं बारीक लक्ष असतं आणि जिथे माझा संबंध आहे तिथे जास्तच. तुमच्यावर माझं पहिल्यापासून लक्ष आहे.''

मी हादरलोच. हा का म्हणून मी आयर्लंडमध्ये आल्यापासून माझ्यावर लक्ष ठेवून होता? ''मग काय माहिती मिळाली तुला?'' मी विचारलं. उत्तर देईल असं वाटलं नव्हतं.

“ठीक आहे. आमच्यावर हेरगिरी करायला काही तुम्हाला पाठवलेलं नाही. सर्व कैद्यांना तुम्ही चांगलं करताय. तुम्हाला कैद्यांच्या आरोग्याविषयी आस्था आहे असं वाटतं.”

“हे पहा मला शिफारसपत्राची गरज नाही. काय म्हणायचंय?”

“थोडं ऐकून घ्या.” तो गंभीरपणे बोलू लागला. व्हिस्की पीत असल्यामुळे त्याच्या आवाजाला एक वेगळीच धार होती. “मी सांगतोय ते तुमच्याच फायद्याकरता. मला सर्व माहिती आहे तुमची. यापूर्वी कुठे काम केलंय. सगळं काही. लिसाबरोबरचं प्रकरणही आणि कशा लाथा खाव्या लागल्या ते अगदी सगळं!”

परत माझ्या डोळ्यासमोर वाळूचं घड्याळ आलं. खाली सरकणारी वाळू, त्याचप्रमाणे माझा मनावरचा ताबा सुटू लागला. पुढे तो म्हणाला, “मधल्या काही दिवसांत मात्र कळलं नाही. शेवटी तू त्या भडव्या डेम्पसेला ठोकलंस हे मला आहे माहीत. आता समजलं ना मला काय काय माहीत आहे ते? अजून बरंच आहे पण मला एक्स-रे करीता बाहेरच्या हॉस्पिटलमध्ये जायची व्यवस्था केली तर समजेल ते सर्व.” असं म्हणून तो झपाट्याने बाहेर निघून गेला.

पाच मिनिटं स्वस्थ बसून राहिलो. जिवाचा थरकाप होत होता. कशात लक्षच लागेना. नवीन आकृत्या व त्यामुळे उत्पन्न झालेलं भय. मी आयर्लंडमध्ये आल्यापासून स्टील माझ्या मागावर कशाकरता असावा? माझ्यावर झालेला हल्लाही त्याला माहीत आहे. स्टीलला नोअेल डेम्पसे कसा माहीत? काय आहे हे सगळं? मी प्रामाणिकपणे माझं काम करत असताना माझ्यावर ही सगळी पाळी का आली आहे आणि स्टीलसारख्या कैद्याला हे सगळं माहीत आहे. काय म्हणावं या कर्माला. ‘ते’ कोण आहेत?

खाऊ दे त्यांना किती खायचंय ते. ह्या मुष्टियुद्धात पहिल्या दोन फेऱ्यांत तर मी जमीनदोस्त झालोच होतो. हल्ला आणि तुरुंगवास. तिसरी फेरी ओ’हाराने रचलेलं कुभांड. पुढची फेरी म्हणजे तुरुंगातील दंगल व त्यानंतर मला सोसावं लागलेलं दुर्लक्ष. आता तर स्टीलने माझं नाकाडंच फोडलं म्हणायचं. माझ्या डावपेचात बदल करायला हवा.

घराकडचं परत आठवू लागलं. एकदा आमची मेंढरं एका मागून एक मारली जायला लागली. मी व माझ्या वडिलांनी त्याचा माग काढायचा प्रयत्न केला. हिंस्त्र पशू किंवा पक्षी यांनी केलं असावं ते. आमच्या शेतीवाडीला कुंपण होतं. तीन दिवसात वीस मेंढरं मेली. आता स्वस्थ बसून चालणार नव्हतं. कुठलं हिंस्त्र जनावर हे करत होतं हे हेरण्यासाठी मी ओळीनं तीन दिवस झाडावर टेहळणी करत बसलो. तिसऱ्या दिवशी एक रानटी कुत्र्यांचा कळप जमीन हुंगत चाललेला दिसला. एका

कुत्र्याला गोळी घालून मारलं असतं तर बाकीचे बिथरले असते. त्यांच्या मागावर मी गेलो. आमच्या मेंढरांच्या कळपामागे आहेत हे दिसलं. मागच्या दोन अशक्त मेंढ्यांवर त्यांनी हल्ला केला. त्यांना मी त्यांच्यावर ताव मारू दिला. त्यात ते सगळे गुंग झाले होते. मग मी त्यांना एक एक करून टिपलं. क्रूर पशूंशी सामना करण्याची हीच पद्धत चांगली.

हार्मन कारागृहाच्या वैद्यकीय कक्षात बसून विचारचक्र चालूच होतं. त्या ठिकाणी क्रूर पशूंशी सामना करण्याचे डावपेचच योग्य असा विचार ठरला. डॅन स्टील हा असंच एक श्वापद होता. न्यायखातं दुसरं जनावर. पण त्याची ताकद जबरदस्त होती. माझ्याकडे काय होतं? चातुर्य व धीमेपणा. आयर्लंडमध्ये माझे आता अगदी थोडे दिवस उरले होते. माझ्याजवळ आता शस्त्रही नव्हतं. थांबण्यावाचून पर्याय नव्हता.

दवाखान्यातलं काम संपवून मी दोन वॉर्डनबरोबर तुरुंगातील कोठड्यांकडे गेलो. एका मानसिक रुग्णाला तपासायचं होतं. ह्या वॉर्डनना मला कामावरून काढलं आहे हे माहीत झालं आहे का? सगळ्या कोठड्या बंद होत्या. वातावरणात तणाव जाणवत होता. तसं ह्या कारागृहातील वातावरणात नेहमीच विखार भरलेला असे. तुरुंगातील दंगलीनंतर असंतोष वाढलाच होता. कोठड्यांमध्ये दोनच्या ठिकाणी चार चार कैदी ठेवलेले होते. जेवण आणि व्यायामासाठी दिलेला वेळ सोडला तर कैदी अठरा तास कोठडीमध्ये बंद असत. त्यामुळे मादक पदार्थ व हिंसा याला काही मर्यादा नव्हती.

मी माहिती काढण्याच्या उद्देशाने खडा टाकला. ''सी कक्ष परत चालू झाला वाटतं.''

उत्तर मिळालं, ''अगदी काठोकाठ भरला आहे. डी कक्षपण होईल चालू दोन दिवसांत.''

''जे विंगबद्दल काय?'' यावर काही उत्तर मिळालं नाही. त्यांना तशा सूचना असाव्यात. ज्या ठिकाणी मनोरुग्ण कैदी ठेवले होते त्या बराकीत आलो. इथले वॉर्डन्स् धिप्पाड व विशेष शिक्षण घेतलेले होते. सगळ्यांच्याकडे चाकूहल्ल्यापासून संरक्षण मिळण्यासाठी योग्य ते कपडे आहेत की नाही ते पडताळून पाहिले. सर्व सरंजाम बरोबर घेऊन दारं उघडून आत गेलो. मी माझं मत व्यक्त केलं. ''जे कक्ष जर मोकळा असेल तर इथले कैदी तिथे ठेवता येतील. खेळत्या हवेमध्ये बरं वाटेल त्यांना!'' ही सूचना कुणालाच आवडली नाही. त्याकडे दुर्लक्ष करण्यात आलं.

शेवटी दरवाजा संपूर्ण उघडला. ज्या रुग्णाला पहायला आलो होतो तो कोपऱ्यात अंगाचं मुटकुळं करून पडला होता. हातपाय अस्ताव्यस्त दिसत होते. तो मेला होता हे समजण्यासाठी तपासण्याची गरज नव्हती.

१०

कॉनर मॅसनच्या ऑफिसमध्ये त्याच्याशी बोलत होतो. तुरुंगातल्या कैद्याच्या मृत्यूबद्दल सांगत होतो. "बघितलं तेव्हा त्याचा मृत्यू होऊन दोन तास झाले असावेत. मनोरुग्ण कक्षातील कैद्यांवर सतत लक्ष असतं. दर दहा मिनिटांनी प्रत्येकाकडे बघण्यात येतं; पण दंगलीपासून पहारेकऱ्यांमध्येही बदल झाला आहे. मी जाण्यापूर्वी कुणी त्याला बघितलं असेल असं मला वाटत नाही." सगळं संभाषण टेप करत होते. मॅसन माझ्याकडे लक्षपूर्वक बघत होता. जणू काही त्याचं लक्ष चुकवून मी पळूनच जाणार होतो.

"कशावरून म्हणतोस तू असं?"

"त्याचं रेकॉर्ड ठेवलं जातं. प्रत्येक कैद्याला बघून झालं की त्या यादीतील प्रत्येक कैद्याच्या नावापुढे वॉर्डनकडून टिक मार्क केला जातो; पण हे लोकसुद्धा विड्या ओढण्यात अळंटळं करून वेळ काढतात."

"असं झालं असेल म्हणता काय?"

"असं नक्की नाही म्हणता येणार पण गृहीत धरायला हरकत नाही. त्याच्या नावासमोर टिकमार्क तर आहे; पण मृत व्यक्तीच्या तापमानावरून मी अंदाज केला आहे. मरणोत्तर तपासणीचा अहवाल माझ्याकडे नाही."

मॅसन खुर्चीत रेलला. सिगारेट शिलगावली. वृत्तपत्र कार्यालयातील कामाची लगबग चालू होती. फोन वाजत होते. टायपिंगचा आवाज. उपसंपादकांची लेख घेऊन जायची गडबड... मी मुद्दामहूनच मॅसनच्या ऑफिसमध्ये आलो होतो. माझ्या मागावर कोणी असेल तर तो इथपर्यंत पोहोचणार नव्हता.

"मला हे सगळं लिहून घेऊ दे." मॅसन म्हणाला. त्याने त्याच्या कॉम्प्युटरवर नवीन फाईल उघडली. तोंडात एका बाजूला सिगारेट ठेवूनच तो बोलत होता. त्या फाईलला नाव दिले– 'कोठडीतील कैद्यांचे मृत्यू'. म्हणाला, "सांग आता."

कॉफी घेऊन एक तरुणी आत आली. माझ्याकडे तिने नजर टाकली. मी समजलो, की इथं आहे तोपर्यंत ती पुन्हा पुन्हा येणार.

''या कारागृहात समस्याच समस्या आहेत. ड्रग्जचं प्रमाण इतकं प्रचंड आहे की कैदी वेडे होत आहेत.'' मी साध्या शब्दात वर्णन करत होतो. ''कोकेन व हेरॉईन मिसळून घेतात. कधी कधी त्यामध्ये अँफिटामाईन्स व झोपेची औषधंपण घालतात. सुया वापरतात. पोटातही घेतात. यामुळे मानसिक संतुलन बिघडतं. भ्रमचित्रं दिसायला लागतात.'' मॅसन सगळं टाईप करत होता. अगदी मन लावून करत होता तो हे सर्व.

''तुरुंगात आल्यापासून काही आठवड्यांतच ही लक्षणं दिसायला लागतात. तरुणांमध्ये हे जास्त प्रकर्षानं जाणवतं. आपल्याला शिक्षा भोगायची आहे या कल्पनेने ते कोसळतात. त्यांच्या मेंदूचा भुगा होतो. उदासीनता आणि जास्तच उदासीनता. शिक्षा मादक पदार्थांच्या सेवनाकरता असेल तर विथड्रॉलची लक्षणं. हे फारच भयंकर असतं. चांगली दिसणारी मुलं लैंगिक हल्ल्याचे बळी होतात. जगात सगळीकडे तुरुंगामध्ये हे असतंच पण हा युरोप आहे. तिथे असला रानटीपणा? वैद्यकीय सेवांबद्दल तेच. सेवा अभावानेच दिसतात. मनोरुग्णांना मनोरुग्णालयात पाठवता येत नाही कारण तिथे जागा नाही. मग मी त्यांना पॅडेड सेलमध्ये टाकतो आणि झोपेची औषधं देतो.''

''ह्या कैद्याच्या बाबतीत काय झालं असेल?''

''अवघड आहे सांगणं. कदाचित त्यानं सगळे डोस एकदम घेतले असावेत. चोरून काही मादक द्रव्य आणून घेतलं असेल. मरणोत्तर तपासणी अहवाल मिळाल्यावर समजेल पण त्यानं काही ही व्यवस्था बदलणार नाही. तुम्ही पेपरवाल्यांनी लक्ष घातलं तर होईल काहीतरी.''

मॅसनने टायपिंग संपवलं. तोंडातील विझलेली सिगारेट टाकली आणि म्हणाला, ''यात काय विशेष आहे? चार दिवसांत हे दुसऱ्यांदा आणि आत्तापर्यंत तू गप्प होतास ना? आता एकदम का जाग आली तुला?''

''सांगतो, मला काही माहिती पाहिजे.''

''कशाबद्दल?''

''बऱ्याच गोष्टी आहेत.''

मॅसनने चेहरा लांब केला. ''अरे बाबा, सांग की सर्व. हे असं आडपडद्याने बोलल्यामुळे माझं टाळकं सटकतं. काय त्रास आहे तुला?''

हातातील कॉफीचा कप हलवत राहिलो. सगळं सांगायचं का याला? कितपत विश्वास ठेवायचा? त्याचा कसा उपयोग करून घेईल आणि माझं काय? त्याचा फोन वाजला. तेवढाच मला विचार करायला वेळ मिळाला. सगळ्या घटनांचा

बुद्धिनिष्ठ आढावा घेतला. घटना भयप्रद होत्या; पण कुणाला सांगितलं तर म्हणणार की हा वेडपटपणा आहे. मी आसपास पाहत होतो. त्याच्या ऑफिसचं निरीक्षण करून कुणीतरी व्यत्यय आणणार नाही याची खात्री करून घेत होतो. कॉफी देणारी मुलगी माझ्याकडे पाहत होती. मी तिची नजर टाळत होतो. मी खुर्चीत सावरून बसलो.

त्यानं फोन ठेवला. मी म्हणालो, ''या दंगलीच्या मुळाशी बरंच काही आहे. 'सी व डी कक्षांची दुरुस्ती किती त्वरेने केली; दंगलीत मारले गेलेले कैदी निव्वळ योगायोगाने मारले गेले का? यामध्ये कोणती शोधपत्रकारिता आहे? तुला यातलं सत्य जाणून घ्यायचंय? सांगतो काय ते.''

मग त्याला सगळं सांगू लागलो. डॅन स्टीलशी झालेलं बोलणं, त्याला एक्स-रे साठी पाठविण्याची त्याची मागणी. स्टील माझ्या हालचालींवर कसा लक्ष ठेवून होता. लिसाबद्दलही सांगितलं. ती माझी मैत्रीण होती. माझ्यावर झालेला हल्ला, तुरुंगवास याबद्दल डॅनला माहिती आहे हे मात्र सांगितलं नाही. शेवटी दिलेला इशाराही सांगितला.

मॅसनने आपले डोळे बशीइतके मोठे केले. ''अरे, बाप रे!'' असे उद्गारून तो परत टाईप करू लागला. ते झाल्यावर म्हणाला, ''फ्रँक, आता मी घालतो लक्ष यात. अर्थात तू सांगतो आहेस ते खरं का खोटं हे समजायला मला मार्ग नाही.'' त्याच्या आवाजात थोडी जरब होती. ''तुझ्याविरुद्ध कोण आहे?''

मी म्हणालो, ''हार्मन कारागृहात काहीतरी विचित्र घडत आहे. मला माहीत नाही. याच्यामागे कोण आहे मला माहीत नाही. त्यांचे हेतू काय आहेत तेही नाही माहीत. माझ्यावर हल्ला करून मला बेशुद्ध करण्यात आलं.''

मॅसन म्हणाला, ''अस्सं?''

''माझ्या प्रेयसीला मी अंतरलो. मला मार्च अखेरीस जायला सांगितलं आहे. त्यांना असं वाटतं की मी मुकाट्याने जाईन निघून. मी ही उत्तरं शोधण्याचा प्रयत्न करणार नाही. असं त्यांना वाटतं.'' मॅसनला व्यत्यय आणू नकोस अशा नजरेने सांगून पुढे चालू केले. ''जे कक्ष दुरुस्तीसाठी बंद आहे पण 'सी' आणि 'डी' कक्ष मात्र परत चालू झालेत. काहीतरी रहस्य आहे. डॅन स्टील मला काहीतरी सांगायचा प्रयत्न करतोय. मी सगळे वैद्यकीय अहवाल पाहिले आहेत. डॅनला काहीच आजार नाही. आता काही झालं असल्यास माहीत नाही. खुनीसुद्धा आजारी पडतातच की.'' मॅसनच्या चेहऱ्यावर अविश्वासाचे हास्य दिसत होते. ''एक्स-रे करता जाण्याच्या विनंतीमध्ये दुसरेच काहीतरी आहे. माझ्यावर काहीतरी बालंट आणायचं असेल. तब्येत आणखी बिघडणार बहुतेक त्याची.''

''पळून जायचा विचार आहे का त्याचा?''

“ती एक शक्यता आहे. त्याची बहीण महिला विभागात आहे. तिला काही मदत मिळवण्याचा हेतू असू शकतो, मादक पदार्थांची वाहतूक— अनेक शक्यता आहेत.”

पलीकडे वीस फुटांवर काहीतरी गडबड झालेली दिसली. दोन तरुण आतमध्ये घुसायचा प्रयत्न करीत होते. त्यांना अडवत होते. मॅसन म्हणाला, “क्रीडा विभाग, फुटबॉलच्या सामन्याचे एकच तिकिट शिल्लक आहे. त्यासाठी अट्टहास व भांडण.”

त्यांचे भांडण संपेपर्यंत थांबलो. “चक्रम आहेत झालं!” मॅसन उद्‌गारला. त्याने कॉफी देणाऱ्या मुलीला खूण केली. तिच्याकडे बघून मी मुक्त स्मित केले. मग मात्र ती खजील झाली. कॉफीचा मग माझ्यापुढे आदळला. आता मला बरे वाटले. माझी विनोदबुद्धी जागृत झाली होती पुन्हा.

मॅसनने सगळ्या भ्रमातून जागं केलं. म्हणाला, “पुढे काय करणार आहेस आता?”

“जितकी मिळवता येईल तितकी माहिती मिळवणार. इथं आपण एकमेकांना मदत करू शकतो. तुला तुरुंगातल्या भानगडी पाहिजेत. माझ्याकडे भरपूर आहेत त्या. मला ह्यात गुंतलेल्या सर्व इसमांची माहिती पाहिजे. तुझ्याकडे अभ्यास करणारे लोक आहेत.”

मॅसनने अंग झटकून आळस दिला. मांजराच्या नजरेने सगळीकडे लक्ष ठेवून होता. परत कॉम्प्युटर. एका हाताची बोटे फिरत होती. दुसऱ्या हाताने ड्रॉवरमधून एक डॉसिअर काढलं. “हे लपवून ठेव. ह्यामध्ये स्टीलविषयी सर्व काही आहे.” मी ते कोटाच्या आतमध्ये लपवलं. “हा जो कोणी नोअेल डेम्पसे आहे त्याला चांगलंच संरक्षण आहे ओसामा बिन लादेनसारखं. मी प्रयत्न करतोय म्हणा; पण अवघडच आहे.” मॅसनने सांगितलं.

“डेम्पसे फार महत्त्वाचा आहे.” मी म्हणालो. “त्याच्याविषयी समजणं आवश्यक आहे.” माझ्या बोलण्यात जास्तच आग्रहीपणा असावा. मी आता मॅसनवर विश्वास ठेवू लागलो होतो. माझे ऑस्ट्रेलियन मूळ मात्र मला विचार करायला लावत होतं.

मॅसनने दिलेल्या चोपड्यांमध्ये काय असेल? मी माझा नेहमीचा दिनक्रम बदलला. वर्तमानपत्राच्या ऑफिसमधून टॅक्सी केली. अर्धा मैल अंतर असावं. मग एका डिपार्टमेंट स्टोअरमध्ये घुसलो. हा डब्लिनचा मुख्य भाग. लिफ्टमधून वरून खाली करत राहिलो. शेवटी एका चोर दरवाज्यामधून बाहेर पडलो. मग भटकतच राहिलो. रस्त्यावरची रहदारी नेहमीप्रमाणेच होती. भिकारीही होतेच. हेतू असा होता की कुणी माझा पाठलाग करत असेल तर तो चक्रावूनच जावा. टालबट

रस्त्यावरच्या एका बँकेत गेलो. तिथं काही माहितीपत्रकं चाळली. आजूबाजूला काही संशयास्पद आढळलं नाही. ट्रिनिटी कॉलेज आलं. तिथल्या विद्यार्थ्यांमध्ये मिसळून गेलो. मला सुरक्षित वाटलं. लायब्ररीमध्ये गेलो. माझ्या नेहमीच्या कोपऱ्यात जाऊन बसलो. इथं माझ्यामागे कुणी येण्याची शक्यता नव्हती. डॅन स्टीलची फाईल बघायला सुरुवात केली.

आयरिश वर्तमानपत्रं, रायटर यांचेकडून आलेले वृत्तान्त होते. स्पेन, जर्मनी आणि इटली या देशांतील वृत्तपत्रांमधून भाषांतरित वृत्ते होती. दक्षिण स्पेनमध्ये तो दोन वर्षं होता. ब्रिटन आणि आयर्लंडचे पोलीस त्याचा ताबा मागत होते. एकदम बेपत्ता झाला आणि मग जर्मनीमध्ये दिसला. नेहमी तो स्थानिक गुंडांबरोबर असे. या गुंडांच्याविरुद्ध कोणत्याच केसेस नसत. सध्या चालू असलेल्या खटल्याबद्दल बराच काही मजकूर होता. खटल्यातील साक्षीदारांचे म्हणणे, न्यायवैद्यक तज्ज्ञांच्या साक्षी इ. शिक्षा झाल्यानंतर वर्तमानपत्रामध्ये त्याच्या गुन्हेगारी कारकिर्दीचा अहवाल होता. स्टीलकडे सहा पासपोर्ट सापडले होते. तीन पासपोर्टमध्ये त्याला आयरिश नागरिक दाखविलं होतं. प्रत्येक ठिकाणी नाव मात्र वेगळं होतं. दोन ब्रिटीश पासपोर्ट होते. सगळी कागदपत्रं बनावट पण बेमालूम. तपासामध्ये असं सापडलं होतं की स्टीलनं सिओर लेऑन व युक्रेन इथपर्यंत संचार केला होता. प्रत्यक्षात तपास अधिकाऱ्यांच्या हातात काहीच पडले नव्हते; पण मादक पदार्थ व बेकायदा माणसांची वाहतूक त्याने केली असावी. जगातले कित्येक गुन्हे जे अजूनपर्यंत सोडविले गेले नव्हते त्यामध्ये ह्याचाच हात असावा असा सर्वांचा कयास होता. अनेक देशांनी त्याला त्यांच्या हवाली करण्याबद्दल अर्ज केलेले होते; पण तो होता हार्मन कारागृहात. बहुतेक तो कधीही मुक्त होऊ शकणार नव्हता. आयरिश सरकारने ह्या अर्जाची दखल घेतली नव्हती.

नजीकच्या शेल्फवरून जगाचा नकाशा काढला. वर उल्लेख केलेल्या सर्व जागा पाहिल्या. ही सर्व ठिकाणे आणि स्टील यांच्यामधल्या संबंधाचा अर्थ लावायचा प्रयत्न करत होतो. मादक पदार्थांची वाहतूक होतीच. प्रवाशांची अवैध वाहतूक; पण मला ही शक्यता पटली नाही. कारण या वाहतुकीमध्ये फार प्राप्ती नसे व जोखीम फार. सिअेरा लिओन व युक्रेन इथं हा काय करत होता? दोन तासांच्या अभ्यासानंतर डॅन स्टीलची अगदी माझ्या निकटच्या नातेवाइकाइतकी माहिती मला मिळाली. खरोखरचे आम्ही नातेवाईक नव्हतो हे किती चांगलं होतं.

इंटरनेटवर सिओर लिओनची माहिती काढली. वाचणं फार काही सुखावह

नव्हतं. अत्यंत उदासवाणं वाटलं ते सगळं वाचल्यानंतर. इतका नरसंहार जगात कुठेही झाला नसेल - कतले आम. १९९९ मध्ये फ्रीटाऊन या राजधानीला वेढा घातला असता ह्या सगळ्याचा कळस झाला. चार हजारांवर लोकांची कत्तल झाली. स्त्रियांवर अत्याचार झाले व मुलांना सैन्यात सक्तीने भरती केले गेले. संयुक्त राष्ट्रांतर्फे सगळ्यात मोठं शांतिदल पाठविण्यात आलं. थोडा विचारात पडलो. या ठिकाणी डॅन स्टील काम करत होता? अटलांटिक महासागराच्या काठी हा एक अत्यंत दरिद्री व दुर्दैवी देश. स्टीलला तिथली भाषा येत नसणारच. याचा अर्थ त्याला कुणाची तरी मदत लागलीच असेल. त्या देशाची लोकसंख्या साठ लाख. आयुर्मान अत्यंत कमी. एचआयव्हीचा प्रादुर्भाव फार मोठा. हवामान एकदम खराब. हार्मन कारावास व सिओर लिओन सारखंच म्हणायचं. एक गोष्ट लक्षात आली की तिथले व्यवहार हिऱ्यांच्या माध्यमातून होतात.

पोटात अस्वस्थ वाटत होतं. लघवीलाही लागली होती. तरीसुद्धा नेटाने अभ्यास करतच राहिलो. युरोप व आशिया यांच्यामधोमध असलेला युक्रेन देश. काळ्या समुद्राच्या काठी. सिओर लिओन व युक्रेनमध्ये तसूभरही साम्य नाही. लोकसंख्या चार कोटीच्यावर. नैसर्गिकदृष्ट्या समृद्ध. उत्तम हवामान. युरोपइतकी नाही, तरी एकंदर प्रगती चांगली झालेली. परत तेच प्रश्न– डॅन स्टीलचं इथं काय काम होतं? चांगलंच कोडं होतं. त्याच्या सिओर लिओनमधील कामाचा व युक्रेनमधील कामाचा काही संबंध होता काय? गुन्हेगारी जगताचे हात इतके लांब पोहोचले होते? कल्पनेच्या पलीकडे होतं सर्व. परत मनाला खडसावून विचारलं, डॅन स्टीलच्या चरित्राचा अभ्यास कशाकरता करतो आहेस? इथून शक्य तेवढ्या लवकर निघून का जात नाहीस? पण नाही. फ्रँक रयान पळ काढणाऱ्यांपैकी नाही.

खैबर तंदूरी नावाच्या पाकिस्तानी हॉटेलमध्ये जेवण केले. अन्न व पेयपान चांगल्या प्रतीचे होते. बाहेरचे हवामान थंड व त्रासदायकच होते. पाऊस थांबला होता. मात्र परत थोडा थांबलो. थोडी ब्रँडी घेतली. हॉटेलकडे नजर टाकली. नेहमीची गजबज. जेवायला येणारे लोक टोळ्या-टोळ्यांनी येत होते. कुणीही माझ्याशिवाय एकटा आलेला दिसत नव्हता. डोक्यातली भीती थोडी कमी झाली. खाण्याचे पैसे ठेवले. स्वच्छतागृहामध्ये गेलो. बाहेर काचेतून बघितले. मग एक गोष्ट केली. दोन मोबाईल फोन घेतले. वापरून टाकून देण्याजोगे. पैसे रोख दिले. एक मोबाईल कॉनर मॅसनला पाठविण्याची व्यवस्था केली.

११

असं व्हायला नको होतं मला. हार्मन तुरुंगामधील काम मी रस घेऊन करत होतो. एकंदरीत आनंदात होतो. अर्थात संकटं माझ्यापासून फार लांब नाहीत याची जाणीव मला असे; पण संकटांना सामोरं जायला मला आवडायचं. ऑस्ट्रेलियामधील माझं जीवन अशाच खाचखळग्यांतून नव्हतं का गेलं? सध्या लिसाच्या सान्निध्यामुळे व तिच्यावरील प्रेमाने आनंदाने भरून गेलो होतो. ती दूर असली तरी तिच्या आठवणीत माझं मन रमत असे.

'फ्रँक रयान.' ती काही वेळा मला म्हणायची, 'अरे, तुझ्या डोळ्यात सारखी वासना दिसत असते.' आमचा परिचय वाढत गेला. दिवसचे दिवस आणि रात्रीही एकमेकांसमवेत घालवू लागलो. त्या वेळी हळूहळू वासनेचं रूपांतर प्रेमात झालं. ती म्हणाली, 'इतका मऊ झालायस तू.'

हो, होतं खरं तसं. तिचं शरीर उंच आणि डौलदार. तिच्या तंग पोशाखामधून तिचं अंगप्रत्यंग उठून दिसे. स्वभावाने तापट होती. मला तिचा राग मग मिठीमध्ये घेऊन शांत करावा लागे. तिची बुद्धी तल्लख होतीच पण ती नेहमी सावध असे. मला म्हणायची, 'तू खेळण्यातल्या अस्वलासारखा आहेस. दिसतोस अगदी ऑस्ट्रेलियन सिंहासारखा पण माझी खात्री आहे तू एकटा असताना रडत असशील.'

खरं होतं ते. बाल्कन प्रदेशात कबरी उकरून काढताना मला रडू आवरेनासं होई. छिन्नविछिन्न देह बघताना मला गलबलून येई. कित्येक मृतदेह एकमेकांच्या मिठीत असत. मृत्यूनंतरही जणू एकमेकाला सोडायची इच्छा नव्हती. हे सगळं मला विलक्षण अस्वस्थ करायचं. अत्याचार करणारे, बलात्कार करणारे यांचा मला तिरस्कार वाटायचा. कोसोबो व बाल्कन देशातील अनुभवांमुळे विषण्ण होऊन मी तो भाग सोडला. अर्थात एक झालं, माझ्या मनाने मी थोडा कठोर होऊ शकलो. इतकं भयानक बघितल्यानंतर थोडा निर्विकार झालो. दयेलाही काही मर्यादा असतात

म्हणायचे. ॲमनेस्टी इंटरनॅशनलमध्ये काम करू लागायच्या वेळी माझ्यात हा बदल झाला होता खरा, पण मी बघितलेलं भीषण क्रौर्य वारंवार डोळ्यांपुढे येई. स्वप्नांतही किंचाळ्या ऐकू येत.

मी लिसाला म्हणायचो, 'तू म्हणतेस ते खरं आहे लिसा; पण ते वेगळ्या कारणाकरता.' तिला सगळं सांगायचो. तीही ते लक्षपूर्वक ऐकत असे. ती कदाचित माझे मूल्यमापनही करीत असावी. हळूहळू आमच्या प्रणयाला नाजूकपणा आला. धसमुसळेपणा, वखवख नाहीशी झाली. मागच्या वर्षी आम्ही एकदा माझ्या गाडीतून बाहेरगावी जात असताना म्हणाली होती, 'पूर्वी तू माझे कपडे अगदी ओरबाडून काढायचास. आता नाही करत तसं.'

बाहेरचे हिरवेगार वातावरण लिसा मला दाखवत होती; पण मला मात्र माझ्या देशातल्या वैराण भागाची आठवण येत होती. तिच्या आकर्षक पोटऱ्या दाखविण्यासाठी ती मुद्दामूनच झगा वर घेई. मी पण लक्ष नसल्यासारखे दाखवत असे. काहीतरी बोलून माझी कामवासना जागृत करण्याचा प्रयत्न. तिला माहीत होतं की त्यामुळे मी उत्तेजित होतो. मी एका ठिकाणी थांबलो. चांगली एकांताची जागा बघून थांबलो. तिला उचलून घेतले आणि पुढे निघालो. ती झगडून सुटायला बघत होती. अर्थात हे सगळं कृतक कोपाने. 'तुला सांगतेय फ्रँक, मी आरडाओरडा करेन.' ह्यामुळे तिचा स्कर्ट आणखीनच वर गेला. मी तिला घट्ट जवळ धरले व दीर्घ चुंबन घेतले. मग म्हणालो, 'ओरड की आता.' असे म्हणून आम्ही दोघेही गवतात पहुडलो. ती लटकेपणाने म्हणाली, 'अरे कुणीतरी मदत करा की.'

नंतर एका सुंदर खेडेगावात एका हॉटेलात कॉफी घेत असताना ती माझ्याकडे पाहून हसत होती. तिच्या केसात अजून गवताच्या काड्या दिसत होत्या. कपडे चुरगाळलेले दिसतच होते. "किती चांगलं वाटलं रे फ्रँक! तुम्हाला वैद्यकीय कॉलेजमध्ये शिकवतात का हे सगळं?" ती प्रेमाने म्हणाली.

यानंतर कितीतरी महिन्यांनंतर मी याच हॉटेलमध्ये बसलो होतो. मागच्या वेळच्या प्रणयक्रीडेची आठवण येत होती. हवा पावसाळी होती. मी खिडकीजवळ बसलो होतो. बाहेरील दुकानं, खरेदीला येणारे लोक न्याहाळत होतो. सगळ्यांची पाऊस सुरू होण्यापूर्वी जाण्याची घाई. इकडे विचार करत होतो. कॉनर मॅसनने एकदम सनसनाटी उडवून दिली होती. हार्मन कारागृह किती भयानक आहे त्याचं वर्णन. न्यायमंत्र्याला पार्लमेंटमध्ये उत्तर देता देता पुरेवाट झाली होती. 'इतक्या मोठ्या कारागृहात फक्त एकच डॉक्टर?' 'हार्मन कारागृह हा दुसरा नरक आहे.' मनोरुग्ण कैद्याच्या मृत्यूच्या बातमीने ह्या सगळ्याला वेगळंच वळण दिले गेले. माझे नाव देऊन हा डॉक्टर किती झगडत आहे त्याचे वर्णन केले होते. दंगलीमध्ये मुस्लीम कैद्यांना कसे शिकार केले गेले हेही सांगितले होते. मुख्य वैद्यकीय अधिकारी

नोकरी सोडून जाणार या बातमीमुळे ह्या सर्व दारुण चित्रावर अखेरचा हात फिरवला होता. ओ'हारा आणि कारागृह गव्हर्नर यांनी प्रतिक्रिया द्यावयाचे नाकारले होते. तुरुंगातील वैद्यकीय उपचारांमधील त्रुटी व एकंदर जुलूम यांच्या बातम्यांमुळे प्रशासन अडचणीत आले होते. प्रसारमाध्यमांना चांगलाच खुराक मिळाला होता. हे सगळं झालं खरं. मला काय मिळालं, त्यातून? कॉनर मॅसन खुशीत होता. माझी नेहमीची कामं करीत असताना सगळ्यांच्या नजरा माझ्याकडे वळायच्या. माझ्याकडे विचित्र नजरेने पहायचे सर्व जण!

पाऊस सुरू झाला. पादचारी आडोशाच्या जागेकडे धावत होते. उदासीनता घालविण्यासाठी आणखी एक कॉफी घेतली. लिसाचा विषय काही केल्या डोक्यातून जात नव्हता. ती 'ह्यात' कशी गुंतली? आणि 'हे' काय आहे? डॅन स्टीलला, त्या साल्याला कसं हे माहीत आहे? फ्रँक, जरा विचार कर. सर्व बाबींची नीट छाननी कर. त्यातले दुवे शोधून काढ. लिसा कुठे तरी बेसावधपणे बोलली असणार, त्यामुळेच... ते जाऊ दे. तिच्या मनात काय होतं? तिला काय साध्य करायचं होतं? एक मध्यमवयीन जोडपं पावसापासून बचावासाठी आत शिरलं. त्यांनी आपले रेनकोट स्टँडवर ठेवले. बसल्यावर काही वेळातच त्यांनी मला न समजणाऱ्या भाषेत खाण्याची ऑर्डर दिली. त्यातला कॉफी हा शब्द मला समजला. त्यावरून मला परत लिसाची आठवण झाली. तिला फ्रेंच, जर्मन, स्पॅनिश आणि इटालियन भाषा यायच्या. एके दिवशी जेवताना मी तिला विचारलं की 'असं असताना बँकिंगमध्ये कशी घुसलीस? तुला औद्योगिक क्षेत्रात चांगली संधी मिळण्यासारखी आहे.' यावर तिनं काहीतरी उडवाउडवीचं उत्तर दिलं. तिला माझ्या प्रश्नामुळे राग आला असावा बहुतेक.

तिच्याबरोबर काम करणारा जिम पॅटरसन. परकीय चलन विभाग, अमेरिका बँक. त्याला भेटण्याची वेळ घेतली. अशी जागा निवडली की माझ्या मागावर कुणी येऊ नये. खबरदारी म्हणून चालतानासुद्धा फार सावधगिरी बाळगत असे. आता बहुतेक माझ्या पाठलागावर कुणी नसावं आणि असलंच तर ती व्यक्ती या कामात फारच प्रवीण असणार.

तीस-चाळीस वर्षं वय असावं पॅटरसनचं. सूट व टाय अशा व्यवस्थित कपड्यांमध्ये. मार्केटमधील उलाढालींबद्दल बोलत होता. शेअर बाजारासंबंधी नेहमीच्या गप्पा इ. चाललं होतं. सज्जन माणूस दिसला. विनोदबुद्धीही चांगली. त्यानेही मला कारागृहातील घटनांबद्दल विचारलं. "खरंच का मुसलमान कैद्यांवर त्यांचा रोख होता?" त्याने विचारले. सध्या त्यामुळे राजकीय क्षेत्रात फार खळबळ

माजली होती. इमाल अब्दुल सादिक नावाचा अफगाणी मुस्लिम ब्रिटनकडे स्फोटकांनी भरलेला ट्रक घेऊन जाताना डब्लिन बंदरात पकडला गेला होता. त्याच्याजवळील कागदपत्रांवरून तो 'अल कायदा' या संघटनेचा सदस्य होता. आयरिश रिव्होल्युशनरी आर्मीकडून त्याला शस्त्रसाठा मिळाला होता. लंडन शहरातील आर्थिक व्यवहारांच्या वस्तीत स्फोट घडवून आणावयाचे होते. तोही हार्मन तुरुंगात होता. अतिदक्षता कक्षात. कटाक्षाने पाच वेळा नमाज पढत असे. त्याच्या कोठडीमध्ये गैरमुस्लीम त्याला नको असत. त्याच्यामुळे इतर धर्मीयांनी आपल्या मागण्या पुढे केल्या. सरकारला त्या मागण्या पुऱ्या कराव्या लागल्या. चर्चचे तोंडही कधी न बघितलेल्या वकिलांनी कोर्टात दाद मागितली धार्मिक स्वातंत्र्यासाठी. ही प्रकरणं कोर्टात चालू असतानाच दंगल उसळली व त्यामध्ये सादिक ठार झाला. मॅसनच्या म्हणण्याप्रमाणे इतर कैद्यांना धडा मिळावा म्हणून त्याला बळी देण्यात आले होते. सादिकला एक आठवड्यापूर्वीच 'सी' कक्षामध्ये आणले गेले होते. या माहितीमुळे तर्क वितर्कांना उधाण आले होते. सरकारचे धाबे दणाणले होते. या सर्व घटनांना मी बराच हातभार लावला होता. वातावरण अविश्वासाचे झाले होते.

मी पॅटरसनला सांगितलं की मला यातली काही माहिती नव्हती. मी सावधपणे बोलत होतो. ''अंदाधुंद गोळीबार चालू होता. वातावरण धुराने भरलं होतं. अशा परिस्थितीमध्ये जर कोणी नेम धरून सादिकला मारलं असेल तर तो महानच म्हणायचा.''

पॅटरसन पुढे झुकला. त्याचे निरीक्षण चालूच होते. ''पण तू कसा काय इथं आलास?'' त्याचा रोकठोक प्रश्न. काय सांगायचं? काहीतरी कहाणी त्याला कणव यावी म्हणून सांगितली. मी म्हणालो, ''वैद्यकीय व्यवसायात यशाचे सर्वोच्च शिखर गाठायला वेळ लागतो. तोपर्यंत आपलं वय झालेलं असतं. यासाठी मी दुसरा मार्ग निवडला. मला काहीतरी नवीन पाहिजे होतं. धाडस पाहिजे होतं. म्हणून मी ऑस्ट्रेलियामध्ये दुष्काळी भागात काम केलं. सर्व धोक्याच्या ठिकाणी मी स्वत:हून गेलो. हार्मन हे एक आव्हानच होतं, स्वीकारलं मी.''

''आज कसं काय येणं केलंत? लिसासाठी ना?''

''त्याचं काय आहे की लिसाचं बरंच सामान माझ्या घरी पडलं आहे. आहे तरी कुठं ती?''

''घरी गेली असावी. म्हणत होती की काही कौटुंबिक समस्या आहे.''

''कधी तिच्या कुणा नातेवाइकाशी संबंध आला का?''

''नाही, कधीच नाही.''

मी हसलो. पॅटरसन गोंधळात पडला होता. त्याला माझ्या व तिच्या

प्रेमसंबंधाची माहिती होती. तो म्हणाला, ''अरे, सगळ्यात जवळचा तर तूच होतास की.'' मला आठवलं की प्रणय करताना आम्हाला जगाचं भान नसे. अगदी कार पार्कमध्येही आमचे चाळे चालायचे.

पॅटरसन सगळीकडे बघत अंदाज घेत होता. वातावरणात थोडा ताण जाणवत होता. जसं काही कुठलं तरी आर्थिक संकट येणार आहे. ''हे बघ फ्रँक, लिसा होतीच तशी मादक. आमच्या ऑफिसमधील प्रत्येक जण तिच्यावर लुब्ध होता. त्या सर्वांना तुझा हेवा वाटायचा. आता एक सांग, कसे भेटलात तुम्ही?''

''तुझा विश्वास बसणार नाही. ती स्वत:च आली माझ्याकडे.''

''काही तरीच काय. माझ्याकडे मग कशी नाही आली?'' पॅटरसन.

मी विचार केला. खरोखर, पॅटरसन दिसायला रुबाबदार, संभाषणचातुर्यपण होतं. आकर्षक वाटण्यासारखं व्यक्तिमत्त्व.

''रॅडिसनला एका वैद्यकीय परिषदेला गेलो होतो. हॉटेलमधील बारमधे एकटीच पीत बसली होती. मी शेजारच्या टेबलावर बसलो. ती माझ्याकडे वळली व जणू जुने मित्र असल्याच्या सवयीने बोलायला लागली.''

त्यावेळी लिसाने पांढरट रंगाचा सुती ब्लाऊज घातला होता. उरोभाग बटणांमधून दुग्गोचर होत होता. अंगात जीन्स्, केशसंभार पोनी टेलच्या फॅशनमध्ये, भव्य कपाळ, उंच गालफडं, एक जखमेचा वळ. पांढऱ्या पार्श्वभूमीवर निळी बुबुळे उठून दिसत होती.

ती हसताना फार गोड दिसायची. स्वर्गसुखाचा अनुभव येई.

मी माझी अस्वस्थता लपवण्याचा प्रयत्न करत होतो. मी चाचरत म्हणालो, ''मी एका वैद्यकीय परिषदेला आलोय.''

''म्हणजे तू डॉक्टर आहेस म्हणायचा!'' ती म्हणाली होती.

मला तिची भुरळ पडलीच होती. आता संधी सोडणार नव्हतो. भाव खाण्यासाठी म्हणालो, ''आहे खरा, पण जरा रांगडा आहे. ऑस्ट्रेलियातून आलोय ना.''

तीही मला न्याहाळत होती. तिच्या फटकळ स्वभावाला अनुसरून ती एकदम उठली म्हणाली, ''दुसरीकडे कुठे तरी जाऊ या का? तिथे सांग मला तुझ्याविषयी सगळं.'' मी थोडाच हे आमंत्रण नाकारणार होतो.

हे सगळं पॅटरसनला थोडं बदलून सांगितलं. त्यानं हेवा वाटतो आहे असं दाखविलं. ''डॉक्टरांना जमतं असलं. बँकेमधल्या व्यक्तीला नाही जमत ते.''

मी विषय बदलला. ''तिचे जवळचे कुणी मित्र होते का?''

त्याने उत्तर दिले, ''ती कुणाशीच संबंध ठेवत नसे. वागणुकीला अत्यंत नम्र होती; पण सर्वांशी अंतर राखून असे.''

"तिच्या घरी तपास केला काय?" मी विचारले.

उत्तर मिळाले, "फ्लॅट रिकामा. शेजाऱ्यांनाही काही माहीत नाही."

लिसा नाहीशी झाल्यानंतर मी हे शोधले होतेच. मी विचारले, "इथं कधीपासून होती ती?"

"तुझी व तिची ओळख होण्यापूर्वी एक आठवडा."

मला मात्र तिनं सांगितलं होतं की ती वर्षभर तिथे काम करीत होती. पॅटरसन काहीतरी लपवतो आहे हे लक्षात आलं.

"खरं काय ते सांगणार काय?" मी उसळलो.

"हे बघ, मी सांगतो पण चिडायचं नाही या अटीवर."

"कशाला चिडणार आहे मी?" मी म्हटलं.

"अरे तुम्ही दोघं इतके जवळीक असणारे. तुला वाईट वाटायला नको."

"बरं, बरं सांग."

"लिसाला काहीही समजत नव्हतं बँकिंगमधलं. इथं असं बोललं जातं की तिला ठेवलीय इथं ती कुणा डायरेक्टरची मुलगी किंवा रखेली असल्यामुळे. अशा काहीतरी कारणामुळे तिची नेमणूक काहीतरी दुसऱ्या कारणासाठी असावी. बँकिंगमधलं तिला ओ का ठो कळत नव्हतं. तशी हुशार व तल्लख होती म्हणा."

हे मात्र नवीनच होतं. सगळं आश्चर्यजनक.

"कामातल्या चुकांमुळे कुणी तिला ताणायचं नाही?"

"कसलं रे! फार हुशार मुलगी. असले चाळे करायची की तिचा वरिष्ठ खलासच. एक मात्र आहे, तिला सारखे फोन यायचे. तेही परदेशामधून. तिला भाषाही बऱ्याच अवगत होत्या."

गूढ रहस्यमय झालं. शांत राहिलो. असेल तिचं प्रेम तर करेल फोन. नाहीतर असंच झुरत मरायचं!

१२

डॅन स्टील माझ्यासमोर बसला होता. वैद्यकीय निरीक्षण कक्ष. ''तुला काय काय माहीत आहे, लिसा दुगनबद्दल?'' माझा प्रश्न. तो इतक्या आरामात बसला होता की त्याच्या बापाचंच घर असावं. मोडकी खुर्ची त्याच्या हालचालीमुळे कुरकूर करत होती. दोन्ही हात डोक्यामागे बांधलेले.

''तुझं लफडं होतं ना?'' खरं होतं ते. मी तर तिच्या प्रेमात पडलो होतो. माझी विषण्णता लपवण्याचा प्रयत्न करीत होतो. स्टीलला जे माहीत होतं त्यामुळे फारच अस्वस्थ वाटत होतं.

त्याच्या चेहऱ्यावर गोंधळल्यासारखे भाव दिसले. कुठल्या कोड्यात पडला होता तो? का मला भासवत होता. ''च्यायला, तुझं लफडं. मला तिच्याविषयी काय माहीत असणार?'' डोळे विस्फारत म्हणाला, ''उपरवाला जाने.'' मग विषय बदलून म्हणाला, ''सगळ्या पेपरला नाव आलंय. कशाला पेपरवाल्यांना माहिती द्यायची?''

मनोरुग्ण कैद्याच्या मरणोत्तर तपासणी अहवालाची खूपच प्रसिद्धी झाली होती. मादक पदार्थांच्या अतिसेवनाने मृत्यू. ताणमुक्त औषधं, कोकेन, मेथाडोन यांचे प्रमाण जरुरीपेक्षा जास्त सापडलं होतं रक्तात. टेलिव्हिजनवरील तज्ज्ञांनी असं विश्लेषण केलं होतं की यांचा संयुक्त परिणाम हृदयक्रिया बंद पडण्यामध्ये झाला. पत्रकार माझा शोध घेण्याचा प्रयत्न करत होते पण बिल ओ'हाराने मला तंबी दिली होती. मीही माझ्या परीने त्याला आश्वासन दिलं होतं की मी गुप्त गोष्टींची वाच्यता न करण्याचं बंधन पाळणार आहे. आज माझ्यासमोर आलेल्या रुग्णामध्ये स्टीलचा सहावा नंबर होता. त्याच्याशी बोलताना लक्षात आलं की हा फार घसरडा आहे त्यामुळे त्याच्याशी वागण्याची पद्धत बदलली.

''तू यापूर्वी कधी डॉक्टरकडे आला नव्हतास तर...''

मला हाताने थांबण्याची खूण करून म्हणाला, "यापूर्वीचा डॉक्टर नीट नाही वागायचा. त्याला मित्रत्वाच्या नात्याने सल्ला द्यायला गेलो. तर त्यानं नाही मानला तो सल्ला, उडवला कुणीतरी त्याला मग."

"कुणी दिली होती सुपारी?"

"चू.. चू.. काय हे. ती अफवा आहे. डॉक्टर, इथल्या वायफळ बोलण्याकडे लक्ष देऊ नका. कुणी काहीही बोलत असतं. चिकण्या छोकऱ्यांना तो वापरायचा बायकांच्या चड्डया, कंडोम सगळं काही आत आणायचा. आणि तुम्ही काहीतरी दिल्याशिवाय तुझ्याखाली कोण झोपणार आहे? इथंच त्यानं झक मारली. बदल्यात काही द्यायची गोष्टच नाही. त्याला उडविण्यासाठी रांग लागली होती. मला दोष देऊन काय उपयोग?"

"तुला मादक पदार्थ लागतात ना?"

"चूक, मी व्यापार करतो. स्वत: नाही वापरत. आमच्या धंद्यातला हा कायदा आहे."

"म्हणजे तू मला आता व्यावसायिक नीतिमत्तेवर भाषण देणार तर."

"जरा लक्ष द्या. मी काही संत महात्मा नाही; पण मला अनुभव बरंच काही शिकवून गेला आहे."

"ते कसं?"

"पहिलं म्हणजे तुम्ही फार विश्वास ठेवता. तसं नाही करायचं. तुमचा वापर करून घेऊन तुमचीच मारतात. कसं लक्षात येत नाही हे?"

मी उखडलो होतो; पण शांत राहून तो बोलत राहू दे असा पवित्रा घेतला.

"बिल ओ'हारा चोवीस तास तुझ्या मागावर आहे. असं वाटतं की डॉक्टर कुठेही फिरू शकतो. जरा शहाणा बन. हे लोक तुला भिकारी करून हाकलून देतील."

तो बोललेला एकही शब्द खोटा नव्हता. माझा उपयोग करून घेतला जातच होता. पैशाची चणचणही जाणवत होतीच. माझा संयम सुटत चालला होता. कुणीच सरळ बोलत नव्हतं. सरळ प्रश्नांची उत्तरं अवघड प्रश्नांत मिळत होती.

"माझा पाठलाग करताहेत असं नाही वाटत."

"प्रत्यक्ष पाठलाग करत आहेत असं नाही. त्यांची माणसं आहेत प्रत्येक ठिकाणी. तुम्ही कुठे आहात ते त्यांना जागेवर समजतं. तुला उचकवणं हा त्यांचा उद्देश."

ते, ते आणि ते कोण आहेत? लंडनला हेलनपण या प्रश्नाचं उत्तर टाळायची. ते असं म्हणतात, त्यांची अशी आज्ञा आहे. बिल ओ'हाराच्या सांगण्याप्रमाणे ते म्हणजे न्यायखातं; पण आता ते असं वाटत नव्हतं. डॅन स्टीलकडे असलेली

अंत:स्थ माहिती भयंकर होती. "खरंच म्हणजे 'ते' कोण आहेत?"

कुणाची तरी चाहूल लागल्यासारखा स्टील इकडे तिकडे पाहत होता. बाहेरच्या व्हरांड्यामध्ये काहीतरी गडबड ऐकू येत होती. माझा अंगरक्षक वॉर्डन उच्चरवाने बोलत होता. स्टीलला मी निघून जायची खूण केली. स्टॅन म्हणाला, "ती एकच व्यक्ती नाही. चौघांचा गट आहे तो. मला इतकीच माहिती आहे. त्यांचा अन्य ठावठिकाणा नाही माहीत. माझा शोध चालूच आहे. तुमचा वरिष्ठ अधिकारीपण या प्रयत्नात आहे."

आता परत न्यायखात्याकडे; पण स्टीलवर किती विश्वास ठेवायचा? त्याला माझी मदत पाहिजे म्हणून भुलवत नसेल ना?

तो म्हणाला, "डॉक्टर, हे सर्व तुमच्या सहकार्यावर अवलंबून आहे."

"म्हणजे तुलाही माझा वापर करायचा आहे का?"

"बरोबर आहे. कैद्याच्या नजरेतून पहा ना?" बाहेरची गडबड थोडी कमी झाली होती. त्याचा आवाज थोडा मऊ झाला. "आमचं दिवसभर एकच स्वप्न असतं – सुटकेचं. आता काही नशेबाज असे आहेत की त्यांना त्यांच्या नशेशिवाय काही नकोय; पण बहुसंख्य कैद्यांना हा तुरुंग म्हणजे नरकवास आहे. आम्हाला स्वच्छ हवा पाहिजे, मोकळेपणा पाहिजे. काय पाहिजे आम्हाला? अन्न, पाणी आणि अधूनमधून कामक्रीडा. आम्हाला कोणत्याही मोठ्या चैनी करायची स्वप्नं पडत नाहीत. फार नाहीत आमच्या मागण्या."

मी स्वत:ला थोडा विचार करण्यासाठी वेळ मिळावा म्हणून विचारलं, "किती माणसं मारली आहेस तू आत्तापर्यंत?"

स्टीलने थोडी खुर्ची मागे पुढे केली. हाताच्या आधाराने स्थिर बसला. नजर स्थिर होती; पण धमकी देत असावा असं वाटलं नाही. काहीतरी विचार चालला असावा.

"खूप."

"म्हणजे नेमकी किती?"

"जितक्या लोकांनी गद्दारी केली त्या सर्वांना मी मारलं. उगाचच कुणाचा जीव नाही घेतला डॉक्टर."

मी जरा तुटकपणे म्हणालो, "मला धमकावतो आहेस?"

"तुम्हीच समजून घ्या म्हणजे झालं."

आम्ही एकमेकांकडे पाहत राहिलो. मी म्हणालो, "अजून किती जणांना मारलंस ते नाही सांगितलंस."

"तेरा जण मी स्वत: मारले. सुपारी देऊन मारलेले वेगळेच. चोरट्या सिगारेट आणताना एका पोराने माझ्याशी गद्दारी केली. ती पहिली. दुसरी एक वयस्क बाई

खबऱ्याचं काम करायची.''

''काय केलंस तरी काय?''

''गळाच चिरला. असं बसवून ठेवलं की जणू टीव्हीच बघत बसलीय.''

हे सर्व त्याच्या फाईलमध्ये नोंदलेलं मी पाहिलं होतं.

''या सगळ्यामुळे तू निर्ढावलास का?''

''नाही, मला काही आनंद झाला नव्हता; पण त्यांना धडा शिकवणं भागच होतं ना?''

त्याचा इतिहास मला माहीत होता. बऱ्याच गोष्टी मला सांगत नव्हता. रेकॉर्ड असं होतं की त्यानं अन्य आठ इसमांचा खून केला होता. जंगल राज्याचा न्याय. ते जाऊ द्या. ''आणि तू सिओर लिऑनमध्ये काय करत होतास?''

त्याला आश्चर्याचा झटका देण्याची माझी पाळी होती. तरी थंडगार आवाजात म्हणाला, ''तुम्ही काय म्हणताय ते नाही समजत मला.''

''आणि युक्रेन?'' परत आग्रहीपणे विचारलं.

''डॉक्टर, आता हा विषय नको. आपण दोघं एकमेकांना मदत करू या. नाजूक मुद्दा. बघू या, काय होतंय ते.''

''काय करू शकतो आपण एकमेकांसाठी?'' मी विचारलं.

''घाई करायची सोडा. सध्या स्वत:च्या गांडीखाली काय पेटलंय ते पहा.''

''आहे का मार्ग तुझ्याकडे?''

''तुम्हाला वाटतं त्यापेक्षा खूप काही आहे माझ्याजवळ. मी सगळी माहिती मिळवत असतो. गव्हर्नर सुट्टीला कुठे जातो ते मला विचारा. त्याच्या पॅरिसमधील फ्लॅटमध्ये मी त्याला खतम करू शकतो.''

''त्यानं मला काय फरक पडणार?''

''सांगू का आता? सध्या कॉनर मॅसनबरोबर काय चाललंय ना तेही मला आहे माहीत.''

आता मात्र कमाल झाली. तसं दाखवलं मात्र नाही.

''तुरुंगातील दंगलीचा एकमेव साक्षीदार डॉ. रयान आहे. सरकारविरुद्ध आकस कुणाला आहे? संशय कुणावर आहे, डॉक्टर?''

''आणखीही खूप लोक होते तिथं. त्यांच्यापैकी कुणीही पेपरवाल्यांना दिली असेल माहिती.''

''पण तुम्ही सोडून कुणीच दिली नाही. हेही ऐका, न्यायखात्याचा रोष झालाय तुमच्यावर. फार पाणी नासवलं गेलंय. तुमचं काही खरं नाही.''

''म्हणजे मुस्लीम कैद्याला जाणूनबुजून मारलं होतं तर.'' मी विचारलं. त्याला माहीत असणार नक्की काय ते.

"होय." उत्तर मिळालं.

"आणि बाकी अफीमबाज, त्यांनाही मारलं काय?"

"नाही. माझ्या अंदाजाप्रमाणे त्यांना गडबडीचा फायदा घेऊन हलविण्यात आलं?"

"खरंय का हे?"

"खोटं कशाला सांगू? मला काय मिळणार आहे त्यातून?"

त्याच्या म्हणण्यात तथ्य होतं म्हणा. गव्हर्नरला परत एकदा दंगल घडवून आणणं शक्य होतंच की.

"तुला सगळं कसं ठाऊक आहे?"

"आहेत माझी माणसं."

"कुठे आहेत ते?"

"तेवढं विचारू नका."

"स्टील, हुशारी करू नकोस. सांग की साल्या काय ते."

तो हसतच होता. थोड्या वेळाने थांबला. म्हणाला, "मला काहीच सिद्ध करायचं नाही. अडचणीत कोण आहे? तुम्ही का मी? मी तुरुंगात सुरक्षित आहे. इथे मला कुणी हात नाही लावू शकत."

"मी तर वेगळंच ऐकलं आहे." त्याचा मानभंग करावयाचा हेतू होता माझा.

"भंकस आहे सगळं. तुमची सगळी माहिती येते मॅसनकडून. मॅसनही त्यातलाच आहे. त्या नॉर्थ गँगबद्दल चकार शब्द काढत नाही. त्यांच्याकडून त्याला मलिदा मिळतो, माहिती आहे का?"

"खरं आहे हे?"

"चांगले ब्राऊन पेपरमध्ये व्यवस्थित गुंडाळून पैसे पोहोचवले जातात. प्रत्येक गुन्हेगारी टोळ्यांबद्दल तो लिहितो; पण संपेल त्याचा खेळ एक दिवस. माझे बाहेर आहेत ते दोस्त सांगतात मला."

पुन्हा उदासीनता! हा जर खरं बोलत असेल तर मॅसन अव्वल बदमाश दिसतो. पण अजूनपर्यंत त्याच्यावर कुणी हल्ला केला नाही हे कसे? मॅसनही माझा वापर करत होता तर. स्टीलच्या म्हणण्याप्रमाणे मी भाबडेपणाने वागतोय का? विचारांचा कल्लोळ. पोटात ढवळून आलं.

"मॅसनने तुझं काय घोडं मारलंय?"

त्याने नाकावर तर्जनी ठेवून खूण केली म्हणजे याचा बाहेरही चांगला वचक तर.

"करायचा का सौदा?"

"जितक्या लवकर होईल तेवढं चांगलं."

मी पुढे काहीच बोललो नाही. त्याचं क्रौर्य मला आता माहीत झालं होतं. तो

माझ्यावरही हल्ला करण्याची व्यवस्था करू शकत होता; पण त्याला माझ्याकडूनही काहीतरी हवं होतं म्हणून सौद्याची भाषा करत होता.

"तुला काय पाहिजे ते सांगण्यापूर्वी मला कळू दे, मला काय मिळणार ते?"

"माहिती मिळेल."

"इतकंच? पैसे नाहीत?"

डॅन म्हणाला, "उगीच काय. तुम्हाला कशाला पैशाचं पडलंय?"

"असं का वाटतं तुला?"

"इथं काम करत आहात ना म्हणून."

मी खांदे उडवले म्हणालो, "असेलही कदाचित."

"कदाचित काय, कदाचित." डॅन स्टील आता घाईला आला होता. पुढे वाकला व गळ्यावरचा गोंदवलेला साप स्पष्ट झाला. वेळ होत आली. कैदी रुग्णांना डॉक्टरी तपासणीसाठी पाच मिनिटांपेक्षा जास्त वेळ देण्यात येत नसत आणि आता जवळजवळ पंधरा मिनिटं आम्ही बोलत होतो. तो म्हणाला, "आपण काही गोष्टी ठरवू या. तुझ्यावर कुणी हल्ला केला, नोअेल डेम्पसे कोण आहे व लिसा कुठे आहे. ही माहिती तुला पाहिजे, बरोबर ना?"

थोडक्यात त्याने माझ्या मनातले विचार ओळखले होते. मी वरकरणी तसं दाखविलं नाही. मी म्हणालो, "मी आयर्लंड सोडणार आहे लवकरच. ह्या काळात माझ्या अंगावर उडालेली राळ मला धुऊन काढावयाची आहे. मला काही प्रश्नांची उत्तरं हवी आहेत पण जिवाची किंमत देऊन नाही."

डॅनचा चेहरा ताठरला. "हे मात्र खोटं आहे, डॉक्टर. त्यानं प्रश्न सुटणार नाहीत. एकदा व्यवहार ठरल्यानंतर मागे फिरता येणार नाही. तेव्हा बोलताना सावध रहा."

वेळ होत आली होती. बाहेर उभे असलेले वॉर्डन आत काय चाललं असेल याबद्दल साशंक झाले असावेत. मी डॅनला तपासणी करण्याच्या जागेवर जायला सांगितलं. तो एका कडेला बसला. त्याचं ब्लडप्रेशर बघायला लागलो. टेबलावर कुणी तरी थाप मारली. कुणीतरी आत डोकावलं. मी ठीक आहे याची खूण केल्यानंतर दार परत बंद झालं. माझी धडधड मला ऐकू येत होती. स्टीलवर काही परिणाम नव्हता तो खरोखरच्या रुग्णाप्रमाणे बसून राहिला होता. त्याच्याकडे पाहताना एक लक्षात आलं की नैसर्गिक प्रकाशाच्या अभावी त्याची त्वचा फिकट झाली होती. केस पांढरे होऊ लागले होते. हाताची नखं सिगारेटमुळे पिवळी पडली होती. थंडीमुळे हातपाय फुटले होते. दुरुस्तीचं काम चालू असल्यामुळे हवा गरम करण्याची यंत्रणा बंद होती. त्यामुळे कोठड्या अगदी बर्फासारख्या गार पडल्या होत्या.

“जे कक्षात काम चालू आहे?” मी विचारलं.

“तिथे एकच कैदी आहे.”

त्याने अशी नजर टाकली की ती माझ्या आरपार गेली. अर्थ स्पष्ट होता. तिथली व्यक्ती कुणी सामान्य असामी नव्हती. हेही समजत होतं की, त्या व्यक्तीला त्याच्या इच्छेविरुद्ध ठेवण्यात आलं होतं. आणखी काही विचारणं म्हणजे गुन्हेगारी जगातल्या गढूळ आणि भयग्रस्त वातावरणात जाणं. आत्तापर्यंतच्या प्रसंगात मी जिवानिशी वाचलो तरी होतो. यापुढे पाऊल टाकलं तर जिवाची शाश्वती कोण देणार होतं? माझ्या मनातील विचारांचं वादळ स्टीलच्या लक्षात आलं. तो हसला. काय करावं? धोका पत्करायचा का?

स्टील, “ठरलं का मग?”

मी उत्तर दिलं, “ठरलं.”

तो हसला किंवा चिडला की त्याच्या चेहऱ्यावरचा जखमेचा वण व्ही आकाराचा होई. “ही जागा तुरुंगापेक्षा आणखी काहीतरी आहे. मोबदला दिल्यास इथं काहीही मिळतं. दारू काय, ड्रग्ज् काय सगळं काही. वकील मिळायचीही सोय होते. इथं शिक्षा भोगणारे डॉक्टरपण आहेत; पण यापेक्षा आणखी काही हवं असेल तर मला बाहेर जावं लागतं. माझे बाहेर काही लोक आहेत ते माहिती पुरवतात. माझ्या सूचनांची अंमलबजावणी करतात. प्रश्न सोडवतात. हार्मन तुरुंग अफवा आणि घाणेरड्या सौद्याची बाजारपेठ आहे.”

“सध्या कोणती बातमी आहे?”

“ ‘जे’ कक्ष. एका व्यक्तीसाठी अठ्ठेचाळीस कैद्यांना दुसरीकडे हलवलं. कारण असं दिलं की ड्रेनेजची दुरुस्ती; पण एकही प्लंबर काम करताना दिसत नाही.”

“कोण आहे तो?”

“ते कळलं तर तुझ्या ह्या सगळ्या संकटाच्या मुळाशी कोणतं कारण आहे ते समजेल.”

“तुला माहीत आहे?”

“होय.”

“मला, सांगत का नाहीस?”

“तो आता व्यवहाराचा भाग. तुझ्याकडून जे अपेक्षित आहे ते कर.”

अरेच्या हे आणखी गूढ आणि घसरडं झालं. “मी काय करायला पाहिजे?”

“मला एक्स-रे साठी बाहेर नेण्याची व्यवस्था कर. फारसं अवघड काम नाही.”

“त्यात काही धोका नाही?”

“नाही, माझ्या मार्गात कुणी आलं नाही तर.”

"मी कसा विश्वास ठेवायचा?"

"ते बरोबरच आहे म्हणा. हीच गंमत आहे. आपल्या दोघांचाही एकमेकांवर विश्वास नाही पण दोघांनाही एकमेकांची गरज आहे."

"पण मग एक्स-रेच कशाला? रक्त तपासणी, हृदय तपासणी किंवा असंच काही?"

"एक्स-रे साठी सिटी हॉस्पिटलमध्ये जावं लागतं. तिथे आहेत माझी माणसं. त्यांचा उपयोग होऊ शकतो."

सिटी हॉस्पिटल तुरुंगापासून सगळ्यात जवळ होतं. सुमारे शंभर वर्षांपासून या तुरुंगाला त्या हॉस्पिटलकडून आरोग्यसेवा पुरवली जात असे. एक्स-रे साठी तिथे नेल्यावर स्टीलला तिथे जवळजवळ अर्धा दिवस मिळणार होता. अर्थात तो सशस्त्र पहाऱ्यामध्ये जाणार होता; पण त्याच्या सुटकेच्या योजनेमध्ये हेही त्याने गृहीत धरलं असणार. त्याला माझ्याकडून एक्स-रे साठी बाहेर पडण्यासाठी मदत पाहिजे होती. त्यासाठी मला दिशाभूल करणारे कागदपत्रं तयार करावे लागणार होते.

'त्यांनी मला त्यादिवशी ठार का मारलं नाही?' हा प्रश्न माझी पाठ सोडत नव्हता. मी म्हणालो, "डोक्यावर बंदूक रोखलेली असूनही मला ठार का मारलं नाही?"

"तुझा त्यात सहभाग आहे का ते जाणून घ्यायचं होतं?"

"माझा भाग? कशामध्ये? कशाविषयी बोलत होता तो? काय झकमारी आहे ही?" माझ्या आवाजातली चीड मी लपवू शकलो नाही.

स्टील उठला. त्याची शरीरयष्टी चांगलीच प्रचंड होती. मीही काही लहानखोरा नाही, पण तो फार उंचपुरा आहे असं लक्षात आलं. माझ्याकडे बघायला त्याला खाली वाकावं लागत होतं. माझ्याबद्दल कणव आल्यासारख्या आवाजात म्हणाला, "डॉक्टर, तू भला माणूस आहेस. इतक्या चांगल्या माणसाचं या ठिकाणी काही चालत नाही. हार्मन तुरुंगात सामान्य कैदी, मनोरुग्ण, धर्मांध हल्लेखोर, राजकीय नेतेपण आहेत. सगळ्या जगातले भयानक गुन्हेगार आहेत हे खरं; पण वास्तव आणखीन वेगळं आहे. त्याविषयी तुला न समजलेलंच बरं. माझ्यासारख्या भिकारचोट माणसाचा सल्ला ऐक. एक दिवशी सगळं काही माहीत होईल तुला. पण ते इथून खूप लांब गेल्यावर."

हा वाह्यातपणा होता हे मला समजत होतं. त्यानं दाराकडे बघितलं. पुढच्या वेळी बोलू अशी खूण केली. जाण्यापूर्वी म्हणाला, "माझं काम झालं, तर समजेल सर्व काही."

"मी काय करायचं?"

"खोली क्र. १२९, जुरीज हॉटेल, बॅलिसब्रिज, उद्या रात्री १० वाजता."

"तिथे काय आहे?"

"तिथे दोन मित्र आहेत. ते सांगतील सगळं."

मी म्हणालो, "सारखा डोकं दुखतंय अशी तक्रार करीत रहा. कफ आला, शिंका आल्या तर दुखायचं वाढतं म्हणायचं. हे आपल्या कोठडीतल्या लोकांशी बोलायचं. मग ते अधिकाऱ्यांच्या कानावर जाईल. आणखी चार दिवसांनी ये. त्या दिवशी उलटी झाल्यासारखं कर."

तो स्मितहास्य करून बाहेर पडत होता. "अरे, पण हा नोअेल डेम्पसे कोण आहे?"

"तोच तर सगळ्यात खतरनाक."

मी माझ्या मोटारीच्या इंजिनाशी खुडबुड करत होतो. दुसऱ्या बाजूने ओ'हारा खेकसत होता. "डॅन स्टीलला काय झालंय? एका आठवड्यात दोनदा तपासणीसाठी आला होता ना?"

मी सांगू शकत होतो की वैद्यकीय अहवाल गोपनीय असतात पण त्यानं सगळं काही कागदपत्रावरून जाणून घेतलं असणार. मला त्याचाही उपयोग करून घ्यावयाचा होता. "सांगता येत नाही. त्याला तीव्र डोकेदुखी आहे. त्यामुळे निद्रानाश. तपासलंय मी; पण निश्चित निदान नाही करता येत. एक्स-रे काढून बघायला हवं." ओ'हाराला हॉस्पिटलविषयी कल्पना दिली.

त्याचा नाही विश्वास बसला. "जरा काळजी घे. तुझ्या आधीच्या डॉक्टरचं त्यानं काय केलं माहीत आहे ना?"

काही तरी लक्षात आलं असं दाखवलं. "माझी जाण्याची वेळ जवळ येत चाललीय. मला इथून धडधाकटपणे परत जायचंय. स्टीलला तशी काही संधी देणार नाही आणि त्याची पीडा मला माझ्यामागे तिकडे नको आहे; पण अशीही समजूत व्हायला नको की माझ्या चुकीच्या निदानामुळे स्टीलची केस हातातून गेली. वैद्यकीयदृष्ट्या जे योग्य आहे तेवढंच करणार."

माझ्याकडे रागाने बघून ओ'हाराने चेहरा फिरवला. मी ओरडलो, "आणि तो नोअेल डेम्पसे कसा आहे? नाक झालं का बरं त्याचं?"

ओ'हारा खवळलेला दिसला. तेवढ्यात वाऱ्याच्या झोताने खूप धूळ उडाली. त्यात तो दिसेनासा झाला. आता ह्यावेळी हा ओ'हारा इथं काय झक मारतोय? स्टीलचं, त्या सैतानाचं म्हणणं आठवलं, 'तो चोवीस तास तुमच्या मागावर असतो.'

१३

स्टीलने सांगितल्याप्रमाणे जुरीज हॉटेलमध्ये खोली क्र. १२९ च्या बाहेर उभा होतो. सारखा विचार करत होतो. बुद्धीशी फारकत घेतली नव्हती मी? पण आता परत फिरणे शक्य नव्हते. या जगातले कायदे अत्यंत क्रूर असतात आणि त्यांच्या गुहेत मी शिरलो होतो. त्यांच्या कटात सामील झालो होतो. त्यांचा विश्वासघात करणाऱ्यांचे त्याने काय हाल केले होते ते सगळं मी वाचलं होतं. मी सैतानाशीच करार केला होता जणू! अजूनही हार्मन कारागृह, डॅन स्टील, लिसा आणि नोअेल डेम्पसे यांचा विचार सोडून पळून जाता येईल?

ऑस्ट्रेलिया फार अफाट आहे. कुठल्याही कोपऱ्यातील एखाद्या गावात फॅमिली डॉक्टर म्हणून उर्वरित आयुष्य शांततेत काढता येईल. तिथलीच एखादी युवती बघून लग्न करता येईल. संसार थाटता येईल. साधं सरळ आयुष्य. माझ्या वडिलांनी जसं आम्हा भावंडांना वाढवलं तसं मीही ऑस्ट्रेलियातील रांगड्या जीवनात कसं वागायचं ते मुलांना शिकवीन. बायका मुलांसमवेत सुखी होईन. ऑस्ट्रेलियातील निसर्ग, सुंदर आकाश यामध्ये रममाण होऊन जाईन.

सहज शक्य होतं हे सर्व. खोली क्र. १२९ च्या दारातून परत फिरलो तर! आत प्रवेश केला तर कोणतंही संकट ओढवू शकत होतं. फ्रँक, विचार कर, निघ इथून. मनातील एक भाग सांगत होता. लिसाची आठवण आली. पळून गेलो तर ती कधीच भेटणार नाही. तिच्या नाहीशा होण्याचं कारण समजल्याशिवाय मला शांती लाभणार नव्हती. अजूनही माझं तिच्यावर प्रेम आहे. लिसा, कुठे आहेस तू?

दारावर टक टक करताना दोनदा थांबलो. धीर गोळा करत होतो. कपाळावर घाम जमा झाला. धडधड वाढली. असं का व्हावं? या सगळ्याचा छडा लावल्याशिवाय अस्वस्थता कमी होणार नव्हती. टक टक केलंच.

आतमध्ये दोन इसम होते. एक होता स्थूल वळणाचा, रंगाने काळा. एकंदर

दर्शन संशयास्पद, डोळ्यांत क्रौर्य. मी अंदाज केला. त्याचं वय चाळीसच्या आसपास असावं. खिडकीजवळच्या आरामखुर्चीत बसला होता. पँट, शर्ट, नेकटाय असा नेहमीचा पेहराव. सिगारेटच्या थोटकांनी पुढ्यातील अर्धा कप भरून गेलेला दिसला. खोलीत सर्वत्र फ्रेंच सिगारेटचा धूर.

"डॉ. रयान, या. बरं झालं तुम्ही आलात ते." दुसरा इसम ड्रॉवरच्या कपाटाजवळ वाकून काहीतरी बघत होता. माझ्याकडे बघून स्मित केलं. इतकं धोकादायक दिसणारं हास्य मी आयुष्यात पहिल्यांदाच पाहत होतो. "माझं नाव आहे रॉजर निक्सन. डॅन स्टीलनं सांगितलंय मला तुमच्याशी बोलायला."

हे काही खरं नाव नसावं; पण या सर्व प्रकरणात खोटेपणा आणि फसवणूक असणारच. त्यामुळे मी विचलित होणार नव्हतो. निक्सन थोडा तरुण दिसत होता. सडसडीत, उंची बऱ्यापैकी. पँट, शर्ट, स्वेटर असा पेहराव. त्याचा आवाज असा काही होता की त्यातून त्याचं क्रौर्य प्रगट होत होतं. मला आत्तापर्यंत अनेक बदमाश भेटले होते. हा त्याच्या इंग्लंडसारख्या बोलण्याच्या धाटणीमुळे थोडा वेगळा दिसत होता.

आपल्या सहकाऱ्याकडे अंगुलीनिर्देश करत तो म्हणाला, "हा आहे रॅटको." त्याच्या डोळ्यावरून समजलं की त्याचं नाव खरंच असणार किंवा त्याचा अभिनय चांगला असणार. काहीही असू शकेल. या गुन्हेगारीच्या जगात कायम स्वरूपाचं काही नसतं.

निक्सननं सांगितलं की रॅटकोला इंग्लिश येत नाही. मी अजून दारातच उभा होतो. निक्सन पुढे म्हणाला, "तुझ्याबद्दल त्याला सर्व काही माहीत आहे. त्याचा चेहरा तसाच आहे. पण या भेटीबद्दल त्याला आनंद झालाय."

खोट्या आदराने निक्सन म्हणाला, "बसा की आरामात. बसून बोलणं चांगलं. इथं सगळे मित्रच आहेत ना." मला त्याला एक ठेवून द्यावीशी वाटली.

मी गेल्या काही दिवसांत वेगवेगळ्या तऱ्हेची माणसं पाहिली होती; पण हे दोघे जण फारच वेगळे होते. त्यांना पाहूनच तिरस्कार निर्माण होत होता. भीतीपण वाटू लागली. रॅटकोच्या मांडीवर एक हँडगन दिसली. निक्सनच्या काखेखाली रिव्हॉलव्हर अडकविलं होतं. खोलीत आजूबाजूला पाहिलं. नेहमीसारखी, हॉटेलमधल्या खोलीची सजावट. आम्ही पहिल्याच मजल्यावर होतो व तळमजल्यावरची गडबड ऐकू येत होती.

मी कॉटच्या एका टोकावर बसलो. दोघांकडे बघत होतो.

निक्सनचं खोटं हसणं आणखीनच खोटं झालं.

"आरामात बसा हो. इतकं उदास होण्याची गरज नाही. आपण सर्व बाबींवर शांतपणे बोलणार आहोत. पुढे काय करायचं त्याचाही विचार होईल."

"मग ही हत्यारं कशाला?" मी विचारलं.

रॅटको त्याच्या भाषेत म्हणाला. "काय म्हणतोय तो?" मला एक शब्दही समजला

नाही. मी निक्सनकडे बघितलं. निक्सनने त्याला त्याच्या भाषेत काहीतरी सांगितलं. यावर रॅटकोने त्याचं हत्यार जमिनीवर ठेवलं व म्हणाला, "आता झालं समाधान?"

भाषा समजली नाही पण बोलण्याचा मथितार्थ समजला. कुठली भाषा असावी ही? कुठंतरी ऐकलेली होती निश्चित.

"डॉ. रयान, राहू दे बंदुकीचं." निक्सन म्हणाला. खोटंच बोलत होता. त्यांची माणसं बाहेर व खालीपण असणार. माझ्यावर लक्ष ठेवण्यासाठी तसं असणारच. तसं न करायला ते दोघं काही बावळट नव्हते.

तो म्हणाला, "काय आहे, सर्व गोष्टींची तयारी ठेवावी लागते."

माझा आवाज शक्य तितका कोरडा ठेवून मी बोललो, "तुमची योजना काय आहे व तुम्हाला मी काय मदत करायची आहे?"

रॅटको पुढे वाकून मी काय बोलतोय त्याचा अर्थ लावण्याचा प्रयत्न करत होता. निक्सनने त्याला समजावलं. मग एकदम रॅटको म्हणाला, "अर्थातच, आम्ही करणार ना मदत." त्याच्या बोलण्यामुळे थोडा दचकलोच मी. निक्सनने रॅटकोला शांत होण्याची खूण केली. त्यांची एकमेकात नेत्रपल्लवी चालली होती.

निक्सनच्या चेहऱ्यावर आता हसू नव्हतं. "सगळं ठरलं असताना जर-तर ची भाषा कशाला?"

मी म्हणालो, "ठरलं असं काही नव्हतं. मी इतकंच करायचं आहे की डॅन स्टीलला तुरुंगाच्या बाहेर एक्स-रे साठी पाठवायचं. बाहेर पडल्यानंतर काहीही होऊ दे. माझा काही संबंध नाही त्याच्याशी. ते तुमचं तुम्ही बघा."

रॅटकोला हे त्याच्या भाषेत सांगण्यात आलं. "आणि या बदल्यात काय पाहिजे?"

"माहिती हवीय मला. मला पैसा किंवा इतर काही नको. काय चाललंय हे मला समजायला पाहिजे."

निक्सनने रॅटकोला हे सांगितल्यावर त्यानं शेरा मारला.

"मूर्ख आहे झालं."

निक्सन माझ्याकडे निरखून पाहत होता. मी वेडा आहे का विश्वासघात करणारा आहे याचा तो अंदाज घेत होता. शेवटी बोलला, "माहिती धोकादायक असू शकते. डॉ. रयान, जास्त माहिती मिळाली तर आपण गुंतत जातो त्यात."

आता मात्र त्याच्या गांडीवर लाथ मारावीशी वाटली. त्या दुसऱ्या गुंडालाही गळा दाबून मारावं अशी फार इच्छा झाली. शक्य नसल्यामुळे मी म्हणालो, "हा सौदा काय आहे याची मला कल्पना नाही. माझ्यावर काय प्रसंग आला होता ते मी जाणतो. मी गोंधळून गेलो आहे आणि मला काहीच माहिती नाही आणि तुम्ही थोडी माहिती मला दिली तर काही आकाश नाही कोसळणार. मला इथून जायचं आहे

मायदेशात. त्यापूर्वी ही माहिती पाहिजे.''

निक्सन परत हसून म्हणाला, ''खरं आहे ते. युरोपपेक्षा, ऑस्ट्रेलिया चांगला. तिकडे काही गडबड नसते. युरोपात साले सगळे बदमाश आणि दगाबाज.''

त्याचं बोलणं मला नाही आवडलं. पण हार्मन कारावासातील अनुभवावरून इतकं शिकलो होतो, हे सर्व बदमाश गुन्हेगार फार प्रौढी मिरवणारे असतात. त्यांचं बोलणं फारच भयानक असतं.

निक्सन व रॅटकोचं काहीतरी बोलणं झालं. गंभीरपणा होता बोलण्यात. रॅटको जोरजोरात हातवारे करत होता. तोंडाने बडबड चालू होती. मधून मधून माझ्याकडे संशयाची नजर टाकत होता. अजून कोणती भाषा आहे हे काही उमगलं नव्हतं.

त्याने विचारलं, ''कोणत्या दिवशी करायचं, काही ठरलंय का?''

''नाही, त्याची योजना फार व्यवस्थित पार पाडावी लागेल. स्टीलला आधी एक आठवडा आजारी पडल्याचा बहाणा करावा लागेल. मग मी त्याला तपासणार. त्यावेळी मुद्दाम नर्सला जवळ उभी करणार. तिला तयार करावं लागेल. मग एक्स-रे साठी आवश्यक ती तयारी. रेडिओलॉजिस्टला पत्र, त्याची वेळ घ्यावी लागेल. कारागृह गव्हर्नरची परवानगी.''

निक्सन म्हणाला, ''आणि त्यांनी परवानगी नाकारली तर?''

''नाही, तसं नाही करणार ते.'' मी ठामपणे सांगितलं. ह्या नालायकांना मी कसा आहे ते दाखवायचं होतं. आता ह्या घटकेला मी त्यांच्या आधीन होतो. ''हे पहा काय करायचं ते पाहीन मी. स्टीलनं त्याचा शब्द पाळला तर मी त्याला एक्स-रे साठी पाठवतो.'' डोळ्याच्या कडेमधून दिसलं की रॅटकोचा चेहरा वेडावाकडा झाला होता.

''मग काय होईल?''

''त्या दिवशी स्टीलला चिलखती गाडीमधून हॉस्पिटलमध्ये नेतील. मागे बसवतील त्याला. बेड्या, पाय साखळीने बांधतील. कमरेलापण साखळी बांधली असेल आणि त्याला गाडीच्या सीटला जखडून टाकतील. चार शिपाई असतील हत्यारांसकट. पुढच्या बाजूला दोन असतील. एक्स-रे घेण्याच्या जागी दुसरे सशस्त्र साध्या वेशातील पोलीस असतील. त्यामुळे तुमच्या सुटकेचे प्रयत्न कसे सफल होतील ते नाही माहीत मला; पण तो तुमचा प्रश्न. काय करायचं आहे मला?'' हे बोलल्यावर मला जरा बरं वाटलं. त्यांच्या टाळक्याला चांगलाच खुराक दिला होता मी. निक्सनने माझ्याकडे त्रासिकपणे बघितलं. मग रॅटकोला त्याच्या भाषेत सांगितलं.

''ठीक आहे. त्यातून मार्ग काढता येईल.''

''चला तर मग. आता ऐका. डॅन स्टीलच्या सुटकेसाठी जे काय करतोय त्याचा मला पूर्ण मोबदला पाहिजे.''

निक्सनने ठीक आहे अशा अर्थाने खांदे उडविले.

या सगळ्यावर मी खूप विचार केला होता. सगळ्यात अवघड भाग माझ्या योजनेमधला मला नेमक्या कोणत्या प्रश्नाचं उत्तर पाहिजे होतं? कोणत्या गोष्टी सांगायच्या व कोणत्या स्वत:शीच ठेवायच्या? माझं मन व शरीर लिसाकरता आसुसलेले होते. बुद्धिनिष्ठ विचार सांगत होता की लिसा आता महत्त्वाची नाही. डॅन स्टीलच्या म्हणण्याप्रमाणे 'जे' कक्षात जे कोण आहे ती माहिती माझ्या दृष्टीने महत्त्वाची. स्टीलच्या म्हणण्याप्रमाणे नोअेल डेम्पसे सगळ्यात धोकादायक. आता असं दिसत होतं की हे बदमाश मला सगळी माहिती एकदम देणार नाहीत. मला काबूत ठेवण्यासाठी एक एक करून माहिती देणार. हे दोघेही पट्टीचे बदमाश. त्यांच्याकडून काही वदवून घेणं मुश्कील. सगळ्या दुनियेच्या गोष्टी करत होते. मुद्द्याचा एकही शब्द नाही. मला नुसतं झुलवणं चाललं होतं. स्टील सुटला समजा तर माझी गत काय होणार आहे? आज सगळ्या प्रश्नांची उत्तरं मिळत नाहीत हे स्पष्टच दिसतंय. जरा जपूनच वागायला पाहिजे.

"कोण आहे हा नोअेल डेम्पसे?"

दोघांनीही यावर भाष्य केलं नाही. रॅटकोने आणखी एक सिगारेट शिलगावली. माझ्या चेहऱ्यासमोर धूर पसरला. वातावरणात भयाण शांतता पसरली. ते दोघे एकमेकांकडे बघत होते. काहीतरी ओठातल्या ओठात पुटपुट चालली होती. सिगारेटचे झुरके, धूर नि रॅटकोचे पुटपुटणे लक्षपूर्वक ऐकत होतो. मी प्रयत्न करूनही मला ते शक्य होत नव्हतं. भाषा कोणती आहे ते लक्षात येत नव्हतंच. तरी शांत वाटत होतं मला. माझ्या प्रश्नामुळे ते दोघेही अस्वस्थ झाले असावेत. साडेदहा वाजत आले होते. माझ्या घड्याळाच्या पट्टाखाली घाम जमा झाला होता. डेम्पसेची आकृती माझ्या डोळ्यांसमोर आली. उंच, सडपातळ आणि घारीसारखी नजर, गरुडासारखं नाक– म्हणजे मी त्याचं नाक फोडण्याच्या आधी तरी होतं.

निक्सन म्हणाला, "आम्हाला त्याची काही माहिती नाही."

तो हाताने धूर बाजूला करायचा प्रयत्न करीत होता.

मी डाफरलो, "खोटं बोलताय. सगळं माहीत आहे तुम्हाला. तुमचं आत्ता तेच बोलणं चाललं होतं ना?"

क्षणभर हास्य आलं निक्सनच्या चेहऱ्यावर! मग म्हणाला, "जरा मला सांगू दे थोडं. ही वेळ नाही ते सांगण्याची. आम्हाला तुमच्याविषयी विश्वास वाटला तर सांगू."

पुढचा माझा प्रश्न तयार होताच. ह्याची त्यांना अपेक्षा नसणार. थोड्या खासगी आवाजात विचारलं, "रॅटको कुठून आलाय? त्याची भाषा थोडी ओळखीची वाटतेय."

रॅटकोला काहीतरी जाणीव झाली. त्याच्या भाषेत विचारले, "काय म्हणतोय तो?" निक्सनने त्याला समजावून सांगितलं. तो त्याच्या भाषेत उखडला. "गांड

मार त्याची. आपला रस्ता सुधार म्हणाव.'' माझ्याकडे विलक्षण त्वेषाने बघितलं. आता काही उत्तर मिळणं शक्य नव्हतंच.

''डॉ. रयान, तुमच्याशी रॅटकोचं काही वैर नाही.'' शब्द अगदी सावधपणे वापरत होता, ''त्यामुळं तो कुठला राहणारा आहे याच्याशी काही संबंध येतो का?''

रॅटकोबद्दलचा माझा संशय दुणावला. डोळ्यात पक्कं बसलं ते म्हणजे त्या कारस्थानाला आंतरराष्ट्रीय बाजू होती तर! कदाचित युक्रेन? डॅन स्टीलचा परदेशातला सहकारी? माझ्या भयचक्रातील आणखी एक गुंता. रॅटको दुष्मनासारखी नजर लावूनच होता.

''आणि आता लिसा, कुठं आहे ती?'' जीव कंठाशी आणून प्रश्न केला. काय मिळणार होतं उत्तर? ती या सगळ्यात आहे? रॅटकोने निक्सनकडे पाहिलं. निक्सनने खांदे उडविले. परत मला न समजणाऱ्या भाषेत काहीतरी बोलू लागले; पण वादावादी दिसत नव्हती. दुगन हे आडनाव तीन-चार वेळा ऐकू आलं.

''हां, तुझी मैत्रीणच ना?''

''होय, पण ती नाहीशी झालीय. मी तपास करतोय तिचा.''

''ती युनोसाठी काम करते.''

''काय म्हणताय, युनो?'' माझा चेहरा उतरला. परत वाळूचं घड्याळ, वाळू झरझर खाली सरकतेय. तरीच तिला आर्थिक बाबींमधलं ओ का ठो समजत नव्हतं. माझी लिसा, कसं काय हे?

रॅटकोने त्याच्या भाषेत प्रश्न केला, ''काय म्हणाला तो?'' पुढे म्हणाला, ''पुरे. आणखी काही सांगू नको त्याला.''

''च्.. च्..'' निक्सन चाचरत म्हणाला. ''त्याबद्दल बोलणं आता नको. आपण भेटलो एकमेकांना. ओळख झालीय. एकमेकांचा विश्वास वाढवू या. डॅन स्टील अजून पडलाय ना तुरुंगातच.''

मी उठून उभा राहिलो, संतापलो होतो. ''काय आहे हे सर्व? मला तुम्ही काहीच माहिती दिलेली नाही. माझ्याकडून मदत पाहिजे असेल तर एवढ्यात नाही भागणार. स्टीलला मग राहू दे तुरुंगात.''

डोळ्याच्या कोपऱ्यातून दिसलं. रॅटकोने पिस्तूल उचललं होतं. माझ्यावर रोखलं होतं. निक्सन स्तब्धपणे उभा होता. वातावरण तंग झालं होतं.

''रयान, ह्या खेळात तू नवखा आहेस, असं स्टील म्हणाला होता. त्याची आठवण झाली.'' आता उमगलं ते. हे वास्तव भयानक होतं. त्याचा आवाज थंड व निर्विकार होता; पण त्याच्यामागची धमकी स्पष्ट होती. ''स्टीलला सोडवायचंय आम्हाला. त्यामुळे आम्ही सोडतोय तुला. शहाण्यासारखा वाग.''

निक्सन एका बाजूला वळला. रॅटकोने सिगारेट विझवली. पिस्तूल कमरेला

ठेवून दिलं. वरनं स्वेटर ओढला. मग मी त्या अंधाऱ्या जागेतून बाहेर पडलो.

जाताना चाक पंक्चर. ते बसवून निघालो. मनातला दाह कमी झाला नव्हता. अंधारे रस्ते, चिखल. आरशातून कुणी पाठलागावर आहे काय ते पाहत होतो. परत आठवलं माझा पाठलाग नेहमीच्या पद्धतीने केला जात नव्हता. त्यांच्याकडे अनेक मार्ग होते. त्यामुळे तो भयगंड काढून टाकला. रॅटको कोण आहे? या कारस्थानात त्याची नेमकी काय भूमिका आहे? स्वत:ची ओळख का देत नाही तो? युनो आणि लिसाचा काय संबंध? का मला चकवण्यासाठी रचलेली कहाणी? त्यांना कदाचित तिच्याविषयी काहीही माहीत नसेल. माझा आवाज बंद करण्यासाठी सांगितलं असेल. प्रश्न, प्रश्न आणि प्रश्नच. उत्तरं नाहीत. किती भयानक आहे हे सगळं. दुश्मनावरही अशी पाळी येऊ नये. माझ्या घरापाशी आलो. काय भयानक दिवस. गाडी पार्क करून बाहेर आलो. वर बघतोय तर घरातले दिवे चालू होते.

शिव्याशाप घालत, मुठी वळून जिना चढत होतो. घराची दारं बंद होती. मी ओरडून 'आत कोण आहे?' ते विचारलं. उत्तर नाही. आत गेलो. धडधडत्या छातीने घरभर फिरून पाहिलं. स्वयंपाकघरातून एक मोठा सुरा घेतला. सगळीकडे शोध घेतला. कुणी दिसलं, तर ठारच करणार होतो. कुणीही नव्हतं. दम लागला होता. झोपण्याच्या खोलीबाहेर थांबलो. चाहूल घेतली. घामाने थबथबलो होतो. लाथ मारून दार उघडलं. बाहेरचा उजेड दारातून आत पडला. आतमध्ये कोणीच नव्हतं. सिगारेट ओढली असावी कुणीतरी. फ्रेंच सिगारेट असणार. वास सर्व उघड करत होता. रॅटको हीच सिगारेट ओढायचा. कॉटवर एक बॅग दिसली. वजनदार नव्हती पण आतमध्ये काहीतरी असावं. आजूबाजूला सावधपणे पाहिलं. बॅगेत काय असावं बरं? बॅगेवर कंपनीचं नाव होतं. ॲडलेडची कंपनी. ॲडलेड फास्ट प्रिंट्स लॅब. आतमध्ये आमच्या गावातल्या रस्त्यांचे, घरांचे फोटो दिसले. दुकानांची नावं, घरं सगळं माझ्या परिचयाचं. माझं कुटुंब या भागातच राहायला आलं होतं. बाकीचे फोटो पाहू लागलो. ते पाहून कोसळलोच. माझ्या वडिलांचा आरामखुर्चीत बसलेल्या अवस्थेत फोटो, शेजारी माझी आई तिच्या सवयीप्रमाणे कमरेवर हात ठेवून उभी. दुसऱ्या फोटोमध्ये माझी अपंग बहीण दिसली. फोटो अगदी अलीकडचे असावेत.

गपकन खालीच बसलो. पायातलं त्राणच निघून गेलं. शेवटचा फोटो बघून मी रडायलाच लागलो. त्यात होता रॅटको. गावाच्या नावाच्या पाठीला टेकून उभा. तोंडात सिगारेट व हातात रायफल. निर्लज्जपणाचं हास्य होतं थोबाडावर.

चक्कर आल्यासारखं झालं. हताशपणा. काय होतंय हे सगळं? डॅन स्टीलने माझी पक्की कोंडी केली होती. चित्रांचा अर्थ उघड होता. ह्या सर्व ताणामुळे असह्य होऊन लघवीवरही ताबा राहिला नाही. पँटमध्ये गरम लागल्यावर भानावर आलो. भडभडून उलटी झाली. दोन्ही हातात डोकं धरून ढसाढसा रडू लागलो.

१४

कॉनर मॅसनकडे दहा वर्षांची जुनी वोक्स वॅगन गाडी होती. डब्लिनच्या उत्तरेला एके ठिकाणी भूमिगत कार पार्क आहे. तेथे आम्ही भेटलो. त्याच्या गाडीत बसूनच बोलणं चाललं होतं. मी म्हणालो, ''मला दोन हत्यारं पाहिजेत. एक म्हणजे ग्लॉक एकोणीस हँडगन आणि दुसरी एम् शहात्तर स्नायपर रायफल. तू हे जमवू शकतोस हे मला माहीत आहे. तेव्हा...'' तिच्या मालकाप्रमाणे वोक्स वॅगनही ओबडधोबडच होती. चॉकलेटचे कागद, बिअर कॅन्स् असं सगळं गाडीतच पडलेलं दिसत होतं. वातावरण ढगाळच होतं. बिअरचा वास गाडीत भरला होता. आता बोचरे वारे नव्हते. वातावरण थोडं उबदार झालं होतं. मी सुडाच्या भावनेनं इतका पेटलो होतो की माझ्या लेखी कडक ऊन किंवा हिमवर्षाव हे सारखंच होतं. आता माझे शत्रू माझ्या कुटुंबीयांपर्यंत पोहोचले होते आणि मी त्यांचं ऐकावं म्हणून धमकावत होते. आता मला गप्प बसून चालणार नव्हतं.

मॅसनचे डोळे तारवटले होते. मद्याच्या अंमलामुळे चेहरा लाल झाला होता. म्हणाला, ''काय बरळतो आहेस? हे असलं काही मला जमेल असं कसं वाटतं तुला?''

''हे पहा, मला माहीत आहेत तुझे संबंध. तुला तेच लोक पैसा पुरवितात आणि माहितीही.''

''आणि हे खूळ तुझ्या डोक्यात कोणी भरवलं?'' पण त्याच्या बोलण्यात जोर नव्हता.

''डॅन स्टीलने, त्यानंच सांगितलं तुला किती पैसे मिळतात. यात कोण कोण आहेत, इतकंच नव्हे तर तू पैसे कुठे ठेवतोस तेही.'' हे आपलं मी अंदाजाने ठोकून दिलं होतं; पण त्याचा मॅसनवर परिणाम होत होता. ''आणि स्टील तुलाही उडवणार आहे.'' हे ऐकून मॅसन हादरलाच. पुढे म्हणालो, ''मी त्याला बजावलंय, माझी

मदत पाहिजे असेल तर आपल्या दोघांनाही हात लावायचा नाही.''

मॅसननं आवंढा गिळला, ''काय ठरलं आहे तुमचं?''

''मी त्याला तुरुंगातून गायब व्हायला मदत करणार. आम्ही दोघेही हा देश सोडणार, तुलाही नवीन विषय मिळेल ना?''

''फ्रँक, असला वेडेपणा करू नकोस. तो मादरचोद तुला दाताखाली चघळेल आणि थुंकेल. नं. एकचा खतरनाक आहे तो. नीच आणि तेवढाच लबाड. शक्य तितक्या लवकर यातून बाहेर पड. ऑस्ट्रेलियाला जा किंवा उत्तर ध्रुवावर; पण डॅन स्टीलच्या नादाला लागू नकोस.'' बोलताना मॅसनच्या तोंडाला फेस आला. मला हे सांगून काही उपयोग नव्हता. मी आता फार पुढे गेलो होतो. प्रत्येक जण मला भोवऱ्यासारखा फिरवत होता. मी घरात सापडलेल्या फोटोबद्दल सांगितलं. ''अरे देवा, मला वाटलं होतं त्यापेक्षा फार भयानक आहे हे.'', तो उद्गारला.

''त्यांनी मुद्दाम माझं चाक पंक्चर केलं. ते काढेपर्यंत काही वेळ लागला. तोपर्यंत माझ्या घरात घुसून हा प्रकार केला; पण न्यायखात्याचे लोक सारखे माझ्या पाळतीवर असतात. त्यांना हे माहीत नसेल का?''

''अरे बापरे, काय चाललंय सगळं?'' मॅसन म्हणाला.

''मला हत्यारं आणि काडतूस देणार ना?''

परत मॅसनचं दळण चालूच. त्याचा कुठल्याही टोळीशी संबंध नाही. त्याच्या लेखनात तो कुणालाही जवळीक दाखवत नाही वगैरे; पण त्याला समजलं की मी काही बधत नाही. तेव्हा तो थांबला. मला विचारलं, ''तू नेमबाजी कुठे शिकलास?''

''मी कोसोवोमध्ये होतो तेव्हा छंद म्हणून शिकलो. अमेरिकन सैनिकांबरोबर नेमबाजी स्पर्धेत भाग घेतला आहे. मग सगळी शस्त्रं वापरण्याचा सराव केला. त्याचा उपयोग करावा लागेल असं कधी वाटलं नव्हतं.''

मॅसन जोरजोरात च्युइंगम चघळत होता. ''परत एकदा सांग, तुला काय पाहिजे?''

त्याला सांगितलं परत काय ते. शिवाय हेही सांगितलं, की ग्लॉक मिळवायला नाही अडचण येणार पण स्नायपर रायफल मिळवणं थोडं जिकीरीचं, त्याच्या लोकांना थोडं शोधावं लागेल.

''कुठं बघतील ते?'' मॅसनचा प्रश्न.

''ते मला कसं माहीत असणार? माझा पहिलाच गुन्हा आहे; पण या तुरुंगात जे पाहतोय त्यावरून वाटतं की सगळं काही होऊ शकतं. हे लोक शेरमन रणगाडासुद्धा आणतील आणि असं पहा, गुन्हेगार टोळ्या व अतिरेकी यांचे संबंध असतात. वर त्यांचेही पोलिसांशी लागेबांधे असतात. एक रायफल काही दिवस गायब दाखवायची. माझं काम झालं की परत जागेवर.''

"फ्रँक, काय बोलतोयस. विचार कर.''

"काही व्यक्तींना जखमी करणार. माझ्या कुटुंबीयांना वाचविण्याचा एक मार्ग. मी स्वत: माझं रक्षण करायला भक्कम आहे पण माझे आई, वडील, बहीण यांचा विचार केला पाहिजे.''

थोडा वेळ दोघंही शांत राहिलो. मॅसन माझ्याकडे व आसमंतात काहीतरी निरखत होता. त्याच्या मनात खळबळ माजली होती, माझ्यासारखीच. पुढं वाढून आलेलं किती भयानक आहे हे त्याच्या लक्षात आलं असावं. सिगारेटच्या पाकिटामधून सिगारेट काढून पेटवली. अधाशासारखा झुरका घेतला आणि ठसका लागला. खिडकीची काच उघडून बाहेर थुंकला. ओठ पुसले. परत एक दीर्घ झुरका. मी माझ्याकडची काच उतरवली. मॅसनचं निकोटीन प्रेम ओसरल्यावर विचारलं, "माझ्याकरता काय आहे आणखी?''

त्यानं गाडीचं इंजिन चालू करून गरम हवा सोडली. थंडी थोडी कमी झाली. "जे कक्षात एक कॉकेशियन व्यक्ती आहे. मूळचा कुठला आहे, नेमका कोण आहे ठाऊक नाही. कडेकोट पहारा आहे त्याच्याभोवती. त्याला जेवण आतच देण्यात येतं. शौचविधीची काहीतरी जुजबी सोय केली आहे तिथेच. एक तासभर फिरण्याचा व्यायाम त्याच्या इच्छेप्रमाणे घेऊ दिला जातो.'' जिवाच्या कराराने ऐकत होतो. पुढे बोलू लागला, "त्याला भेटायला दुसरा एक कॉकेशियन येतो. तास-दोन तास थांबतो. त्याच्याजवळ एक सुटकेस असते. आमच्या माहितीप्रमाणे हा इसम त्रासलेला दिसतो. काहीतरी पुटपुटत असतो. गव्हर्नरसाठी राखीव दरवाज्यामधून त्याला प्रवेश मिळतो. त्याच्या भेटीविषयी गुप्तता पाळली जाते.''

"म्हणजे सरकारच्या संमतीनेच चाललंय सगळं?'' मी म्हणालो.

"असणारच तसं.'' पुढे म्हणाला, "आमची माहिती आहे की काहीतरी तसंच महत्त्वाचं कारण आहे म्हणून त्याला तिथे ठेवलं आहे. कदाचित त्याला सुरक्षित ठेवण्यासाठीपण असेल.'' मॅसनने तळवे एकावर एक घासले. डोकंही खाजवलं. इतक्यात एक कार थोड्या अंतरावर उभी राहिली. आम्ही दोघंही दचकलो. एक तरुणी खाली उतरली. खरेदीसाठी आली असावी. गाडी व्यवस्थित उभी आहे याची खात्री करून निघून गेली. सुटकेचा श्वास ऐकू आला मॅसनकडून. तो म्हणाला, "हे सगळं संपेपर्यंत माझं डोकं ठिकाणावर राहतंय की नाही?''

कधी संपणार हे सर्व? मी काहीच बोललो नाही आणि कसं संपणार? रॅटकोचा माझ्या गावातला तो फोटो आणि ते विकट हास्य आठवलं आणि परत संतापाची लहर.

"मला आणखी काही माहिती पाहिजे.''

"कसली?''

"लिसा दुगन, माझी प्रेयसी, युनोमध्ये काम करते."

"ती तर बँकेत होती ना?"

"नक्की सांगता येत नाही. पण ह्या अँगलनंही विचार करायला हवा."

"बरं, ते माझ्यावर सोड. कळलं की सांगतोच."

मॅसन सावरून बसला व म्हणाला, "डॅन स्टील माझ्या जिवावर उठलेला दिसतो. तुझी मदत पाहिजे, फ्रँक."

"ते माझ्यावर सोपव." मी म्हणालो. "या क्षणी त्याला माझी गरज आहे." हे खोटं होतं पण त्यामुळे मॅसनला बरं वाटणार होतं. तो निराश झाला होता. त्याला उत्तेजित करण्यासाठी म्हणालो, "सुटकेसाठी, मी सांगतो तसं त्याला करावं लागेल."

"आणि मग पुढे?"

"त्याचं नशीब, काय होईल ते होईल."

"अरे बाबा, इतकं साधं नाही हे. तो कुणी आलतूफालतू नाही. सगळीकडे संबंध आहेत त्याचे."

"सांग तर मला ते." रॅटकोचा चेहरा डोळ्यांसमोर येत होता.

"एक लक्षात ठेव युरोपमधील सगळ्यात मोठ्या गुन्हेगारी टोळीशी तुझा सामना आहे. तो संपला तरी हे संपणार नाही."

परत तणावपूर्ण शांतता. आरशामध्ये गाड्यांची हालचाल दिसत होती. बरीच रहदारी होती रस्त्यावर व त्यामुळे गोंगाटही. इथं माझ्यावर निशाणा साधणं सोपं नव्हतं. मॅसन म्हणाला, "नोएल डेम्पसेपण त्या 'जे' कक्षातील इसमाइतकाच गूढ माणूस आहे. तो न्यायखात्यात नाही हे नक्की. मी दोन तीन ठिकाणी चौकशी करून खात्री केली आहे. एकाने हे नाव ऐकल्यावर पुढचं बोलणं टाळलं. फार मोठं गुपित असणार हे."

मला काही यामुळे फार आश्चर्य वाटलं नाही. आता कशाचंच आश्चर्य वाटायचं थांबलं होतं. परत तोच पुढे म्हणाला, "आणखी एक सरकारी अधिकारी असावा. काही खास कामावर नेमणूक केली असावी."

"म्हणजे काय?" मी विचारले.

"अनेक आयरिश अधिकारी सल्लागार वगैरे म्हणून काही परदेशी प्रकल्पात काम करतात. जसं वर्ल्ड बँक, युरोपियन कमिशन इ. माझी एक मैत्रीण सुदानमध्ये आंतरराष्ट्रीय मदत देणाऱ्या संस्थेत आहे. असं काही तरी असतं."

कॉनर मॅसनला मैत्रीण असू शकते हे काही मला पटलं नाही. कधीतरी तरुण असेल, आकर्षक असेल असं त्याच्याकडे बघून वाटत नव्हतं. पोटावर पँट काही नीट बसत नव्हती. केस अस्ताव्यस्त. वय झाल्याच्या खुणा दिसत होत्या. डोकं मात्र तल्लख. तो म्हणाला ते पटलं मला. त्यामुळेच डेम्पसे माझ्याबरोबर कसा आला

होता त्याची संगती लागत होती पण मला कशाकरता या सगळ्यातून जावं लागलं? कुठे मिळतायत उत्तरं! मी बेशुद्ध असताना काय झालं असेल? लिसानं सगळं बघितलं व ऐकलं असणार. टी. व्ही. कॅमेऱ्याने सगळं टिपलं असणार. परत एकदा सगळं पाहिलं पाहिजे.

"मग काय करायचंय?" मॅसनने मला जागं केलं.

"डेम्पसेविषयीचं आणखी समजायला हवं. तोच ह्या सगळ्याचा सूत्रधार असणार. हे कदाचित माझ्यावर बेतेलही, पण हे समजायला हवं आणि परत तो 'जे' कक्षामधील इसम. स्टील म्हणतो त्याला माहिती आहे! पण त्याचा काही उपयोग नाही."

"फ्रँक, स्टीलचे हात खूप दूरवर पोहोचले आहेत. न्यायाधीशापासून कस्टम ऑफिसरपर्यंत त्याचे हप्ते चालू आहेत. त्याला बातम्यांसाठी वर्तमानपत्रं नाही वाचावी लागत."

त्याच्या म्हणण्यात तथ्य होतं. मी म्हणालो, "स्टीलच्या म्हणण्याप्रमाणे तुरुंगातील घटनांची माहिती मी तुला दिली हे सरकारला माहीत आहे."

"त्याची मी नाही पर्वा करत. मी कुठून बातमी आणतो त्याबद्दल ते मला विचारू नाही शकत. त्या भडव्यांचं मी काही एक देणं लागत नाही."

"खरंय, पण ते त्यामुळे फार त्रासले आहेत हेही खरं. ते तुझा गळाही आवळू शकतील. तुझ्या म्हणण्याप्रमाणं दंगल घडवून आणली गेली. जर हे होऊ शकतं तर आणखीही काही करू शकतात ना."

"भाबडेपणानं विचार करतोय का आपण?" मॅसन म्हणाला. मी माझ्या बाजूचा दरवाजा उघडून बाहेर पडलो. मॅसन म्हणाला होता ते माझ्या डोक्यातही होतं. मॅसन पुढे म्हणाला, "आपल्या दोघांवरही लक्ष आहे त्या सर्वांचं."

निरोप घेण्यापूर्वी मी त्याला म्हणालो, "त्याची नाही काळजी वाटत मला." पण हे बरोबर होतं याची मला खात्री वाटत नव्हती.

परतीचा प्रवास बराच अडचणीचा होता. ठिकठिकाणी खोदलेले खड्डे. त्या शहराला काही नियोजनच नसावं. वाहतूक फार संथ होती. मोटारींच्या लांब लांब रांगा. हे सगळं पार करून घरी पोहोचायला तासभर लागला. अंघोळ केली. थोडं खाल्लं आणि टीव्ही बघत बसलो निवांतपणे. बगदादमध्ये आत्मघातकी बॉंबचा स्फोट, जखमी व मृत शरीरांची छायाचित्रं इ. हॉस्पिटलमधील उपचारांची दृश्यं. एक बातमीदार जोरजोरात या सगळ्याचं वर्णन करत होता. आजूबाजूला भयग्रस्त इराकी नागरिक किती मृत झाले, अत्यवस्थ आहेत याबद्दल नक्की सांगता येणार नाही. नातेवाइकांचे आक्रोश, त्यांचे छाती पिटणे. उद्ध्वस्त इमारतींचे ढिगारे. सगळं काही हृदयद्रावक.

जॉर्ज बुशला मी एक शिवी हासडली. हेच का तुझं स्वातंत्र्यप्रेम? बातम्या पुढे चालूच होत्या– 'काही परदेशी नागरिकही ठार झाले असावेत. निश्चित आकडा सांगता येणार नाही. बरीचशी प्रेतं ढिगाऱ्याखाली आहेत. रायटरच्या सूत्रानुसार कमीत कमी चार तरी परदेशी व्यक्ती असाव्यात. थोड्या वेळाने आम्ही आणखी काही तपशील देऊ शकू.' मी टी. व्ही. बंद केला. भिंतीकडे पाहत बसलो.

आतमध्ये गेलो. परत बाहेर आलो. पाच वाजत आले होते. आकाश आभ्राच्छादित होतं. परत परत बारा फेब्रुवारीच्या घटनांच्या आठवणी करीत होतो. माझ्या खाली राहणारे अपरिचित शेजारी नाहीसे झाले होते. त्यांच्या मोटारीपण गायब झाल्या होत्या. आता बघितलं तर त्या गाड्या त्यांच्या जागेवर उभ्या. म्हणजे त्या लोकांनाही काय झालं त्याची कल्पना असणार. का तेही त्यांना सामील होते?
अंगणात मधोमध उभा होतो. जागेची उंची, लांबी, रुंदी लक्षात घेत वर बघितलं. क्लोज्ड सर्किट टी. व्ही. चे कॅमेरे काढलेले दिसत होते. ही बिल्डिंग लाल विटांची होती. सभोवती अनेक इमारती होत्या. काही निवासी गाळे, एक ऑफिसही होतं. सगळ्या संकुलाचं प्रवेशद्वार एकच होतं. निरीक्षण करून कशा हालचाली झाल्या असतील याचं चित्र मनात तयार करत होतो. थोडा पाऊस पडत होता. बोळातून पन्नास यार्ड अंतर चाललो. मी कुठे पडलो ती जागा नेमकी कुठे असेल ते शोधत होतो. अंधारातही दरवाजे दिसत होते. गच्चीचे दरवाजेपण दिसत होते. मला ज्याची अपेक्षा होती ते दिसलं. माझ्या डाव्या बाजूला सुमारे वीस यार्डापर्यंत तीन सीसीटीव्हीची यंत्रणा दिसली. एक कॅमेरा माझ्या दिशेवर रोखला होता. सगळीकडून पाहणी केली. लक्षात आलं की मला पाहिजे असलेली माहिती त्यामध्ये असणार. ऑफिस सुटायची वेळ, लोकांची परतायची घाई दिसत होती. मी दरवाज्यावर टकटक करून आत गेलो. माझी ओळख दिली. सुरक्षाव्यवस्थेचा मुख्य कोण आहे त्याची चौकशी केली. बारीक चणीचा काळा माणूस पुढे आला. "तुम्ही पोलिसांकडून आलात का? तसं नसेल तर काही सांगायचं नाही असं सांगितलंय मला. काय पाहिजे तुम्हाला?" त्याने विचारलं.

पहाटे तीन वाजता फोन वाजला. सहा वेळा बेल वाजू दिली व थांबलो. तसा संकेत ठरला होता. फोन टॅप करीत असतील म्हणून खबरदारी. तीस सेकंदाने फोन परत वाजला. आता तीन बेल होऊ द्यायच्या. आता पुढे मी मोबाईल घेऊन बाथरूममध्ये गेलो. सगळे नळ चालू केले.
मग मॅसनला लावला फोन. "सांग आता."
"स्टीलचा एक हस्तक बगदादमध्ये ठार झाला, डेक्लान टायर्नी"

"काय बगदाद?"

मॅसन घाईघाईने बोलत होता. "लंडनमधील ब्रोकीन्स कंपनीचा हा सुरक्षारक्षक. ही कंपनी अंगरक्षक पुरवते."

"आणि हा त्या कंपनीकडे कामाला..."

"पुढे ऐक. त्याच्याबरोबर दोन दक्षिण आफ्रिकेचे व एक सर्बपण ठार झाले आहेत." गरम पाण्याच्या वाफेने त्रास व्हायला लागला; पण नळ नाही बंद केला. बाहेर काही ऐकू जायला नको.

"ब्रोकीन्स कंपनीचा खुलासा समाधानकारक नाही. मृत व्यक्तींबद्दल कोणतीही माहिती नाही. अशी चर्चा आहे की ह्या कंपन्या गुन्हेगारांना कामावर घेतात. इराकमध्ये ते असतात. भाडोत्री मारेकरी. फार महत्त्वाची बातमी. सरकार अडचणीत येणार. दक्षिण आफ्रिका आणि सर्बिया दोन्ही अशाकरता प्रसिद्ध आहेत." यापुढे मॅसनचा आवाज अस्पष्ट होत गेला. युनो असं काही ऐकू आलं. 'अरे तुला काय झालंय' विचारेपर्यंत बंद पडला फोन!

खोलीत येरझारा घालत विचार करीत होतो. डॅन स्टीलचे हस्तक भाडोत्री मारेकरी होते असं दिसत होतं. मध्यपूर्वेतून खुनी गुन्हेगार ह्यासाठी भरती केले जात. मात्र, स्टीलच्या फायलींमध्ये ह्यांचा उल्लेख नव्हता. कॉनर मॅसनला ही माहिती एसएमएसद्वारा दिली. पुढील भेटीची वेळ मागितली.

१५

मॅसनचं म्हणणं बरोबर निघालं. इराकमधील घटना किती घृणास्पद होत्या. लंडन टाईम्सने हे प्रकरण धसाला लावले. बगदादमध्ये आत्मघातकी बॉम्बहल्ल्यात जे इसम मेले होते त्यामध्ये तेल कंपनीने आपल्या अधिकाऱ्यांच्या सुरक्षेसाठी ठेवलेले आंतरराष्ट्रीय गुन्हेगार होते. त्यांच्यापैकी एक होता देऑन हटलर, कोआव्होअेटचा सदस्य. ही संघटना कुविख्यात होती. नामिबियामध्ये ऐंशीच्या आसपास बंडखोर सैनिकांनी संघटितपणे केलेले गुन्हे यांच्या नावावर होते. स्वपोच्या गनिमी युद्धात भाग घेणारे सुमारे पाचशे सैनिक यांनी ठार केले होते. युद्धकैद्यांना आंतरराष्ट्रीय संकेताचा भंग करून ठार करण्यात येई. कित्येक नागरिकही असत त्यात. दुसरा होता फ्रान्स नॉर्टे, आफ्रिकेतील एका गुन्हेगारी टोळीमधला. टाईम्सने अशी माहिती दिली होती की ट्रुथ व रिकंसिलीएशन आयोगापुढे साक्ष देऊन माहिती दिल्याच्या बदल्यात त्याला गुन्ह्यांची माफी दिली गेली होती.

जो सर्ब ठार झाला होता. तो होता, गोरान मुजकिक. द हेग येथील आंतरराष्ट्रीय युद्धांतील अपराधांची चौकशी करणाऱ्या न्यायाधिकरणाला मानवी स्वातंत्र्याची पायमल्ली करण्याच्या आरोपाखाली तो हवा होता. बलात्कार, कत्तल असे अनेक अपराध.

आयरिश मारेकरी होता, डेक्लान टायर्नी. गुन्हेगारीचा खूप इतिहास असणारा. टाईम्सच्या वृत्तात असाही उल्लेख होता की सध्या हार्मन कारागृहात शिक्षा भोगणाऱ्या डॅन स्टीलचा हा सहकारी. खून, अपहरण, मादक पदार्थांचा व्यापार असे अनेक गुन्हे दोघांनी मिळून केले होते. या लेखात इराकमध्ये सुरक्षेसाठी गुन्हेगारांचा सर्रास उपयोग करून घेतला जातो, असा उल्लेख होता.

'सुमारे पंधराशे द. आफ्रिकेतील व्यक्ती ब्रिटिश व अमेरिकन

कंपन्यांनी नेमले आहेत. वंशद्वेषाच्या युगात या इसमाच्या नावावर अनेक गुन्ह्यांची नोंद आहे. अमेरिकेने इराक जिंकण्यापूर्वी सद्दाम हुसेनने पंधरा सर्बियन्स् सुरक्षा तज्ज्ञ म्हणून नेमले होते. त्यातले बरेच जण बाल्कन देशात दहशतवादी कारवायांमध्ये सामील होते. इराकच्या पाडावानंतर यातील काही तिथेच राहिले. त्यांना अधिक पगार देणाऱ्यांना त्यांची सेवा उपलब्ध असे आणि काही जणांना अफगाणिस्तानातही संधी मिळाली.'

कडक कॉफी, भरपूर साखर घालून तयार केली. कॉफी घेत विचार करू लागलो. सगळ्या जगात इराक महाभयंकर देश. जॉर्ज बुश, ब्लेअर आणि ऑस्ट्रेलियाचे हेवर्ड यांचे कर्तृत्व. सगळीकडे संघर्षाचे वातावरण. अशा परिस्थितीमध्ये गुन्हेगारी टोळ्यांचे फावले. कंपन्यांना भरमसाठ पैसा मिळे. पुनर्बांधणी देशाची. त्यामुळे गुन्हेगारी टोळ्यांनाही चांगली प्राप्ती होई; पण डॅन स्टीलचा सहकारी काय करत होता तिथं? माझ्या निरीक्षणाप्रमाणे स्टील आणि मंडळी अशा त्रासदायक जागांपासून लांब राहत. मादक पदार्थांचे व्यापार, अवैध मनुष्य वाहतूक, वेश्याव्यवसाय यामध्ये त्यांना खूप पैसे मिळत. माझा कयास होता की डेक्लान टायर्नी हा मुक्त व्यावसायिक असावा. जे मिळेल त्यावर हात मारायचा. कदाचित स्टीलशी संबंध अलीकडे नसतीलही. युरोपातील पोलिसांपासून लपण्यासाठीपण असेल, कदाचित इंटरपोलचा ससेमिरा संपेपर्यंत इराक ही जागा योग्य होती. माझ्या विचारांत एक चूक होती. डॅन स्टीलचे सहकारी एकमेकांना धरून असायचे. स्टीलला डेक्लान टायर्नीची माहिती असणारच.

कॉनर मॅसनला हे विचारल्यावर त्याने उत्तर दिले की तो अव्वल दर्जाचा नेमबाज असल्याने त्याला भरपूर मागणी होती. 'तू इतका कसा मूर्ख आहेस' अशा नजरेने मॅसन माझ्याकडे पाहत होता.

"पण, तरीपण शंका आहे. ते मारेकरी म्हणून काम करीत नाहीत साधारणपणे. ते काही लढवय्ये सैनिक नाहीत."

मॅसनने त्यावर फार विचार केला नव्हता. "फ्रँक, जरा डोकं ताळ्यावर ठेव. टायर्नी होता भयानक गुन्हेगार. प्रत्येक देशात त्याच्यावर वॉरंट आहे. इराकमध्ये राहणं सोईचं होतं. सिक्युरिटी कंपनी कामावर घेताना बंदूक चालवता येते की नाही इतकंच बघतात. उलट जितका भयानक गुन्हेगार तितकी त्यांना संधी."

आम्ही आधी भेटलो होतो त्या भुयारी पार्किंगमध्येच होतो. बाकी गाडी तीच, तोच बिअरचा वास. मी गाडीत पडलेल्या धुळीवर बोट फिरवले.

"तू काय गाडी साफ करणारा आहेस काय?" मॅसनने बाहीने डॅशबोर्डवरची

धूळ साफ केली. "आता खुश?" तो म्हणाला.

"बरं, त्या 'जे' कक्षातल्या रहिवाशांविषयी काय?"

पुढे एक बी.एम्.डब्ल्यू. गाडी येऊन थांबली होती. बराच वेळ झाला तरी त्यातून कुणी उतरलं नव्हतं.

मॅसन म्हणाला, "तो साक्षीदार आहे. त्याचं रक्षण करण्यासाठी ठेवला त्याला."

मी परत त्या समोरच्या गाडीकडे पाहू लागलो. साक्षीदाराला संरक्षण, हे काय प्रकरण? मॅसनने माहिती पुरवली, की त्याला इंग्रजी भाषा येत नाही.

आता काहीतरी उमजायला लागले. डॅन स्टील म्हणाला होता की 'जे' कक्षात माझ्या समस्यांचं उत्तर आहे म्हणून.

"तुला कसं माहीत झालं?"

"विमानातून उतरणाऱ्या प्रवाशांची माहिती मला मिळते, अर्थात पैसे देऊन. हा इसम इतके दिवस हे काम करतो आहे पण आज इतका घाबरला होता. परत नाही हे काम करणार म्हणाला."

बी.एम्.डब्ल्यू. मधून अजूनही कुणीच उतरलं नव्हतं. म्हणजे गाडीत बसून कुणीतरी आमच्यावर लक्ष ठेवून होतं. आम्ही संभाषण चालूच ठेवलं. "म्हणजे हा कुणीतरी परदेशी. इथं साक्ष देणार. खटला कुठला ते माहीत नाही. स्थानिक प्रकरणात नाही आहे." मला वाटलं की स्टीलला याविषयी माहिती असणार.

मॅसन म्हणाला, "सांगता येत नाही. पण आतून असं वाटतंय की ते समजणारच नाही. पण जे काय चाललं आहे त्यात सरकार गुंतलेलं आहे हे नक्की."

गप्प राहिलो. बाहेर बघत होतो. उभ्या असलेल्या गाडीमधून काहीच हालचाल जाणवत नव्हती. आता जे मॅसन बोलला त्यावर विचार करत होतो. जो कोणी 'जे' कक्षात आहे त्याला ज्यांच्याविरुद्ध साक्ष द्यावयाची आहे त्यांच्याकडून धोका आहे. अर्थ असा होतोय की हा प्रश्न आयरिश नाही तरीसुद्धा आयर्लंडचे सरकार त्याच्या रक्षणासाठी पराकाष्ठेचा प्रयत्न करीत आहे. एक तर त्या कक्षातले सराईत गुन्हेगार सैनिक छावणीत पाठवले आहेत. दुसरं या सर्व प्रकरणात फार गुप्तता राखण्यात येतेय. चोवीस तास सशस्त्र पहाऱ्यामध्ये आहे हा इसम.

मी मॅसनला म्हणालो, "डॅन स्टीलनं मला सावध केलंय. न्याय खात्याकडून आपल्या दोघांनाही संपवण्याचा प्रयत्न होईल; पण तसं काही दिसत नाही." पुढे म्हणालो, "हा इसम इतका महत्त्वाचा आहे, की कारागृह प्रशासनाच्या नियमामध्ये ढील दिलेली दिसते."

मॅसन म्हणाला, "अरे हो, पण तू ह्या सगळ्यात कुठं आहेस?" मी दुर्लक्ष

केलं. "आपलं मोबाईलवरचं बोलणं अर्धवट राहिलं. काहीतरी झालं होतं मोबाईलला." "अरेच्चा, विसरलोच की, तुझ्या त्या मैत्रिणीबद्दल काय बरं नाव तिचं?"

"लिसा."

"बरोबर लिसा दुगनच ना! ती युनोमध्ये काम करते. दुभाषाचं काम. तिच्याकडे शस्त्र पुरवठा, अवैध वाहतूक इ. चा तपासपण दिलाय."

माझा विश्वासच बसेना. "खरंच का? नक्की?"

"अगदी. तिचं काहीच रहस्य नाही. युनोचं काम अगदी उघडपणे चालतं. सगळा तपशील मिळतो. सगळी गंमत आहे झालं." मॅसन च्युईंगम दाताखाली रगडत होता.

अरे, ह्याला ही गंमत वाटतेय. ओरडलोच जवळजवळ आणखी अवघड होत चाललंय की!

"ती इथे नाही. बेलग्रेडमध्ये काम करते ती."

कसं शक्य आहे. आमच्या इतक्या दिवसांच्या सहवासामध्ये ती क्वचित बाहेरगावी गेली होती. परत वाळूचं घड्याळ आठवलं. वाळू सरकताना दिसतेय. काही वेळा ती विचित्र सबबी सांगायची. ते आत्ता आठवलं.

"तिला काय काम दिलंय?"

"मानवी अधिकार भंगाचे खटले चालविण्यासाठी माहिती गोळा करायची, साक्षीदार तयार करायचे. पुरावा गोळा करायचा. सामूहिक कबरींमधून प्रेतं काढायची. न्यायाधिकरणापुढे येणाऱ्या दाव्याची तयारी."

हे इतकं नाट्यपूर्ण होतं, की मी मॅसनचा हातच पकडला. माझी निराशा माझ्या चेहऱ्यावर दिसत असावी. "अरे, तू ठीक आहेस ना, फ्रँक?" मॅसन म्हणाला.

"ठीक आहे रे." म्हणालो खरा. ते खरं नव्हतं. लिसाचं आयुष्य म्हणजे एक गुपित होतं. तिला माहीत होतं की मी तिच्यावर प्रेम करतो. मग माझ्यापासून तिनं हे का लपवलं? मी मदतच केली असती ना. कौतुक वाटण्यासारखंच काम आहे तिचं. मलापण ॲम्नेस्टीमध्ये असंच काम मिळालं होतं. मग थोडा प्रकाश पडला. तिला हे सांगायला बंदी असेल किंवा अशी माहिती देणं धोक्याचं असावं. तिच्या कामापासून मला दूर ठेवणं गरजेचं होतं. तिला माहीत होतं की मी कोसोवामध्ये युद्ध गुन्हेगारीविरुद्ध पुरावा गोळा करण्याचं काम करत होतो. त्यामुळे तिला गुप्तता पाळण्याचा आदेश दिला गेला असावा. ह्या सगळ्या विचाराने हुडहुडी भरली. असं वाटलं की त्या दिवशी ते लोक लिसालाच मारायला आले असावेत. अरे, बापरे! त्यांना लिसा सापडली असावी आणि हे सगळं ते लपविण्यासाठी रचलं गेलंय तर.

"फ्रँक, तू घरी जावंस हे चांगलं. किती थरथर होतीय तुझी." मॅसन.

खरं होतं ते. मी आरशात पाहिलं. डोळे लालभडक झाले होते.

मी माझ्यावर ताबा मिळवून शांत होण्याचा प्रयत्न करत होतो. तोंडातून शब्द फुटत नव्हता. मला मॅसनला काही गोष्टी सांगायच्या होत्या पण एकतर आधी त्याच्यापासून बरंच काही लपवलेलं होतं आणि मनात खोलवर कुठेतरी त्याच्यावर अविश्वास होता. डॅन स्टीलच्या बोलण्यामुळे मॅसनच्या प्रामाणिकपणाबद्दल शंका उत्पन्न झाली होती आणि गुन्हेगार टोळ्यांकडून पैसा मिळत असल्याचं त्यानं कबूल केलं होतंच की.

मी विषय बदलला. "त्या बंदुकीचं काय झालं?"

"झालंय काम ते. तुझ्या घराजवळ लिफ्टकडे तोंड करून उभा राहिलास की सुमारे वीस फुटांवर कचराकुंडी आहे. त्यामध्ये 'हात लावू नका' अशी अक्षरं असलेलं एक पुडकं दिसेल. ते उघडून बघ. त्यामध्ये ग्लॉक एकोणीस आहे. काडतुसांचे दोन डबे आहेत."

"आणि रायफल?"

"त्याला थोडं थांबावं लागेल. होईल ते."

मॅसनकडे पाहत होतो. मनात विचारांचं वादळ घोंघावत होतं. भय आणि चिंता. "मॅसन काहीही कर, पण माझ्याशी प्रतारणा नको करूस." मी हाताने त्याला थांबवले व म्हणालो, "जितकं हे प्रकरण पुढं जातंय तितकी माझी चिंता वाढतेय. मला शत्रू काही कमी नाहीत. त्यात तुझी भर पडायला नको."

मॅसनच्या चेहऱ्यावरचे भाव कठोर झाले. "डॉ. रयान, शक्य तितक्या लवकर हा देश सोडून जा. तुला वाटतंय की तू काही तपास करतो आहेस. माझा सल्ला ऐक. तू टाईम बॉंबवर बसला आहेस. तुला वाटतंय की तू हे जग सुधारू शकतोस. खरं नाही ते. मीही कुणी साधुमहात्मा नाही पण आपला जीव कसा वाचवायचा ते चांगलं समजतं मला. तू.. तू.." तो इतका संतापला होता की तोंडातून शब्द फुटेनात त्याच्या. त्याने माझ्या बाजूचं दार उघडलं. "घरी परत जा तुझ्या आईकडे. तुला काही व्हायच्या आत नाहीसा हो."

त्याचवेळी मला दिसलं की त्या गाडीतून कुणीतरी येतंय. मी मॅसनला धरून ओढलं. आमची डोकी एकमेकांवर आदळली. "उतर खाली पटकन." मी ओरडलो.

त्या काळ्या गाडीतून एक व्यक्ती उतरली. चष्मा होता. "काय विचित्र माणसं आहात तुम्ही. मी सांगायला आलो की तुमच्या गाडीचे दिवे चालू आहेत. ही सार्वजनिक जागा आहे." असं सांगून तो गाडीत बसून निघून गेला.

मी दीर्घ श्वास घेतला भयमुक्ततेचा. अजून छातीत धडधडत होतं. पाय लटपटत होते. खाली उतरता येईना. परत धपकन बसलो. असं का होतंय ते कळत नव्हतं. मॅसनचा चेहराही पांढराफटक पडला होता. सिगारेट पेटवण्याचा प्रयत्न

चालला होता.

"तुला लिसाबद्दल माहिती कशी मिळाली?"

"युनोमध्ये कुणीतरी आहेत."

"मला बोलता येईल का त्यांच्याशी?"

"नाही, ते शक्य नाही. असे लोक ओळख देत नाहीत."

"नोअेल डेम्पसे कोण आहे?"

सिगारेटचा झुरका घेतला. मग म्हणाला, "अजूनपर्यंत काही कळलं नाही."

मला जे डेम्पसेबद्दल माहीत होतं ते मी त्याला सांगणार नव्हतो. त्यानं त्याबद्दल पुढे काही सांगितलंच तर मला ते ताडून बघता आलं असतं.

"बरं कालच्या फोनवरच्या बोलण्यातलं काही राहून गेलं का? काही तरी सर्बिया आणि गुन्हेगार टोळ्या असं काहीतरी ऐकल्यासारखं वाटतं." मी विचारलं.

इतक्या जोराने सिगारेटचे झुरके घेणं चाललं होतं की गाडी सगळी धुरानं भरून गेली. धुरामुळे स्पष्ट दिसेना. त्याने मग सिगारेट विझवली. मीच पुढे म्हणालो, "ह्या चौघांचा काही संबंध असू शकतो?" त्याने गाडी चालू केली. रिव्हर्स गिअर टाकला. "आता पुरे. आपण दोघंही खतम व्हायच्या आत आधी इथून बाहेर पडू."

मॅसनने सांगितल्याप्रमाणे ग्लॉक पिस्तूल मिळालं. उत्तमच होतं ते. फार छान पॅक करून दिलं होतं. हे करणारा इसम दर्दी असणार. अगदी बेमालूमपणे कचराकुंडीत ठेवलं होतं. वर शेणाचे डाग होते. त्यामुळे त्याला हात लावायला कुणी धजावणार नव्हतं. कधी एकदा उघडून बघेन असं झालं होतं. बघितल्यावर समाधान झालं. अस्सल चीज. व्यवस्थित तेलपाणी केलेलं दिसत होतं. गोळ्याही भरपूर होत्या. आता मी तयार होतो.

डब्लिनच्या उत्तरेला काही अंतरावर एक जंगलाचा तुकडा आहे. तिथे सहसा कुणी जात नाही. तिथे पोहोचलो. दुपारचे तीन वाजले होते. अंधारून येत होतं. थंडीचीपण चाहूल लागत होती. चामड्याचं जाकीट मी घातलं होतं. गळ्यापर्यंत झिप सरकवली होती. एका झाडाला पुठ्ठ्याचा तुकडा लावला नि पाच मीटर मागे गेलो. नेम धरला. डोक्यात तऱ्हतऱ्हेचे विचार व आकृत्या. रॅटकोचे फोटो सापडल्या नंतर घरी फोन केला होता. सगळे सुखरूप होते. एक गोळी मारली. लागली बरोबर. माझ्यावर हल्ला करणारे लोक प्रत्यक्षात लिसाला मारायला आले असावेत. दुसरी गोळी चालवली. अशी कोणती नाजूक कामगिरी लिसावर सोपवली असावी? आणि त्यातून इतका अत्याचार व्हावा? आणखी एक गोळी. बेलग्रेड कशाकरता? नोअेल डेम्पसेने टीव्ही कॅसेट– माझ्या घराबद्दलच्या– का ताब्यात घेतल्या? त्या सुरक्षारक्षकाला फितवून मीही त्या कॅसेटच्या प्रती पाचशे युरो देऊन मिळवल्या

होत्या. सुरक्षारक्षकाने डेम्पसेचं अगदी हुबेहूब वर्णन केलं होतं.

माझी नेमबाजी बऱ्यापैकी होती असं दिसलं. प्रसंग आलाच तर मी कमी पडणार नव्हतो. परत दोन गोळ्या चालवल्या. मला मिळालेल्या फिल्ममध्ये डेम्पसे सहज ओळखता येत होता. आणखी दोन इसमांशी बोलत होता. त्या फिल्ममध्ये सर्व हालचाली समजल्या. कोणत्या गाड्या आल्या व गेल्या हेही दिसत होतं. एक स्त्रीपण दिसली. लिसा असावी बहुतेक. जरी मी पुठ्ठ्याच्या तुकड्यावर निशाणी साधत होतो तरी माझ्या डोळ्यांसमोर होता डेम्पसे. त्याच्या चेहऱ्याची चाळण करून टाकायची होती मला.

सहा वाजायच्या थोडं आधीच कारागृहातील माझ्या वैद्यकीय कक्षात गेलो. डॅन स्टीलला घेऊन यायला सांगितलं. तपासणी करण्याचं निमित्त. घटना इतक्या वेगानं होत होत्या. त्यामुळे मला सगळे अहवाल व्यवस्थित ठेवणं भाग होतं. मी त्याला बोलावलं याचं स्टीलला आश्चर्य वाटलेलं दिसलं. त्याच्या बेड्या काढताना माझी नजर चुकवित होता. वैद्यकीय उपचाराची खोली बंद झाल्यानंतर मी दात ओठ आवळून बोलू लागलो. ''ही फार चूक केलीस तू. माझ्या कुटुंबापर्यंत पोहोचायला नको होतंस. त्यांना अजून याची काही कल्पना नाही आणि तसंच असायला हवं.''

त्यानं फक्त खांदे उडविले.

''तुझ्या कुत्र्यांना आवर. आमच्यापैकी कुणालाही काही झालं तर तुझ्या चिंधड्या करीन हे लक्षात ठेव.'' संतापानं माझ्या तोंडात फेस आला. टेबलाचा आधार घेऊन उभा राहिलो. शरीराची थरथर चालूच होती.

स्टीलवर काहीही परिणाम झाला नव्हता. अगदी निर्विकार.

''ते तुझं एक्स-रे चं मी जमवतो, भडव्या.''

शेवटी बोलला, ''छान, आता कुणालाही इजा होणार नाही.''

माझं समाधान नाही झालं त्याच्या बोलण्यामुळे. पण मी कोंडीत सापडलो होतो.

''तुला बाहेर पडायचं असेल तर मी सांगतो तसं करावं लागेल. तुला.'' मी अद्याप संतापलेलाच होतो.

''नाही डॉक्टर, माझी हुकुमत चालेल. आपल्या सर्वांनाच जिवंत रहायचंय इतकंच सत्य आहे.''

मी काही बोलण्याच्या आधीच तो बाहेरही पडला.

१६

देवावर माझा विश्वास नाही. वयाच्या पंधराव्या वर्षापासून माझा विश्वास उडाला. मी विचार करत गेलो आणि मी जवळजवळ नास्तिक म्हणा, अज्ञेयवादी म्हणा झालो. आता आलेल्या अनुभवावरून नास्तिक असणं योग्यच आहे असं मला वाटतं. आमचं कुटुंब प्रेसिटेरीयन ख्रिश्चन. रविवारी सकाळी चर्चमधल्या उपासनेला वीस मैलांवर जावं लागे. चर्चची इमारत दगडी बांधकामाची. त्या गावाचं नाव होतं सँडी क्रीक. छोटंसं गाव. दहा, पाच दुकानं. गावामधून हमरस्ता जायचा ॲडलेडपासून किनाऱ्या-किनाऱ्यानं. एक मद्यपानगृहही होतं. त्याला म्हणायचं हॉटेल पण उतरायची सोय नसायची. एक दुकान, त्यामध्ये काडतुसापासून ते आईस्क्रीमपर्यंत सगळं मिळत असे. शेजारी एक पेट्रोल पंप. त्याचा मात्र धंदा जोरात असे. एक दाताचा डॉक्टरही होता. छोटंसं औषधाचं दुकान, बेकरी आणि मटणाचं दुकान. सौंदर्य प्रसाधनांचं दुकान. डॉक्टर वगैरे नव्हते. याकरता जवळच्या शहरात जावं लागे. ते होतं शंभर मैलावर. आणखी एक गंमत. फ्रँक व टेरी हे नवरा बायको दुकान चालवायचे. पण फ्रँक गल्ल्यावर सापडण्याऐवजी मद्यपानगृहातच जास्त असायचा म्हणून मग टेरीला दुकानाची जबाबदारी स्वीकारावी लागली.

सँडर्स नावाचे गुरुजी चर्चची व्यवस्था बघत. पापभिरू, भला माणूस. प्रवचन छान द्यायचे. एके दिवशी त्यांच्या प्रवचनाचा विषय होता पाप आणि त्यासाठी होणारी नरकामधील शिक्षा. सँडर्स गुरुजी सांगत असत की चोरी कितीही छोटी असली तरी शिक्षा तेवढीच. आम्ही प्रॉटेस्टंट असल्यामुळे आमचं कॅथॉलिक लोकांशी पटत नसे. उत्तरेच्या बाजूला कॅथॉलिक लोकांचं एक चर्च होतं. आम्हाला ते सगळं परकंच होतं. आमच्या घरातल्या लोकांच्या मताने ते चर्च व दारूचा गुत्ता एकच आणि गुरुजी तितकेच बेभरवशाचे. त्याचवेळी आयरिश ख्रिश्चन बांधवांनी चालवलेल्या उपासना मंदिरात लहान मुलांवर होत असलेल्या अत्याचाराच्या

बातम्या येत असत. त्या बातम्या भयानक होत्या व त्यामुळे पंथाविषयी जास्तच तिरस्कार निर्माण झाला. वर्तमानपत्रातील बातम्या वाचून माझ्या वडिलांना कॅथॉलिक पंथाविषयी घृणा वाटू लागली. सगळे बालकांवर अत्याचार करणारे व जोगिणी पापात बुडालेल्या. यात भर पडली ती सँडर्स (वय वर्षे अठ्ठावन्न) टेरीला घेऊन पळून गेला या बातमीची. ते कुठेतरी पूर्व किनाऱ्यावर राहायला गेले म्हणत.

यामुळे पंधरा वर्षं वयाचा असतानाच मी नास्तिक झालो; पण मी धर्म या विषयावर विचारही करू लागलो. जे फार बोलतात त्यांच्यावर विश्वास ठेवायचा नाही असं माझं मत झालं. धार्मिक असल्याचं भासवून दुष्कृत्यं करणारे धर्ममार्तंड माझ्यासमोर होतेच की! जितके धर्मनिष्ठ तितकेच आतून पापी. धर्मगुरूंचे झगे पांघरले की सर्व नीतिमत्ता गुंडाळून ठेवायला मोकळे. या सर्वांमुळे चर्च ही संस्था व्यर्थ आहे असं मी ठरवलं. सोळाव्या वर्षापासूनच मी चर्चमधील उपासनेला जाण्याचं बंद केलं. ख्रिसमस व ईस्टरला जात असे तेवढंच. पुढे माझी मतं दृढ होत गेली. माझ्या आईला मात्र हे पटत नव्हतं. वडील फक्त रविवारच्या उपासनेला जात. त्यांनाही धर्ममार्तंडांबद्दल आदर उरला नव्हता. माझ्या अशा वागण्याला त्यांची मूक संमती असावी.

मी मूलभूत कल्पनांवर विचार करू लागलो. इतका जर देव चांगला असेल तर जगात इतका अन्याय का? येशू ख्रिस्त, बुद्ध, अल्ला यांना मी का मानायचे? काही उपयोग होतो का प्रार्थनांचा? कोणी ऐकतंय काय? उत्तर मिळायचे– कुणीच नाही. आता हेही खरं होतं की काही व्यक्तींच्या आयुष्यात धर्माला मोठं स्थान असतं. त्यांच्या वैयक्तिक अडचणींमध्ये त्यांना धर्माचा आधार मिळतो; पण हे समजायचं नाही की दुष्टांना का शिक्षा होत नाही. मी दिवसेनूदिवस पाखंडीच होत गेलो. आत्ता माझ्यावर आलेल्या प्रसंगाचा कसा अर्थ लावणार होतो मी - योगायोग, दैवी कोप का नशीब? अशा संभ्रमित मनाच्या अवस्थेत घराचं दार उघडलं. साडे अकरा वाजले होते.

बाहेर ओ'हारा होता, ''अरे तुझा फोन का उचलत नाहीस, गांडू?'' भलताच संतापलेला होता ओ'हारा.

''नाही, मला ऐकायला आलं नाही.'' ओ'हाराची अवस्था बघून जरा बरं वाटत होतं.

तो खेकसला, ''इथं ये ताबडतोब, काम आहे.''

''काय काम आहे?''

''इथं एक कैदी गंभीर अवस्थेत आहे.''

हे अजबच होतं. इतका वरच्या दर्जाचा अधिकारी आणि तुरुंगाच्या डॉक्टरच्या दारात? माझ्या चेहऱ्यावर संशयाचे भाव उमटले असणार.

''अरे बाबा, खरंच गंभीर आहे परिस्थिती.'' ओ'हारा म्हणाला.

तरी पण मी विचारलं, ''झालंय तरी काय?''

''मला काही जास्त सांगता येत नाही. म्हणून तर तुला बोलवतोय. त्याला दम्याचा म्हण, हृदयाचा म्हण त्रास आहे. आता तू वेळ घालवू नकोस मूर्खासारखा. तुला काय घ्यायचं आहे बरोबर ते घे आणि नीघ. खाली ये पटकन.'' ओ'हारा बराच घायकुतीला आला होता तर.

''मी माझ्या गाडीतून येऊ?''

''नको.''

ओ'हारा सांगत असेल तसा आजार असेल तर रुग्णाला हॉस्पिटलमध्ये नेणं गरजेचं असतं. ओ'हाराला माहीत आहेच की.

''रुग्णवाहिका सांगितलीय का?'' मी विचारलं.

''नाही.''

मी माझी रुग्णसाहित्य बॅग तयार केली. म्हणालो, ''पण तो रुग्ण गंभीर अवस्थेला असला तर?''

''आता बडबड थांबव आणि चल.'' ओ'हाराचा चेहरा काळानिळा झाला होता. ''त्याला काहीही झालेलं असू दे. त्याला बाहेर नेता येणार नाही.''

काय होणार आहे याचा अंदाज आला.

गव्हर्नरकरता असलेल्या खास दरवाज्यामधून प्रवेश केला, पहिल्यांदाच. नेहमी मी रुग्णांकरता असलेल्या दरवाज्याने आत येत असे. तुरुंगातला मार्ग फार गुंतागुंतीचा होता. काही वर्षांपूर्वी एक कैदी येथून पळून गेला होता हे आठवलं. आता अशी काय अवस्था? कोण होतं अत्यवस्थ? उत्तर मिळत नाही. एकापेक्षा एक अवजड लोखंडी दरवाजे उघडले गेले. मी तुरुंगाचा हा भाग कधीच पाहिलेला नव्हता. थोडंसं इकडे तिकडे हाललो तर कडेला लावलेल्या पात्यामुळे जखमा व्हायच्या.

''बरं पूर्वीचा काही रोगाचा इतिहास?''

उत्तर नाही.

वाटेत सर्व पाहत होतो. कैदी पळून जाऊ नये म्हणून तऱ्हे तऱ्हेचे अडथळे केलेले होते. शंभर वर्षांपासून हा तुरुंग अस्तित्वात होता. जुन्या काळातील प्रतिबंध करणारी संस्था व आधुनिक यंत्रणा दोन्हींचा उपयोग केला होता. काही ठिकाणी अडथळे म्हणून खंदकात निखारे होते. रहस्यकथेतील वर्णने प्रत्यक्षात दिसत होती.

त्याचं वय काय? नाव काय? याचीही उत्तरं अर्थातच मिळाली नाहीत.

कोपऱ्यावर वळलो तर तुरुंगातील चिरपरिचित वास येऊ लागले. सिगारेट्स,

सडलेले पदार्थ, संडास यांचा एकत्र वास. लांबवर काही कैद्यांचे ओरडणेही ऐकू येत होते. प्रत्येक दरवाज्याला पाच-सहा कुलपे होती. ती उघडायला वेळ लागत होता. आम्ही प्रवेश केल्यानंतर आमच्या मागे दरवाजा बंद करण्यात येत होता.

ओ'हारा पुढे, मी मागे असे चाललो होतो. कार्यालयीन शिस्त. माझ्यामागे सशस्त्र शिपाई. आता लक्षात आलं. हा तुरुंगातला धोक्याचा विभाग. इथं सुरक्षाव्यवस्थेचा अतिरेक होता. प्रत्येकाची घुसमट होई. हार्मन तुरुंगातील सगळ्यात भयानक भाग. या ठिकाणी प्रवेश करताना चिलखतासारखा अंगरखा घालणं सक्तीचं होतं. प्रत्येक वळणावर सी एस् गॅसचे सिलेंडर ठेवले होते. एकटे ठेवल्यामुळे कैदी वेडे होत. अत्यंत निर्ढावलेले गुन्हेगारही या जागेला टरकत. आतमध्ये कैदी हातघाईवर येत; पण पहारेकरी लक्ष घालत नसत. कधी कधी खोटीच भांडणं करून शिपायांना आत प्रवेश करायला उद्युक्त करीत. आतमध्ये चाललेल्या काही गोष्टी दिसू नयेत म्हणूनही कैदी असे उद्योग करीत. सुटकेचे प्रयत्न, खुनाचा कट, मादक द्रव्यांचं वाटप अशा सर्व गोष्टी झाकण्याकरता.

ओ'हारा 'जे' कक्षापाशी थांबला. आता मला गूढ उमगणार होते. 'जे' कक्षातील ती अतिविशिष्ट व्यक्ती (कैदी नव्हे). हातातील बॅग घट्ट पकडली. धडधड होतच होती. दीर्घ श्वसन करत होतो. डॉ. रयान आता सत्य येतंय समोर. आहे का तयारी? पुढे येणाऱ्या प्रसंगाला तोंड द्यायची तयारी कर. संरक्षण असून मला थोडी हुरहुर वाटत होतीच. कठीण प्रसंग दिसत होता पुढे.

''माझ्यामागे ये.'' ओ'हाराचा हुकूम. पुढे एक अष्टकोनासारखा रस्ता. विशेष असं की ह्या कक्षाचा भक्कम दरवाजा अर्धवट उघडा होता. आत लावलेल्या फ्लोरोसंट दिव्यांमुळे पडणाऱ्या सावल्या भेसूर वाटत होत्या. सगळा कक्ष रिकामाच होता. नेहमीसारखं नव्हतं दिसत. एकदा अशाच ठिकाणी एक कैदी दुसऱ्याला सुईमधून हेरॉईन देत असल्याचं मी पाहिलं होतं. आता काही तरी ऐकू येत होतं. कुणाला तरी श्वास घ्यायला त्रास होतो आहे असं वाटलं. कुठल्या तरी परकीय भाषेत विनवणी केल्यासारखा आवाज येत होता. नीट समजत नव्हतं. दोन सशस्त्र पहारेकरी होते. बंदुका बाजूला ठेवल्या होत्या. त्यांच्या नजरेत भय व आश्चर्य दिसून येत होतं.

डॉन कॅंपबेल, कारागृह गव्हर्नर वाट पाहत होता. उंचीमुळे त्याचं टक्कल उठून दिसत होतं. मला बघितल्यावर त्याच्या जिवात जीव आला. ''देवाची दया म्हणायची. आम्हाला वाटलं तो गेलाच.'' त्याचा सुटकेचा नि:श्वास.

या कोठडीमध्ये फक्त एकच कॉट होती. त्यावर एक व्यक्ती झोपलेली दिसली. अंधुक प्रकाशात ओळखणं कठीण होतं. पण त्याचं वय पन्नाशीच्या

जवळपास असावं, केस पांढरे, चौकटीचा शर्ट, बटणं उघडी. अंगावर मांस फारसं नव्हतंच. छातीच्या कडेला गोळी लागल्याचा वण होता. डेनिम जिन्स् पण स्वच्छ. हात कडेला पसरलेले होते. मुठींनी बिछान्याची कड पकडून ठेवली होती. उंची सहा फुटाला थोडी कमी होती. ऑक्सिजन सिलेंडर शेजारी दिसत होता. ऑक्सिजनचा मास्कही लावलेला दिसत होता. त्याच्या श्वसनक्रियेत अडथळा आलेला दिसत होता. श्वसननलिका प्रभावित झालेली दिसत होती. ओठ व कानांच्या पाळ्या निळ्या पडल्या होत्या.

''काय वाटतंय तुला?'' ओ'हारा काळजीच्या स्वरात विचारत होता. जवळच एक अपरिचित व्यक्ती होती.

तो म्हणाला (वेगळीच भाषा) ''डॉक्टर आलेत, डॉक्टर.'' रुग्णाला उद्देशून बोलला.

माझे डोळे एका दिशेहून दुसऱ्या दिशेला फिरत होते. हीच ती भाषा. उच्चार तसेच. दोनच दिवसांपूर्वी ऐकलं होतं. रॅटकोची हीच भाषा. ते काहीही असलं तरी मला सध्यातरी रुग्णावर उपचार करणं क्रमप्राप्त होतं.

रुग्णाला बोलायला जाम त्रास होत होता. कष्टपूर्वक बोलत होता, ''म..ला त्रासऽऽ हो..तोय.'' त्याच्या भाषेत सांगण्याचा प्रयत्न करत होता. बरोबर असलेला इसम उंचीने बेताचा, आडव्या अंगाचा, फिकट रंगाची त्वचा असा होता.

मी रुग्णाच्या शेजारी बसलो. नाव विचारलं.

ओ'हारा मध्येच उचकला, ''त्याची काही गरज नाही.'' हाताने नाडी बघत होतो.

त्याची बाही वर सरकवून रक्तदाब तपासला. मनातले विचार वेगळेच होते. मी जास्त आग्रहीपणा दाखवला तर, ते बाहेरचा डॉक्टर बोलावू शकत होते. मला डोकं भडकून वागायला नको होतं. त्या इसमाची माहिती माझ्या प्रश्नांची उत्तरं देण्याकरता आवश्यक होती. इतका शहाणपणा मला आता आला होता. त्याच्याशी जमवून घेणं आवश्यक होतं.

''पूर्वीच्या उपचारांची काही नोंद आहे का?'' माझा साळसूद प्रश्न. तुरुंगात दाखल करताना त्याची वैयक्तिक माहिती, गुन्हा झालेली शिक्षा याबरोबरच रोगांची नोंद करण्याची पद्धत होती.

''तुरुंगातला कैदी नाही आहे तो, आणि तो कोण आहे हे माहीत करून घ्यायची गरज नाही.'' ओ'हारा.

रुग्णाला आता दम लागला होता. तोंडातून फेस निघत होता. प्राणवायूचा पुरवठा वाढवला. रोगाच्या निदानाबद्दल विचार करत होतो. छाती तपासली. श्वास घ्यायला त्रास होऊनही फुप्फुसाला प्राणवायूचा पुरवठा होता पण पुरेसा नव्हता.

संसर्गाची शक्यता दिसली नाही. फुप्फुसामध्ये द्रव नव्हते, सूजही नव्हती. रक्तदाब चिंताजनक नव्हता. तापमानही नेहमीपेक्षा जास्त नव्हते.

"बिल, जर हा माणूस जिवंत राहायला हवा असेल तर त्याला शहरातील हॉस्पिटलमध्ये दाखल करावं लागेल. तिथे सुसज्ज यंत्रणा आहे."

"त्याच्या रोगाचे निदान झालंय?" बिल.

"होय, पण अजून काही गोष्टींवर प्रकाश पडायला पाहिजे. त्याचा पूर्वेतिहास समजणं गरजेचं आहे. पूर्वीच्या रोगाची माहिती, त्याला काही औषधं, इंजेक्शन चालू आहेत का?"

"त्याचं नाव सेफिक बॅरीसिक. क्रोएशिया देशातील व्हुकोवर या खेड्यामधला आहे." मी त्या दुसऱ्या व्यक्तीकडे वळलो. तो ओ'हाराला बाहेर जाण्याची खूण करत होता– त्याने ढवळाढवळ करू नये म्हणून. पुढे म्हणाला, "वय एक्कावन, दमा आहे त्याला पहिल्यापासून. आणखी काय पाहिजे?"

क्रोएशियामधील व्हुकोवर. या आयरिश सरकारला इथं कसली झकमारी करायची आहे? साक्षीदार संरक्षण! हे काय आहे? क्रोएशिया? आत्ता प्रकाश पडला. उच्चाराची ती ढब ओळखली. क्रोट–सर्ब हद्दीवर सामूहिक दफन केलेल्या जागा उकरताना ती भाषा ऐकली होती. हे सर्व विचार बाजूला ठेवून विचारलं, "केव्हापासून हा आजार आहे?"

दुभाषा म्हणाला, "झाले असतील सहा महिने." त्याचं इंग्रजी एकदम सफाईदार.

परत एकदा छाती तपासली. प्रत्येक फुप्फुसात काहीतरी विसंगत ध्वनी ऐकू आला. अजूनही श्वसननलिका साफ झाली नव्हती. त्वचेचा रंग बदलला होता. हे लक्षण बरं नव्हतं. त्याची व माझी दृष्टादृष्ट झाली. डोळ्यात भयसूचक असं काही तरी होतं. त्याला वाटलं मरण जवळ आलंय. रुग्णाचं रक्त तपासणीसाठी दोन कुप्यांमध्ये घेतलं. प्रथमदर्शनी त्या रक्तामध्ये प्राणवायूचं प्रमाण कमी दिसत होतं. त्यामुळेच श्वसन अवघड झालं होतं.

"ह्याला काही सर्दी पडशाचा त्रास होता? नाकात गळू वगैरे?" अशी मी चौकशी केली. थोड्या वेळाने नाही असं उत्तर मिळालं. "सध्या कोणती औषधं चालू आहेत?" औषधाची बॅग दाखवली मला. अशा प्रकारच्या रोगात वापरली जाणारी नेहमीची औषधं दिसली. इनहेलर्स, स्टेरॉइडस्, ॲलर्जी शामक गोळ्या इ.

मी सरळ रुग्णाला विचारलं, "आजची औषधं घेतली का?" त्यानं त्याच्या सहकाऱ्याकडे बघितलं. त्यानं त्याच्या भाषेत ते सांगितलं होय असं उत्तर आलं.

दुभाष्याकडून जे कळलं ते फार महत्त्वाचं होतं. कोणती औषधं घेतली? हा तपशील. मी विचारलं, "त्याला काही मानसिक तणाव?"

"कसला तणाव, हा शब्द नाही समजला मला." मी दुसऱ्या शब्दात समजावलं.

रुग्णाची नाडी जलद झाली होती. त्वचेचा रंगही बदलत चालला होता. शरीराची अस्वस्थ हालचाल होत होती. काळजी करण्यासारखं होतं हे सर्व.

त्याचा जोडीदार म्हणाला, "तो प्रचंड मानसिक दबावाखाली आहे."

बिल ओ'हारा त्रासलेला दिसला. त्याने दुभाषाला बाजूला केलं. त्याच्या अस्वस्थतेचा मी फायदा घेतला. मी विचारलं, "जेव्हा डॉक्टरांनी दमा असल्याचं निदान केलं त्या वेळी पण तो दबावाखाली होता का?"

बिल ओ'हारा माझं म्हणणं वेगळ्या शब्दात मांडू लागला. मी विचारलं, "काय झालं होतं त्यावेळी?"

ओ'हारा मधे पडला, "ह्या माहितीची काय जरुरी आहे?" मी विचलित न होता सगळ्यांचं लक्ष वेधलं जाईल असं बोललो, "आता रुग्णवाहिका बोलव व त्याला हलव इथून. माझ्या कामात ढवळाढवळ करू नका. मला हे प्रश्न व त्यांची उत्तरं आवश्यक आहेत."

रुग्णाने त्याच्या भाषेत विचारलं, "काय म्हणत आहात?" त्याला ते सांगितलं गेलं. तो म्हणाला, "डॉक्टरांना सांग मला मरू देऊ नका." आवाजात खूप भीती होती. त्यानं माझा हात पकडून ठेवला होता. हाताची पकड इतकी घट्ट होती की नखं माझ्या त्वचेमध्ये रुतली. मी मोठ्या आवाजात म्हणालो, "सेफिक, मी इंजेक्शन देणार आहे." ते त्याला समजावून सांगितलं गेलं. डोळ्यात भय दिसत होतं. "करा, करा मला बरं करणार ना?"

मी बॅगेतून योग्य ते औषध काढलं, "त्याला बरं वाटेल आता; पण त्याने मी सांगेन ते ऐकलं पाहिजे." या रुग्णाच्या व रॅटकोच्या बोलण्यात साम्य दिसलं. त्या दोघांत काही संबंध असेल काय?

ओ'हाराने विचारलं, "कोणतं आहे हे इंजेक्शन?" त्याच्या या आगाऊपणाचा मला त्रास वाटला.

"मला माझं काम करू द्या. तोपर्यंत तुम्ही लांब रहा."

"रयान, माझा तुझ्यावर विश्वास नाही. बघू दे मला काय ते."

संतापाने बोलत होता. सिरींज भरली. औषधाची कुपी त्यापुढे केली. त्यानं पकडायच्या आधीच ती खाली पडली व फुटली.

मी लटक्या दिलगिरीने म्हणालो, "माफ कर हं." आणि दुसरी कुपी माझ्याजवळ नव्हती. शक्य असतं तर त्याने माझा जागेवरच जीव घेतला असता. न्याय खात्यातला होता ना तो!

"सेफिक, घाबरू नकोस. शांत राहायला पाहिजे. इंजेक्शन दिल्यावर गळा

मोकळा होईल. डोळे मिटून घे.'' इंजेक्शन दिलं. सेफिक उठल्यासारखं करायला लागला. मी त्याला आराम कर असं म्हटलं. तो म्हणत होता, ''मला नाही मरायचं. मला मदत करा हो.'' आढ्याकडे बघत पडून राहिला. परत एक डोस दिला. ''गळ्यात जे अडकल्यासारखं वाटतंय ना ते गिळायचा प्रयत्न कर.'' सगळं त्याला त्याच्या भाषेत समजावलं गेलं.

तो काहीतरी पुटपुटला. ओ'हारानेही तसंच केलं.

कुठेही एका शब्दाचाही आवाज येत नव्हता. कोठडी क्र. बारामध्ये काय घडत असावं, असा विचार सगळे जण करीत असावेत. तिथे अट्टल बदमाशांना ठेवण्यात येई. त्याठिकाणी फक्त एक परदेशी इसम मृत्यूशी झुंजत होता.

हळूहळू औषधाचा परिणाम दिसू लागला. श्वसनक्रिया सुधारली. त्याच्या देखभालीवर असलेल्या व्यक्तीही थोड्या उल्हासित झाल्या. त्या क्रोएशियन माणसानेही काही प्रतिक्रिया दाखवली. ''छान प्रगती होतेय.'' मी म्हणाल्यावर त्याच्या डोळ्यात हास्य चमकलं. दुभाष्याला म्हटलं, ''त्याला सांग, घसा साफ करण्याचा प्रयत्न करीत रहा. होईल ते सगळं.''

सेफिकने डोळे घट्ट मिटून घेतले होते. गळ्याचे स्नायू सैल पडत होते. श्वसनही हळूहळू व्यवस्थित व्हायला लागलं होतं. ओठ व कानाच्या पाळ्याही लाल होऊ लागल्या. असं असतं, काही औषधांनी बरं वाटतं पण त्याचे इतर दुष्परिणाम होतात. हा माणूस तर औषधं कशीही घेत होता. त्यानं हे सगळं झालं हे आता स्पष्ट झालं. त्याचा रक्तदाब ठीक होता. फुप्फुसातही काही आढळत नव्हतं. परत रक्ताचा नमुना घेतला. त्याच्या रंगात फरक पडला होता.

रुग्णाने त्याच्या भाषेत माझे आभार मानले. मी स्मित केले. तोही हसला; पण तेवढ्यात त्याला खोकल्याची उबळ आली. मी परत काळजीत पडलो. त्याची त्वचा काळीनिळी झाली होती. घशात कफ साठला होता. हळूहळू आराम वाटू लागला. बसायचा प्रयत्न केला पण मी त्याला पडून रहायला सांगितलं. त्यानं तसं केलं. त्याच्या डोळ्यात अश्रू आलेले दिसले.

''हे बघा, कोण सिगारेट ओढत असेल तर त्याला बाहेर जायला सांगा.'' मला आतल्या आत आनंदाच्या उकळ्या फुटत होत्या. बऱ्याच दिवसांनी मी कुणाला तरी हुकूम करण्याच्या परिस्थितीमध्ये होतो. कुणाची तरी खरडपट्टी काढणं आवडतं माणसाला!

औषधाच्या बाबतीत असं असतं की मुख्य असावा लागतो आत्मविश्वास, अगदी पाय लटपटत असले तरी. डॉक्टर घाबरला असेल तर रुग्णाला घाबरायला होतं. ह्या सर्व बाबी अनुभवाने शिकाव्या लागतात. पुस्तकात नाही सापडणार हे.

ओ'हारा व इतर माझ्याकडे बघतच राहिले.

"सेफिकचा रोग अस्थमा नाही, मी काही तुम्हाला वैद्यकीय जडजंबाळ परिभाषेत समजावणार नाही. मी तपासल्यानंतर या निर्णयावर पोहोचलो आहे." पुढे म्हणालो, "त्याच्यावर आत्यंतिक मानसिक दबाव आहे. काळजी, ताण काहीही म्हणा. त्याच्या घशात जे अडकल्यासारखं झालं होतं ते काळजी वाटण्याचं लक्षण आहे. हे तो मुद्दामहून नाही करत. त्याची मानसिक प्रतिक्रिया आहे ती. समजतं आहे का तुम्हाला मी काय म्हणतोय ते?"

ओ'हारा गप्प बसला हे एक आश्चर्यच. दुभाषा गोंधळलेला. त्यानं खूण केली की त्याला समजतंय सगळं.

मी आणखीन एक धक्का दिला, "ते इंजेक्शन म्हणजे शुद्ध जंतुविरहित पाणी होतं." सगळे अवाक झाले. दुसऱ्या खोलीत खाद्यपदार्थ, उत्तम तऱ्हेचे, एका ट्रॉलीमध्ये रचून ठेवले होते. एक तात्पुरता शॉवरही दिसत होता. एकूणच सेफिकला अगदी आरामात ठेवण्याची व्यवस्था केली होती.

दुभाषा म्हणाला, "त्याला दमा आहे अशी खात्री मलाही नव्हती म्हणा. अमेरिकेच्या सैन्यातल्या डॉक्टरने ही औषधं दिली होती आणि आता फार भयंकरच प्रसंग आला होता."

अरेच्चा, अमेरिकन डॉक्टर. आणखी थोडं समजलं. ओ'हारा तर थिजूनच गेला होता. मी म्हणालो, "मला सर्व काही समजलं तर मी मार्ग काढू शकतो."

ओ'हाराने मला हाताला धरून बाहेर नेलं. म्हणाला, "त्याची काही गरज नाही." ओ'हाराने मला बाहेर खेचलं. माझ्या दंडावर त्याची पकड घट्ट झाली होती. थोडं दूर गेल्यावर म्हणाला, "हे बघ. गोपनीयतेच्या कायद्याप्रमाणे तुझ्यावर बंधन आहे. हे सर्व तुझ्याकडून प्रसारमाध्यमाकडे जायला नको. समजलं?"

"त्याची काळजी नको, बिल. माझ्यावर विश्वास ठेव."

बिलच्या नजरेत अविश्वास दिसत होता. मी म्हणालो, "बिल, त्या रात्रीच्या सीसीटीव्ही टेप्स् मी बघितल्या आहेत. नेविल डेम्पसेपण होता त्यात व लिसाला गाडीतून नेतानाही मी पाहिलं आहे."

ओ'हाराच्या आश्चर्याला सीमा उरली नाही.

रागाने काळा निळा पडला होता. माझ्यावर हात उगारला. तेवढ्यात एक पोलीस ऑफिसर मधे पडला. "तिला सांगा मी विचारत होतो म्हणून..." असं म्हणून मी तिथून निघालो.

१७

संतापलो होतो खूप. मनावर ताबा ठेवत होतो. अपमानित झालो होतो; पण थोडं समाधानही होतं. माझ्या डोळ्यापुढे सगळं येत होतं. बिल ओ'हारा, डॅन स्टील, रॅटको आणि त्याचा हस्तक रॉजर निक्सन. माझ्या कुटुंबीयांवर आलेली आपत्ती. मला दिलेली धमकी. त्यामुळे मी फार व्यथित होतो. एकदम कुठलंही पाऊल टाकणं धोकादायक होतं. या सगळ्यातून चातुर्यानं मार्ग काढायला हवा होता. बळाचा वापर काही कामाचा नव्हता. एकदम हल्ला करून काही फायदा नव्हता. नोअेल डेम्पसे या सगळ्यांचा सूत्रधार होता. त्याचं मी काय करणार होतो?

थोडा बसून राहिलो. मनावर ताबा ठेवणंही अवघड होतं. हार्मन कारागृहातील सगळं काही डोळ्यांसमोर येत होतं. मी सगळीकडे फिरलो. बघितलं होतं सगळं. डोळ्यांसमोर मला पाहिजे असलेली दृश्यं दिसायला लागली. डॅन स्टील माझ्यापुढे गुडघे टेकून क्षमायाचना करतोय वगैरे. मग दिसला रॅटको– हत्यारा, त्याचा गळा आवळूनच त्याला मारत होतो. डोळे बाहेर आले साल्याचे! रॉजर निक्सनला मात्र मी गोळ्या घालूनच मारलं; पण नोअेल डेम्पसेला मात्र मी हाल हाल करून मारलं. त्याला मी खुर्चीला बांधून ठेवलं होतं. त्याचे हाल हाल करत होतो.

'भडव्या, लिसा कुठे आहे?' तो म्हणाला, 'मला माहीत नाही, समजून घे म्हणाला.' शेवटी मी त्याच्या कपाळावर पिस्तुलाची नळी रोखली. मग तो बोलला. मला म्हणाला 'नको मारूस मला. मी फक्त वरच्या लोकांच्या आज्ञा पाळतो इ.' यापुढे काही माझी कल्पनाशक्ती धावेना. लिसा आहे कुठे? बेलग्रेडमध्येही माझा काही संबंध होता; पण या गोष्टी फोनवर बोलता येण्यासारख्या नव्हत्या. प्रत्यक्ष जाऊनच यायला पाहिजे.

झोपलो नाहीच. गेलो तडक डब्लिन विमानतळावर. सात मार्चला सकाळी पाच वाजताच. झुरीचच्या सकाळच्या एअर लिंगसच्या विमानाने मी सकाळी सहा

वाजताच निघालो आणि तीन तासांनी तिथे पोहोचलो. तिथून लगेच मला बेलग्रेडचंही तिकीट मिळालं. बेलग्रेडला पोहोचलो. दरम्यानच्या काळात एका मॉलमध्ये गेलो. थंडीसाठी, थंडी निवारण्यासाठी योग्य असे कपडे खरेदी केले. क्रेडिट कार्ड असल्यामुळे शक्य झालं सगळं. तेही संपतच आलं होतं म्हणा. वाईन शॉप बंद करणाऱ्या कर्मचाऱ्याला थांबवून एक वाईन चांगली भेट देण्यायोग्य आवरणात बांधून घेतली.

झुरीचचं हवामान थंड होतं. ५° से. इतकं कमी. बेलग्रेडला आणखीनच वाईट. तीन दिवसांपासून बर्फ पडत होतं. वाहतूक फारच विस्कळीत झाली होती. हे सगळं मी आधीच इंटरनेटवर बघितलं होतं म्हणून बरं. विमानात बसल्यानंतर दिलेले खाद्यपदार्थ खाताना बाहेर पाहिलं. बर्फामुळे काहीच दिसत नव्हतं.

परत स्वत:चे विचार. सेफिक बॅरीसिक, गाव वुकोवर, देश क्रोएशिया. बारा तासांपूर्वी काहीतरी मार्ग सापडल्यासारखं वाटलं होतं. जो दुभाषा होता, त्याच्या उच्चारामुळे खरंच काही माहीत झालं होतं. तो क्रोएशियामधला होता हे स्पष्टच होतं. म्हणजे रॅटको व तो दोन्ही एकाच देशामधले. रॉजर निक्सन कुठला का असेना, त्याला ती भाषा येत होती. हे मला थोडं वेगळं वाटलं. सामान्य गुन्हेगारांना आपली मातृभाषा सोडली तर अन्य भाषा येत नाही. फार अज्ञानी असत ते. लिसा, कॉनर मॅसनच्या म्हणण्याप्रमाणे, युनोच्या बेलग्रेड ऑफिसमध्ये काम करीत होती. तिच्याकडे मानवी हक्क भंगाच्या प्रकरणाचा तपास करण्याचं काम होतं! ह्या प्रकरणातील पुरावे गोळा करणे आणि न्यायाधिकरणापुढे दाखल करणे, असं होतं तिचं काम.

प्रेम आंधळं असतं. माझ्या बाबतीत ह्यापेक्षा आणखी काहीतरी होतं नक्की. वैद्यकीय शिक्षणामध्ये निरीक्षणाला फार महत्त्व असतं. यातूनच रोगाचं निदान करण्यासाठी योग्य असे दाखले मिळतात. उदा. पिवळी त्वचा आहे हे लक्षात आलं तर कावीळ झाल्याचं अनुमान करणं सोपं जातं. फुप्फुसाच्या कॅन्सरची लक्षणं अशीच निरीक्षणाने दिसू शकतात. मानसिक रोगांच्या बाबतीतही असंच असतं. माझे शिक्षक सांगायचे की सतत बघत रहा, निरीक्षण कर. पूर्वी ह्या सल्ल्याची प्रचिती, थोड्या लाजिरवाण्या तऱ्हेने आली होती. एका स्त्री रुग्णाच्या पार्श्वभागावर एक डाग दिसला. तिच्याशी माझे प्रकरण चालू होते. त्यावर शस्त्रक्रिया केली व ते बरं झालं. एकांतात असताना ती म्हणाली की टाके तूच काढ, नीट तपास. मग म्हणू नकोस की काही बघायचं राहिलं. त्यावेळी मी मौजमजा करतानाही माझ्यामधील डॉक्टर जागा ठेवीत असे.

लिसाचा विचार आला आणि माझ्या मनाचा अगदी भुगा झाला. काम करत

होतो. भोवताली सगळे भयानक गुन्हेगार. सावध रहावं लागायचं; पण लिसाच्या सहवासामध्ये माझं लक्षच उडालं. त्या सौंदर्यामुळे मी एकदम बेभान झालो. मी तिला कधीच कुठलाही प्रश्न विचारला नाही. तिच्या काही कौटुंबिक अडचणी असतील यावर विश्वास ठेवत गेलो. म्हणायची की तिच्या वडिलांना बरं वाटत नसल्यामुळे भेटायला जायला हवं. मी बरोबर येतो म्हटल्यावर नको म्हणायची. 'आत्ता नको पुढे जाऊ कधीतरी' असा युक्तिवाद असायचा. मी गाफील असे. 'बरं, मग आल्यानंतर फोन कर मला.' वाटायचं, त्या दरम्यान मला माझ्या संशोधनावर लक्ष केंद्रित करता येईल. मग म्हणायची, ''फ्रँक, किती चांगला आहेस रे तू. चल आपण खूप प्रेम करू.'' आणि प्रणयक्रीडेमध्ये मी सगळं विसरून जात असे.

एका बुधवारी म्हणाली की तिला लंडनला जायला लागेल. 'का इतक्या लगेच?' अशा तिच्या खेपा वारंवार व्हायला लागल्या. बँकेच्या कामाकरता जावं लागतंय म्हणायची. हे सांगताना तिच्या चेहऱ्यावर त्रासिकपणा व निराशा दिसायची. 'एक महत्त्वाचा व्यवहार व्हायचा आहे. त्याकरता जावं लागतंय' वगैरे. अशावेळी तिच्या डोळ्यांत प्रणय दाटून येई. ''फ्रँक, मला नाही रे सांगता येत सगळं.''

मी खूप विनवण्या केल्यानंतर एकदा गेलो तिच्याबरोबर लंडनला. हिथ्रो इथून ट्रेनने पॅडिंग्टनला मग टॅक्सीमधून हिल्टन असं कुठेतरी. लिसा तिच्या कामात असे त्यावेळी मी इकडे तिकडे करून वेळ काढत असे. ह्या हॉटेलमधे थांब, दुसऱ्या पबमधे वेळ काढ असं चालायचं. प्रत्येक उत्तम हॉटेलमध्ये बसलो असताना तिची आठवण सतावत असे.

एकदा ती ज्या ठिकाणी कामाकरता गेली होती, त्या ऑफिसच्या बाहेर ठरलेल्या वेळेला तिची वाट पाहत होतो. तेवढ्यात लिसा एका आलिशान गाडीतून उतरताना दिसली. मला बघितल्यावर मला येऊन बिलगली.

त्याबद्दल विचारल्यावर म्हणाली की तिला काहीतरी उत्तेजक वस्त्र प्रावरण घ्यायचं होतं. अशा प्रश्नांना बगल द्यायच्या व वासना उत्तेजित करावयाच्या या तंत्रात ती प्रवीण होती. या सगळ्यात मी ती आलिशान गाडीतून उतरली हे विसरून गेलो. टॅक्सीमध्ये बसल्यावर ती तिचा स्कर्ट वर सरकवून अंगप्रदर्शन करीत असे. भर वाहतुकीमध्ये आम्ही एकमेकांवर चुंबनांची बरसात करत असू. त्याचवेळी ती माझ्या अंतर्भागावर बोटे फिरवून मला बेभान करीत असे. टॅक्सीमधून उतरेपर्यंत मी पार कामातून गेलेला असे. माझा उत्तेजितपणा लपविण्यासाठी तो भाग मला वृत्तपत्राने झाकून घ्यावा लागे.

शय्यागृहातही तिची कामक्रीडा फार सुबक असे. वरचे कपडे व अंतर्वस्त्रे ती फार खुमारीने उतरत असे. मी बिछान्यावर मंत्रमुग्ध होऊन पडून रहायचो. ती केव्हा जवळ येतेय त्या प्रतीक्षेत. मग आम्ही एकमेकांवर तुटून पडत असू. शरीराचा इंच

न् इंच भागाचा मी आस्वाद घेई. कामक्रीडा फार रंगत असे. अत्युच्च क्षण गाठल्यानंतर पुन्हा क्रीडा सुरू होई. दुसऱ्यांदा, तिसऱ्यांदा मग मलाच शक्य होत नसे. मग ती माझ्यावर आरूढ होई. बहुतेक आमचे आवाज बाहेर पोहोचत असावेत. बाहेर पडल्यावर मॅनेजर वगैरे आमच्याकडे बघून अर्थपूर्ण नजरेने हसत.

त्या संध्याकाळी आम्ही इटालियन्समध्ये पास्टा आणि मासे या पदार्थांचा आस्वाद घेतला. सिसिलीय वाईन सेवन. समाधानी व वारुणी मद विव्हल अवस्थेत एकमेकांच्या आधाराने चालत होतो. प्रत्येक शंभर फुटांवर उभे राहून चुंबनांचा वर्षाव. जानेवारी महिना, थंडीचे दिवस; पण खाद्य, पेयपान आणि प्रणय यामुळे थंडी जाणवत नव्हती. तसं मी तिला म्हटलंही.

बिछान्यावर एकमेकांच्या कुशीत पहुडलो होतो. त्यावेळी ती म्हणाली होती. "डॉ. रयान, माझं तुझ्यावर प्रेम आहे." चुंबन घेऊन परत परत म्हणत राहिली.

त्या सर्वामुळे मी स्वत:ला जगातील सर्वात सुखी माणूस समजू लागलो होतो. या बेभानपणामुळे त्या काळ्या आलिशान गाडीचा संशय मनातून झटकला गेला.

आता झेक एअरलाईन्सच्या विमानात होतो. इंटरकॉमवर पट्टे बांधा अशी सूचना आली. मी मूर्खपणाने तर वागत नाही? माझा मेंदू गुडघ्यात तर नाही? पण असंही वाटत होतं की सापडेल काहीतरी. लिसाचा शोध लागेल अशी जबरदस्त आशा होती. आमचं प्रेम संपणार नव्हतं.

विमान धावपट्टीवर उतरलं. बेलग्रेड बाल्कन प्रदेशातील सामुद्रधुनीवर वसलेलं शहर. सावा आणि डॅन्यूब नद्यांवर वसलेलं शहर. पूर्व पश्चिम युरोपाची विभागणी इथेच झालेली आहे. युगोस्लाव्हिया संघराज्यामध्ये हे शहर होतं. विभाजनाच्या वेळी नाटो फौजांनी या शहरावर सतत तीन महिने बाँबवर्षाव केला. जुलमी कम्युनिस्ट राजवट उलथून पडली. हे घडलं १९९९ साली. स्लोबाडोन मिलोसेविक हा या सैतानी राजवटीचा प्रमुख होता. आता मात्र बेलग्रेड सुसंस्कृत शहर म्हणून प्रसिद्ध झालं होतं.

विमानातून उतरलो. उणे ५° तापमान. थंडीपासून बचावासाठी कानटोपी, ओव्हरकोट इ. जामानिमा चढवला. कस्टम तपासणी उरकली. हिमवर्षाव चालू होता. प्रत्येक जण ओव्हरकोटमधे लपेटला होता. निरनिराळ्या भाषांमध्ये उड्डाणाबद्दल घोषणा होत होत्या. मॉस्को, उझबेकिस्तान अशा सर्व ठिकाणी येथून विमान वाहतूक असे. विमानतळ प्रवाशांच्या हालचालीमुळे गजबजलेला होता. खूप धावपळ दिसून येत होती. भिन्न भिन्न भाषांतील संभाषणे ऐकू येत होती. बाहेर टॅक्सी व मोटारी यांची एकच दाटी. पार्किंगसाठी प्रत्येकाची घाई. टॅक्सीवाले टाचा उंच करून प्रवाशांना बोलवत होते. सर्व शरीरावर थंडीचा परिणाम जाणवत होता. इतर प्रवाशांबद्दल सांगता येणार नाही, पण मला काहीतरी शोधायचं होतं, सापडेलच

याची खात्री नव्हती.

माझ्या अपेक्षेपेक्षा फारच थंडी पडली होती. टॅक्सी केली. टॅक्सी ड्रायव्हरच्या सिगारेटचा धूर घालविण्यासाठी काच खाली केली, तसा तो कावला. रस्त्यामध्ये हिमवर्षावामुळे ठिकठिकाणी अडथळे होते. त्यामुळे संथ गतीने रस्ता काटला जात होता. काही उपनगरे पार करून हॉटेल मोसका गाठले. शहराच्या मध्यावर आहे. सहाशे दिनार झाले टॅक्सी भाडे. आता जाणवलं की पैशाची चणचण आहे. ॲमनेस्टी संघटनेत काम करत असताना पूर्वी एकदा इथे उतरलो होतो. त्यामुळे हॉटेलशी परिचित होतो. खोल्या चांगल्या होत्या.

हार्मन कारागृहात फोन करून मी येणार नसल्याची कल्पना दिली. नर्सने माहिती दिली की डॅन स्टील तीव्र डोकेदुखीची तक्रार घेऊन औषध घ्यायला आला होता. तिला काही सूचना दिल्या व परत फोन करीन असं सांगितलं. स्टीलची तक्रार खोटीच आहे हे तिला माहीत नव्हतं. त्यानंतर फोन केला तो सर्बिया प्रजासत्ताकाच्या अंतर्गत सुरक्षाविभागात. मला बोलायचं होतं क्नेझा पासिका या व्यक्तीशी. भाषेच्या अडचणीमुळे थोडा गोंधळ झाला. शेवटी संपर्क झाला. तिकडून सर्ब भाषा. मी इंग्रजीमध्ये उत्तर देत होतो.

"अरे फ्रॅंक रयान, ऑस्ट्रेलियन डॉक्टर ना?" आवाजात स्निग्धता होती. "काय म्हणताय इथं कसं काय आलात?"

"आपली भेट होईल का? मी एक दिवसाकरताच आलो आहे. थोडा सल्ला घ्यायचा आहे."

त्याने लगेच उत्तर दिले. "हे पहा, मी सांगतो त्याप्रमाणे नेहमीचा रस्ता पकड. आपल्या नेहमीच्या जागी भेटू. एक तासात मी येतो. गरम कपडे आहेत ना थंडी करता?"

हे सगळं ऐकून फार समाधान वाटलं. उत्कटतेने आभार मानले त्याचे. थांबून तो म्हणाला, "महत्त्वाचं काम दिसतंय. बघू आपण."

सगळा थंडीचा पेहराव असूनही फार त्रास होत होता. ऑस्ट्रेलियामध्ये मला अशा हवेशी कधीच सामना करावा लागला नव्हता. युरोपमध्ये सुखद हवा असे. त्याने सांगितल्याप्रमाणे रस्ता शोधत निघालो. त्याच्याकरता एक महागडी फ्रेंच वाईन घेतली होती. बर्फ दूर करणारी यंत्रणा ठिकठिकाणी दिसत होती. तरीपण वाहने जाऊ शकत नव्हती. पायी जाणं क्रमप्राप्त होतं. दुकानांच्या आकाश चिन्हांवरही बर्फ जमा झाले होते. त्यामुळे नारंगी, हिरवे रंग वेगळेच दिसत होते. वाटेत एका केशकर्तनालयामधून कर्कश संगीत ऐकू आले. मन प्रक्षुब्ध असल्यामुळे चीड येत होती. त्याने दिलेल्या सूचनाप्रमाणे पोहोचलो एकदाचा. रस्त्यावर रहदारी फार नव्हतीच. ठरलेली जागा दिसली. एक कॅफे. आतमध्ये उबदार होते. सिगारेटचा

धूर भरला होता. संभाषणांचा गलबला ऐकू येत होता. बहुतेक जागा तरुण-तरुणींनी अडवल्या होत्या. हॉटेलमधील वातावरण प्रसन्न वाटत होतं. त्या सर्वांचा मला हेवा वाटला. सगळे मजा करत होते. मी वेगळ्याच मानसिकतेमधे होतो. सगळीकडे निरीक्षण केलं. ओळखीचं कुणीच दिसलं नाही. तेवढ्यात एक जोडपं उठलं त्या जागेवर बसलो. भूक लागली होती. विमानात दिलेले अन्नपदार्थ तितपतच होते. क्नेझा अजून आला नव्हता. मेनूकार्ड बघून ऑर्डर दिली. तो येणार याची खात्री होती.

कम्युनिस्ट विरोधात काम करणारी ती संघटना सर्बियामध्ये होती. तिचं नाव होतं लोकशाहीवादी विरोधी पक्ष. मिलोसेविकच्या राजकीय पक्षाच्या विरुद्ध ही संघटना काम करे. त्या संघटनेचा क्नेझा हा सदस्य. या पक्षाने मिलोसेविकच्या विरुद्ध उठाव केला होता, हे लोक सर्व प्रसारमाध्यमांच्याही विरोधात होते. कारण राज्यकर्त्यांसाठी हे काम करीत. त्याचा विपर्यास केला जाई.

क्नेझा पासिकाचं वय होतं तीस. व्यवसाय वकिली आणि आता तो राजकारणात चांगलाच सक्रिय झाला होता. मानव अधिकार व सुधारणांसाठी धडपडत होता. गुप्त पोलिसांच्या तावडीत सापडला होता दोनदा! कसातरी सुटला; पण तो अधिकच कडवट बनला. प्रस्थापितांच्या विरुद्ध लढण्याचा त्याने निश्चय केला होता. युनो व ॲमनेस्टी इंटरनॅशनल संघटनांशी त्याचा दृढ संबंध निर्माण झाला. मिलोसेविकच्या पाडावानंतर त्याला अंतर्गत व्यवहार मंत्रालयात उच्च पद मिळाले.

यापूर्वी त्याची माझी भेट इथंच झाली होती. त्याचवेळी अल्बानियाच्या सीमेवर मिळालेल्या प्रेतांबद्दलच न्याय वैद्यकीय पुरावा मी त्याला सादर केला होता. पासिका त्यांच्या सरकारतर्फे या सगळ्या तपासकामात लक्ष घालत होता. मला अशी आशा होती की यातली गुपितं तो मला सांगेल.

त्याच्यामधे काही फारसा बदल झाला नव्हता. थोडं वजन वाढलं असेल कदाचित. वळवलेल्या मिशांमध्ये थोडी रुपेरी झाक आलेली दिसली. मी ओळखलं त्याला ताबडतोब. अंगामध्ये थंडीचं निवारण करण्यासाठी घातलेले कोट इ. उतरवले. हॉटेलमधील गर्दीतून वाट काढत पुढे येत होता.

"काही जेवण केलंस की नाही?"

मी रिकाम्या डिशकडे निर्देश केला. "चांगलं होतं जेवण. साधं, बरं वाटलं." मी वेटरला बोलावलं व क्नेझाला विचारलं, "काही खाणार का?"

आपली जीभ मिशांवरून फिरवत म्हणाला, "नको. आत्ता दुपारी जेवलो ना तर ऑफिसमधे झोप येईल." स्थानिक भाषेत त्याने कॉफी मागवली. भाषा मला ओळखू

आली, अर्थ नाही.

निवांतपणा आल्यावर मी भेट पुढे केली म्हणालो, ''तुला आवडते ना ही वाईन?'' कम्युनिस्टांचा पाडाव झाल्यानंतर जो विजयोत्सव त्याने केला त्यावेळी ह्याच वाईनचं खोकं त्याने आणलं होतं. जितके दिवस तुरुंगात होता त्या प्रत्येक दिवसासाठी एक बाटली. दोस्त म्हणाले होते की जास्त प्यायला मिळावं म्हणून त्याने तुरुंगवासाचे दिवस वाढवून मागितले असावेत.

त्याने माझी भेट उघडून बघितली. ''डॉ. रयान, तुझी स्मरणशक्ती चांगली आहे. धन्यवाद.'' बाटली खाली ठेवली. ''अरे पण भेट देण्यासाठी स्वत: यायची गरज काय होती? कुरीअरनं आली असती की!''

मी थोडा विचारात पडलो. विषयाला कशी सुरुवात करायची? तो म्हणाला, ''फार सुकलेला दिसतोस. दाढी केलेली नाहीस आणि चेहरा का इतका भकास झालाय तो?'' कॉफीचे मग आले वाफाळलेले. म्हणाला, ''काय समाचार?''

मी बिअर घेत होतो. पुढे वाकलो. त्याला माझी कथा सांगायला आतुर झालो होतो. मग सांगायला सुरुवात केली. पुढची चाळीस मिनिटं बोलत राहिलो. एकदाच मधे बोलला, ''सेफिक बॅरिसिक, नक्की ना? गाव काय म्हणालास, व्हुकोवर?'' मी बरोबर आहे असं सांगितलं.

मी बोलत असताना त्याच्या चेहऱ्यावरचे भाव कायम होते. मला हे समजेना की त्याला माझं बोलणं विनोदी वाटतंय का गंभीर? त्याच्या बोलण्याबरोबर त्याच्या मिशा हालायच्या. कॉफीचे घुटके घेत असताना त्याचा चेहरा एकाग्र झाला. हॉटेलमधील गर्दी कमी व्हायला लागली होती. इतक्यात एक टोळकं आलं. तिघं जण होते. त्यांच्याशी थोडा बोलत राहिला. माझी ओळख करून दिली नाही. त्यांच्यापैकी एकाने माझ्याकडे पाहिलंच.

पुढे बोलणं चालू झालं. ''मागच्या वेळी तू भेटलास त्यावेळी म्हणत होतास की युरोपला तू कंटाळला आहेस. ऑस्ट्रेलियाला परत जाणार. युरोपचं राजकारण फार विषारी झालं आहे. आता काय झालं?''

मी यावर थोडा विचार केला. ''हे बघ, मी साहसी आहे. आव्हानं स्वीकारणारा आहे. सिडनीला गेल्यानंतर मी काय एक चारचौघांसारखा डॉक्टर म्हणून काम करायला लागेन. ते नको होतं म्हणून तर मी हार्मन कारागृहातली नोकरी पत्करली.''

आजूबाजूला टेबल खुर्च्या हलविण्याचा आवाज येत होता. त्याचं लक्ष विचलित झालं नाही. आम्ही शेवटचं गिऱ्हाईक होतो. वेटर लोक आमच्यावर रागावलेले दिसत होते. ''आणि आता तू संकटात आहेस ना?''

''होय.''

''आणि ह्या बाईवर तुझं प्रेम आहे?''

"होय."

त्याने डोळे विस्फारले. गुरगुरल्यासारखा आवाज केला. "आत्ता नाही का यातून बाहेर पडता येणार? परत जाणं शक्य नाही काय? कशाला नुकसान करून घ्यायचं?" त्याने नेहमीप्रमाणे व्यवहारी पवित्रा घेतला. माझ्या प्रेमाची दखल घेतली नाही.

"नाही, लिसाला काय झालंय हे समजायला पाहिजे मला. शिवाय माझ्या कुटंबीयांचीही काळजी आहेच मला."

त्याने हॉटेलचं बिल दिलं, मी नको म्हणत असतानादेखील. मला बरं वाटलं आतून. पैसे कमीच होते ना! परत बाहेर पडताना थंडीपासून बचाव करण्यासाठी सगळा जामानिमा केला. बाहेर आलो. रस्ता जवळजवळ निर्मनुष्य होता. "ऑफिसमध्ये म्हणत होते की विमानतळ मोकळा करण्याचे प्रयत्न चालू आहेत." हे ऐकून मी वैतागलो. माझ्या खांद्यावर हात ठेवून म्हणाला, "काळजी करू नकोस. संकटकाळासाठी एक धावपट्टी चालू ठेवतात. मिलोसेविक ही काळजी नेहमी घ्यायचा. त्याचे आभारच मानायला हवेत. उद्या सकाळी मी तुझ्या जाण्याची व्यवस्था करतो. तोपर्यंत आत्तापर्यंत तुला माहीत नसलेल्या काही गोष्टी सांगायच्या आहेत."

१८

अंतर्गत सुरक्षा मंत्रालयाची इमारत सहा मजली आहे. सहाव्या मजल्यावर क्नेझाचं ऑफिस. भव्य, त्यातून बेलग्रेड शहराचं विलोभनीय दृश्य दिसत असे. माझं काम सुरू व्हायला थोडा वेळ होता. बाहेर बघितलं तर रस्त्यावर तुरळक रहदारी दिसत होती. आकाश निरभ्र होत चाललं होतं. पादचारी बर्फातून मार्ग काढत चालले होते. बर्फ दूर करणारी यंत्रं कार्यरत होती. जमिनीखालील वाहिन्यांमधून वाफ सोडली जात होती.

मंत्रालयातल्या दालनामध्ये बेलग्रेड शहराचा ध्वज दिमाखाने भिंतीवर लावला होता. दुसऱ्या भिंतीवर राष्ट्रचिन्ह दिसत होतं. खोलीच्या मध्यभागी एक टेबल. त्यावर फायली. दोन-चार टेलिफोन्स, फॅक्स मशिन आणि कॉम्प्युटरचा मॉनिटर. माझ्या मनात आलं की याला म्हणावं संघटित अव्यवस्था. आपल्या ड्रॉवरमधून क्नेझाने एक मोठा कागद काढला. मला म्हणाला, ''या कागदाच्या डाव्या बाजूला तुला ज्या आयरिश व्यक्ती महत्त्वाच्या वाटतात त्यांची नावं लिहून काढ. उजव्या बाजूला परदेशी व्यक्ती. मी दहा मिनिटांत येतो. आल्यावर बोलू.''

इंटरकॉमवरून त्याने काही निरोप दिला. एक तरुणी हातात पेन व पॅड घेऊन तयारीत आली. क्नेझाने काही सूचना त्यांच्या बोलीमध्ये दिल्या. माझ्याकडे तिने बघितले व हो म्हटले. थोड्या वेळात माझ्यासमोर प्यायच्या पाण्याची बाटली व ग्लास ठेवला गेला. मला तिने काहीतरी विचारले. मला भाषा समजली नाही म्हणून मी गोंधळलो. मग तिने खूण करून काही खायचं आहे काय विचारलं. मी आभार मानून नको म्हणून सांगितलं. ती गेल्यानंतर मी एकटाच राहिलो. तिला इंग्लिश येतंय की नाही? थोडं चमत्कारिक वाटायला लागलं. परत कुठल्या कारस्थानात तर अडकत नाही ना?

पाणी प्यायलो, सरकारी पेन हातात घेतलं. कुणा कुणाची नावं घालावीत?

पहिला नोअेल डेम्पसे, त्याच्या आठवणीमुळे माझं पित्त खवळलं. विमानातला प्रसंग आठवला. मी त्याला विचारलं होतं की आपण कुठे तरी भेटलोय ना. तेव्हा तो म्हणाला होता, 'नाही आपण दोघे भेटण्याची शक्यता नाही.'

'मला तुम्हीच फोन केला होता ना?'

'काय, काहीतरीच काय?'

'खरं आहे, मी ओळखतो तुझा आवाज. मला तुरुंगाकडे यायला सांगितलं. कुणीतरी तरुण कैद्याने फास लावून घेतला आहे म्हणून, आठवतंय का?'

'रयान, मूर्खासारखं बोलतो आहेत. तुला मी कधीही आयुष्यात बघितलेलं नाही.'

'अरे भडव्या, नाही काय म्हणतोस? माझ्यावर बंदूक तूच रोखली होतीस ना?'

त्याला त्याच वेळी का खलास केलं नाही याचा मला पश्चात्ताप वाटत होता ते वेगळंच.

या विचारातून बाहेर येऊन पुढे नाव लिहिलं लिसा दुगन. परत लक्ष विचलित झालं. टेनिस खेळणारी, अर्ध्या पेहरावातील लिसा डोळ्यांसमोर आली. मला तिच्याशी खेळताना खेळावर लक्ष ठेवणं अवघड जाई. तिच्या सौंदर्याने मी घायाळ झालेला असे. असंच एकदा खेळत असताना, ती मोबाईल फोन घेण्यासाठी थांबली. फोनवरचं बोलणं ऐकून तिचा चेहरा त्रासिक झाला. मी ऐकण्याचा प्रयत्न केला; पण तिने मला टाळलं. एका तासानंतर मी तिला तिच्या ऑफिसमध्ये सोडलं. त्यावेळी तिला विचारलं की इतकं काय महत्त्वाचं होतं? तिने नेहमीच्या पद्धतीने मला उडवून लावलं.

ती म्हणाली, 'फ्रँक, बँकेचे व्यवहार असेच असतात. त्यांनी मला हे सर्व कालच द्यायला सांगितलं होतं. आता न्यूयॉर्क आणि टोकियोच्या वेळा वेगळ्या असतात की नाही? त्यांना ते समजतच नाही.'

नंतर मीही थोडा विचार केला. या दोन शहरांतील अंतर लक्षात घेऊन त्यांच्या दिनदर्शनात किती फरक असेल? जास्त काही विचार केला नाही. म्हटलं असेल कुणीतरी चक्रम बॉस हिचा फोनवर सतावणारा. दुसऱ्या दिवशीच लिसा डब्लिनच्या बाहेर गेली. एक आठवडा बाहेरच होती. या सगळ्यामुळे मी चांगलाच कोड्यात पडलो होतो. नेमकं काय चाललं होतं ते मला समजेना. असं कोणतं कारण होतं या चमत्कारिक वागण्याचं?

या घटकेला या सगळ्या गोष्टी बाजूला सोडून पुढे जायला पाहिजे आहे. मग नाव लिहिलं– बिल ओ'हारा, न्यायखात्यात तो काहीतरी करत होता वगैरे. मग कारागृहप्रमुख कँपबेल आणि शेवटी डॅन स्टील. न्यायमंत्री यांचाही उल्लेख केला.

कागदाच्या दुसऱ्या बाजूकडे वळलो. मग आठवलं कॉनर मॅसनचं नाव राहिलंय की!

उजव्या बाजूला तीन नाव लिहिली. रॅटको (आडनाव माहीत नाही.), सेफिक बॅरिसिक (गाव वुकोव्हर, क्रोएशिया) आणि रॉजर निक्सन. खुर्चीत रेलून बसलो. भिंतीकडे बघत राहिलो. आजूबाजूला फोनचे आवाज येत होते. कुठला तरी फोन सतत वाजत होता. कुणी लक्षच देत नव्हतं. यावेळी एकदम आठवलं. बगदादमधील मेलेले मारेकरी. डेक्लान टायरनी, गोरान मुजकिक– हेगच्या आंतरराष्ट्रीय युद्ध अपराध न्यायाधिकरण यांना पाहिजे असलेले? या सर्वांचा उल्लेख केला उजव्या बाजूला.

क्नेझा आला; पण एकटा नव्हता. आणखी एक इसम होता. सहा फूट उंच, केस बारीक कापलेले. मला बघून चेहरा गंभीर केला त्याने. वय असावं चाळिशीच्या आसपास. मागे एक तरुण स्त्री. स्कर्ट व स्वेटर असा पेहराव. केस मागे बांधलेले. अंगाने स्थूल. पोट सांभाळायला त्रास होत असावा. आमची ओळख करून दिली. तो होता निकिका आणि तिचं नाव होतं मारिया. गुप्तहेर खात्याचे कर्मचारी. जास्त तपशील दिला गेला नाही व मी विचारलाही नाही. त्याची मला गरजपण नव्हती. आम्ही सगळे टेबलाभोवती बसलो. माझ्यावर त्यांची सतत नजर होती. मी दिलेली यादी त्यांनी वाचली. लॉटरीचे क्रमांक बघण्याची उत्सुकता निकिकाच्या चेहऱ्यावर दिसली. नंतर त्याच्या चेहऱ्यावरचे भाव निवळले. मी दिलेल्या कागदाची प्रत काढली. मारियाकडे दिली गेली. मूळ प्रत फॅक्समध्ये घालून कुठेतरी पाठवली. माझ्याकडे तिघेही बघत होते. क्नेझा तोंडदेखलं हसला. आता माझ्या लक्षात आले की त्याच्या चेहऱ्यामध्ये वयोमानाप्रमाणे फरक पडला होता. वयस्क दिसायला लागला होता. कामाच्या ताणामुळे झालं असावं असं.

शेवटी एकदा बोलला, "फ्रँक, आता नेमकं सांग तुला काय पाहिजे? सत्य? का सूड घ्यायचा आहे? का तुझ्या प्रेयसीकरता तू हे करतो आहेस?"

मी उत्तर देणार होतो पण मला मधेच थांबवलं.

"तुझ्या ऑस्ट्रेलियामधील कुटुंबीयांबद्दल तू बोललास. तू याची कल्पना वरिष्ठांना देऊन त्यांना उपाययोजना करायला सांगायला पाहिजेस, नाही का?"

प्रश्न योग्य होता पण क्नेझाला त्याचं उत्तरही माहीत होतं. त्याला माहीत होतं की इथं भयानक सुडाने पेटलेल्या गुन्हेगारांशी संबंध होता. पोलीस संरक्षण असूनही कुणी सुरक्षित राहू शकत नाही. जर रॅटको ऑस्ट्रेलियापर्यंत जाऊन फोटो काढून आणू शकतो तर तो त्यांना मारायला का नाही जाऊ शकणार? आणि मुख्य गोष्ट अशी होती की स्टीलच्या सुटकेच्या कारस्थानात मी माझी मान अडकवली होती.

"माझं प्राधान्य आहे माझ्या कुटुंबीयांची सुरक्षा. मला रात्र रात्र झोप येत नाही या चिंतेनं." हे बोलून थोडा थांबलो. वाटलं की कुणीतरी त्यांच्या भाषेत भाषांतर करेल. "पुढची गोष्ट आहे मला सत्य समजलं पाहिजे. किती सोसलंय मी आणि

लिसा आहेच.'' मारियाने मध्येच मला थांबवून विचारले, ''आणि समजा तिला तुम्हाला भेटायचं नसेल तर?'' चांगल्या इंग्लिशमध्ये बोलली.

''हो, मी विचार केलाय त्यावर.'' माझं बोलणं खरं नव्हतं. खरं म्हणजे ही शक्यता फार गांभीर्याने घेतली नव्हती. मला तिला भेटायचं होतं. तिच्याकडून सगळं समजून घ्यायचं होतं. ती संकटात आहे असं माझं मन मला सांगत होतं. त्यावर मात करणं तिच्या शक्तीबाहेरचं होतं. मी म्हणालो, ''सूडभावना आता काही उरलेली नाही.'' हे मात्र खरं होतं, आधीच्या बोलण्यात मी माझ्या मनातलं सगळं काही व्यक्त केलेलं नव्हतं; पण आता मला माझं सुरक्षित राहणं महत्त्वाचं होतं. माझे शत्रू ताकदीने जास्त, संख्येने जास्त आणि एकंदरच बळकट होते. त्यामुळे माझी व कुटुंबीयांची सुरक्षा व लिसाला भेटणे यापुढे सूड घेणं गौण झालं होतं.

क्नेझा त्या मारियाशी त्यांच्या भाषेत बोलला. यावर तिने खांदे उडविले. निकिकापण संभाषणात सामील झाला. त्यांचं बोलणं माझ्या डोक्यावरून जात होतं. मी इकडून तिकडे बघत राहिलो. इतक्यात फॅक्स मशिन चालू झालं. एकामागून एक कागद बाहेर येऊ लागले. प्रत्येक कागदाची पाहणी त्या तिघांकडून आळीपाळीने केली जात होती. मी पूर्णपणे अंधारात होतो. काय चाललं होतं उलगडत नव्हतं. शेवटी क्नेझा बोलला, ''हे सगळं चांगल्याप्रकारे कसं समजवायचं हे ठरवत होतो.'' माझी अवस्था एखाद्या रुग्णासारखी झाली होती. रोगाचं निदान काय होतं आहे या उत्कंठेत असलेल्या पेशंटसारखी. काय सांगणार आहेत? चांगली बातमी का वाईट? जीवन, मरण यातील काय वाट्याला येणार आहे? आता मला ऑस्ट्रेलियाला परत जा म्हणून तर सांगणार नाहीत?

''पण काही सोपा मार्ग सापडत नाही.'' हाताची घडी करून माझ्यावर नजर रोखून बघत होता. ''माझ्या सहकाऱ्यांना तुझ्या प्रकरणात चांगलाच रस उत्पन्न झाला आहे. ते जे काम करताहेत त्याच्याशी अगदी निकटचा संबंध आहे या सगळ्याचा.'' आता हे काय आणखी? ''अर्थात सगळं काही आम्हाला सांगता येणार नाही आणि तुझ्या सांगण्यातलं बरंच काही विचित्र आहे. विश्वासार्ह नाही.'' असं म्हणताना त्याची नजर कठोर झाली होती. मलाही आता त्याच्याबद्दल शंका येऊ लागली होती. तो म्हणाला, ''मित्र म्हणून काही मदत करणार आहे.''

मला मनातून खूप दिलासा मिळाला; पण तसं दाखवलं नाही. 'आता हा लांबण न लावेल तर बरं.' मी मनातल्या मनात प्रार्थना करत होतो. ''पण मित्र असलो तरी मला काही मर्यादा आहेत.'' त्याचा आवाज आता सावध झाला होता. शब्द अगदी तोलून मापून वापरत होता. ''आमच्याकडील प्रकरणं फार गंभीर आहेत. आंतरराष्ट्रीय स्तरावरच्या गंभीर समस्या. ह्या सर्वांमध्ये माझं सरकार, आयरिश सरकार आणि इतर काही देश गुंतलेले आहेत. यातल्या काही व्यक्तींशी

आमचा काही संबंध नाही. नोअेल डेम्पसे हा सरकारी अधिकारी आहे. यापेक्षा जास्त मी सांगू शकत नाही.'' मी जे काही मला दिलेल्या कागदावर लिहिले होते त्यावर त्याने नजर टाकली. 'लिसा दुगन नावाची स्त्री इथल्या युनोच्या ऑफिसमध्ये काम करत होती. सध्या नाही तिथे.' या माहितीमुळे मला काहीच मदत होणार नव्हती.

निराश झालो. लक्षणं काही चांगली नव्हती. क्नेझाला माहिती असून तो सांगत नाही का? का त्यालाही तितपतच माहिती आहे? आहे तसं तो सांगतोय. ते निमूटपणे ऐकायला पाहिजे. म्हणालो, ''ठीक आहे, मी बघतो आता.''

मी दिलेल्या नावांवरून बोटं फिरवू लागला. ''रॉजर निक्सनबद्दल आम्हाला काही माहीत नाही.'' ह्याचं आश्चर्य नाही वाटलं कारण हे नावंच खोटं असलं तर? आणि पॅट्रिक हालोरान, आयर्लंडचा न्यायखात्याचा मंत्री त्याच्याबद्दल काहीच नाही.

क्नेझाने टेबलावर हात ठेवले. ''आता ह्यातील मुख्य पात्रापासून सुरुवात करतो. इथेच तुझा घोटाळा झाला आहे.''

मी सगळ्या पर्यायावर विचार केला. मला काहीतरी संदर्भ पाहिजे होता. यात कोण कोण होतं? जे झालं ते मला ठाऊक होतंच, म्हणून त्याला म्हणालो, ''मुख्य पात्रापासून सुरुवात कर.''

ते तिघंही कामाला लागले. निकिकाने सिगारेट शिलगावली. मारीयाने लेखनसाहित्य हातात घेतले. क्नेझाने हातामधील एक फॅक्सच्या कागदाकडे पाहिले. त्यातून वाचत सांगू लागला, ''या वर्षीच्या फेब्रुवारी दोन तारखेला मिलान शहरातले पोलीस एका आलिशान हॉटेलमध्ये गेले. खोली क्र. तीनशेतीन.'' मिलान शहराचे नाव ऐकून मी आणखीनच चक्रावलो. त्याने पुढे चालू केलं. ''एका वेश्येने केलेल्या तक्रारीसंबंधात पोलीस तिथे गेले होते. तीनशेतीनमध्ये राहणाऱ्या इसमाने तिला सतत पाच दिवस तिथे ठेवले होते आणि याबद्दल तिला पैसे द्यायचे नाकारले, तिला मारहाणही करण्यात आली होती. स्थानिक पोलिसांची अशी समजूत झाली की हा नेहमीसारखा सामान्य गुन्हा असेल. अलीकडे उत्तर इटलीमध्ये पूर्व युरोपमधून चोरट्या मार्गाने काही लोक आले होते. त्यातील स्त्रिया वेश्या व्यवसाय करीत; पण अशा प्रकारात त्यांच्याकडून तक्रार केली जात नसे. कारण त्यांचं तिथलं वास्तव्य बेकायदेशीर असायचं. त्यामुळे खोली क्र. तीनशेतीनमधील झालेला प्रकार व त्या स्त्रीने केलेली तक्रार थोडी वेगळ्या स्वरूपाची होती. ह्या तपासात जे निष्पन्न झालं ते तर फारच आश्चर्यजनक.''

दुसरा एक फॅक्स आला. तो बघून तो इंटरकॉमवर काही बोलला. मग पुढे चालू केले, ''या खोलीत त्यांना मिळाला डिमॅट्रो कॅझेलॉक, वय पंचेचाळीस. राष्ट्रीयत्व युक्रेनियन. तो बिछान्यात नग्नावस्थेत झोपला होता. कोकेनच्या अतिसेवनामुळे जवळजवळ बेशुद्ध झाला होता. त्याच्या बाजूला तीन तरुणीही नग्नावस्थेत बेहोश

अवस्थेत सापडल्या. त्या स्त्रियांना हॉस्पिटलमध्ये दाखल करून युक्रेनियन इसमाला अटक केली. खोलीची झडती घेतल्यावर एक लाख पन्नास हजार यू. एस्. डॉलर्सच्या चलनी नोटा आणि लाखो डॉलर्स किंमतीचे हिरे व एक किलो कोकेन सापडले. बरीच कागदपत्रंही मिळाली. त्या कागदपत्रांवरून कॅझेलॉक तेल, टिंबर, हिरे, मादक पदार्थ आणि शस्त्रांची वाहतूक करत असे असं दिसलं. या कागदपत्रांवरून उघड झाले ते असे, त्या इसमाने पंधरा दिवसांपूर्वी एक मालवाहतूक विमान भाड्याने घेतले. त्या विमानामधून तो युक्रेनमधील क्याविह इथे गेला. त्या ठिकाणी या विमानात प्रचंड शस्त्रसाठा भरण्यात आला. हे विमान सिअेरा लिऑनकडे गेले. बनावट कागदपत्र करून हा शस्त्रसाठा सुदानच्या सशस्त्र दलाकडे दिला गेला.''

थोडा वेळ शांततेत गेला. या दरम्यान कागद चाळणं चालूच होतं. निकिकाची सिगारेट संपली होती.

''कॅझेलॉक हा ओडेसा येथील रहिवासी. हे व्यापारी बंदर आहे, काळ्या समुद्रावर. १९७० साली तो इस्त्रायलला गेला. रशियन साम्राज्य कोसळल्यानंतर त्याने खनिज तेल व्यवसाय सुरू केला. समजतंय का?''

मी त्रासून गेलो होतो. ''अरे पण, ह्या सगळ्याचा माझ्या प्रकरणाशी काय संबंध?''

''फ्रँक थोडं शांतपणे घे. हे सगळं उमगणार आहेच पुढे.'' त्याने कॉफी मागवली व थोडा वेळ थांबू असे म्हणाला. कॉफी आली. माझ्या मगातील कॉफी थंड होईपर्यंत मी विचार करत होतो. जे काय समजत होतं ते माझ्या मगदुराच्या बाहेरचं होतं.

''आता तुला असा प्रश्न पडला असेल की हा इसम आमच्या सुरक्षाव्यवस्थेच्या रडारमध्ये कसा आला?'' प्रत्येक जण आपल्या चवीप्रमाणे कॉफी तयार करून घेत होता. मी विचारले, ''त्याला का इतकं महत्त्व?''

''कॅझेलॉक सर्बियामधील कम्युनिस्ट मिलिशियाला शस्त्रपुरवठा करत असे. ही गोष्ट नव्वद सालानंतरची. गोरान बॉबिक हा सर्बियात लोकशाही पक्षाचा वरिष्ठ पदाधिकारी. त्याचा हा मित्र. अनेक गुन्हेगार संघटनांशी गोरानचा संबंध होता. १९९५ मध्ये तो बोस्नियामध्ये दिसला होता. सेब्रेनिका येथे गरम पाण्याचे झरे आहेत. त्या ठिकाणी मुस्लीम कुटुंबांना वेगळ्या ठिकाणी हलविण्याच्या कामात तो होता. सेब्रेनिका या ठिकाणी पाच दिवसांत सात हजार पुरुषांची व मुलांची पद्धतशीरपणे हत्या करण्यात आली. शाळेत व गोदामांमधून कॅझेलॉकने भारी यंत्रसामुग्रीने या सर्व मृतदेहांचे सामुदायिक दफन केले. हत्येवर पांघरूण घालण्याचा प्रयत्न. याचा मोबदला त्याला रोख पैशात वा हिऱ्यांच्या रूपात मिळाला.''

आता, थोडं उमगायला लागलं. क्नेझाचा रोख काय होता ते समजलं. "आणखी एक फक्त.." मधला मजकूर सांगू लागला. "गोरान बॅबिक हा युद्ध अपराध न्यायाधिकरणाला हवा आहे. त्याच्यावर वंशहत्या, युनो अधिकाऱ्यांना ओलीस ठेवणे, बलात्कार, खून व बोस्नियामधील मुस्लीम व क्रोएट नागरिकांचा छळ करणे असे आरोप आहेत."

मला दिसलं नव्हतं, पण मारियाकडे एक फोल्डर होतं त्यामधून तिनं एक फोटो काढला. तो बघून मी गारच पडलो. फोटो होता रॅटको प्रेडोजेविकचा. मारियाने विचारले, "याची भेट झाली आहे का?" मी क्षीणपणे 'हो' म्हणालो. ती म्हणाली, "ह्या बदमाशाचे संबंध पूर्वीच्या युगोस्लाव गुप्तहेरांशी आहेत. कुप्रसिद्ध टायगर नावाची गुन्हेगारी संघटना. त्याने गैर सर्ब लोकांची छळवणूक व हत्या केली. युद्ध गुन्हेगारीमध्येपण तो हवा आहे."

माझं मन नुसतं खदखदत होतं. माझा छळ करणारा यापेक्षा अधिक दुष्ट होता तो. मी विचारलं, "आणखी काय आहे?"

क्नेझाने चेहरा लांब केला व म्हणाला, "आहे तर."

मी कॉफीचा मग दोन्ही हातात धरला. हाताची थरथर लपविण्याचा प्रयत्न.

"खरं म्हणजे दोघेही कॅझेलॉक आणि रॅटको हे मिलोसा बॉकोविसचे हस्तक आहेत. हा कुविख्यात शस्त्रांचा व्यापारी व मादक पदार्थांचा पुरवठा करणारा आहे. त्याचा कारभार अल्बानियामध्ये चालतो. कोसोवामध्ये स्त्रियांना गुलाम केलं जातं. या माणसाने हजारो स्त्रियांचं अपहरण करून गुलाम केलेल्यांची संख्या जवळपास दोन हजार. माहितगार सूत्रांनुसार या अभागी स्त्रियांवर बलात्कार करून गुन्हेगारी करायला लावलं जातं. पश्चिमेकडील सत्ता तेथे आहेत. त्यांच्या समाधानासाठी हे सर्व उपयोगी पडतं."

आता हे सगळं माझ्या सहन करण्यापलीकडे. डॉक्टर म्हणून काम करताना आंतरराष्ट्रीय स्तरावर गुन्हेगारी कशी चालते असं समजायला काही कारणच नव्हतं. कोसोवा आणि ॲमनेस्टीबरोबर काम करताना युद्ध गुन्हेगारी व क्रौर्य बघितलं होतं. पण आता मिळालेल्या माहितीमुळे किळसवाणं वाटायला लागलं; परंतु अजून हे समजत नव्हतं की मी कसा यामध्ये गुंतलो होतो. लिसा दुगनची काय भूमिका होती यात?

"हं, आता आपण ह्यामधील आयरिश भागावर बोलू." हे ऐकून मी ताठ बसलो. "ब्रॉकोविस जिथे संघर्ष असतो त्याठिकाणी शस्त्रास्त्र पुरवठा करतो. हार्मन कारागृहातला तू ज्याच्याविषयी बोललास, तो स्टील यामध्ये आहे. तो खोटे बँक अकाऊंट्स ठेवतो. सायप्रस, ग्रीस, तुर्कस्तान इ. पार थायलंडपर्यंत पोहोचलाय तो. सामान्य गुन्हेगारापासून तो फार मोठा शस्त्रास्त्रांचा व्यापारी झाला आहे. युक्रेनपासून

आफ्रिकेपर्यंत त्याचे सर्वांशी संबंध आहेत.'' थोडंसं हसून म्हणाला, ''फायदाही फार आहे त्यात.''

निकिका मध्येच म्हणाला, ''जागतिक शस्त्रास्त्र व्यापाराच्या तपास कामामध्ये केंद्रस्थान स्टील आहे. या सगळ्यामधील प्रमुख व्यक्तींशी त्याचा संपर्क आहे. त्याची प्रचंड संपत्ती त्याने परदेशी बँकांमध्ये ठेवली आहे.''

कायद्याच्या भाषेत सांगायचं तर याचा अर्थ अब्जावधी अमेरिकन डॉलर्स. मग माझ्या मनात आलं की असं असेल तर तो दोन किरकोळ गुन्हेगारांच्या मागावर का फिरला? संपत्तीचा उपभोग घेत का नव्हता? माझ्याशी जे वाकडं वागतात त्यांना मी इजा करतो असं स्टीलने मला सांगितलं होतं. हार्मनमधून सुटण्याचा प्रयत्न याचसाठी होता. त्याला लुटीतला हिस्सा घ्यायचा होता.

आता मारियाचा अभिप्राय. ''बगदादमध्ये ठार झालेले सुरक्षारक्षक नव्हते. इराकी बंडखोरांशी तोफा व दारूगोळा पुरवठा करण्याची बोलणी करत होते. गुप्तहेरांकडून मिळालेल्या माहितीनुसार त्यांच्याजवळ रशियामधील एका अणुभट्टीतून चोरलेले एनरिच्ड युरेनियम होते. सी.आय.ए.च्या म्हणण्याप्रमाणे शहराच्या गजबजलेल्या ठिकाणी स्फोट घडवून आणण्याचा त्याचा कट होता. तसं झालं असतं तर फार भयानक घडलं असतं.''

मी एक प्रश्न केला, ''ह्या सगळ्याशी त्या सांभाळून ठेवलेल्या साक्षीदाराचा काय संबंध आहे?''

''सेफिक बॅरिसिक तीन साक्षीदारांपैकी एक आहे. त्यातील प्रत्येकाला वेगवेगळ्या ठिकाणी ठेवलेलं आहे. त्याच्यावर एकदा हल्ला झाला होता व त्याच्यावर अमेरिकन लष्करी रुग्णालयात उपचार झाले.'' आता माझ्या लक्षात आलं की त्याच्या शरीरावर बंदुकीच्या गोळीने झालेल्या जखमेचा वण होता. क्नेझाने पुढे सांगितलं. ''सेफिक यातून वाचला. व्हुकोव्हर क्रोशिया इथं हॉस्पिटलमध्ये जी कत्तल झाली त्यातूनही तो वाचला होता. त्याच्यावर हल्ला करणारे दोघं जण होते. मिलोस ब्राकोव्हिस आणि रॅटको प्रेडोजेविक.''

''आता कुठे आहे ब्राकोव्हिस?'' रॅटको कुठे होता त्याची थोडी कल्पना होती मला.

''फेब्रुवारी महिन्याच्या सुरुवातीला त्याला अटक झाली. झाग्रेबच्या बाहेर पहाडी भागात एका चकमकीमध्ये तो होता. सध्या तो जर्मन लष्कराच्या ताब्यात आहे. जगातल्या प्रसारमाध्यमांच्या मते तो अजून पकडला गेलेला नाही. त्याला लवकरच न्यायालयासमोर हजर केलं जाईल. त्याच वेळी सेफिक बॅरिसिकला आयरिश कारागृहातून आणण्यात येईल. तोपर्यंत त्याला सुरक्षित ठेवणं महत्त्वाचं आहे.''

“पण डॅन स्टील व ब्राकोव्हिस यांचे संबंध आहेत हे माहीत असूनही त्याला हार्मनमध्येच का ठेवलंय?”

“ते काही मला सांगता येणार नाही. तू किती संकटात आहेस ते मला माहीत आहे. पण काही गोपनीय बाबी मला नाही उघड करता येणार, का तर तुझी प्रेयसी बेपत्ता आहे. आमच्यापुढे मोठे प्रश्न आहेत. आंतरराष्ट्रीय स्तरावर बऱ्याच राष्ट्रांचा संबंध असलेल्या हेरगिरीमध्ये तू अडकला आहेस. ब्राकोव्हिसचा खटला यशस्वीपणे लढला गेला पाहिजे. त्यामुळे आंतरराष्ट्रीय गुन्हेगारीचंच जाळं नष्ट होणार आहे. आमच्या देशावर यासाठी अमेरिकन सरकारकडून दबाव येतोय. त्यांना त्याला शिक्षा व्हायला हवीय. आमच्या पूर्वीच्या प्रश्नांची उकल करण्याच्या आमच्या निश्चयाची ही परीक्षाच आहे. या सर्वांमधे गुंतलेले गुन्हेगार महाभयानक आहेत.” आता त्या तिघांमध्ये परत काही विचारविनिमय सुरू झाला. मी माझ्या विचारात होतो. माझ्या कल्पनेपेक्षा फार भयानक होतं हे. मी काहीतरी योजना ठरवत असताना मारिया म्हणाली, “आयरिश न्यायमंत्री पॅट्रिक हॅलोरनची प्रसिद्धी पोलादी पुरुष म्हणून आहे ना?”

खरं होतं ते. दहशतवादाला विरोध. गुन्हेगारीला विरोध. सगळ्यालाचा विरोध. माझी मुख्य वैद्यकीय अधिकारी या पदावरून बडतर्फी त्याच्यामुळेच झाली होती. त्या ‘लंडनमधील घटनेनंतर!’ मी कधी भेटलो नव्हतो, पण सर्व गुन्हेगारी जगतावर तो नजर ठेवून असे. मी म्हणालो, “आहे तसा तो कडक.”

“त्याला भेटलास तर तुझे बरेचसे प्रश्न सुटतील.”

मी कोरडेपणाने हसलो. “लवकरच करतो मी ते.”

मला त्या इमारतीच्या बाहेर पोहोचवताना क्नेझाने मला एका बाजूला घेतले आणि म्हणाला, “आमची डब्लिनमध्ये एक कॉन्सुलेट आहे. अठ्ठेचाळीस तासांत तिथे संपर्क कर. आणखी माहिती मिळेल कदाचित.” आजूबाजूला कोणी नाही हे बघून म्हणाला, “तुझ्या हॉटेलमधून पाच वाजता तुला घेऊन जे मिळेल त्या विमानात तुला बसवून देऊ. पुढे डब्लिनकडे जायला काहीतरी सोय होईलच.” त्याने हस्तांदोलन केले. त्याची पकड फारच घट्ट होती. “शुभेच्छा देतो तुला.” मी अवकाशात बघत राहिलो.

पहिल्यांदाच मला मी यात यशस्वी होईन की नाही अशी शंका आली. पहिल्यांदा माझी लढत होती न्यायखात्याशी. नंतर स्टील भेटला. मग रानातल्या युक्त्या वापरायला सुरुवात केली. यामध्ये प्रतिस्पर्ध्याला गाफिल ठेवलं जातं. मग त्वेषाने हल्ला करायचा. पण आता काय धोरण ठरवावं हे स्पष्ट होत नव्हतं. माझ्या कल्पनेपेक्षा विरोधक बलाढ्य होते.

११

दुसऱ्या दिवशी मला घ्यायला आले तर मी तयारच होतो. सतत दोन दिवस मला झोप मिळाली नव्हती. नवीन मिळालेल्या माहितीमुळे सुन्न झालो होतो. लिसाविषयी ठोसपणे काहीच कळलं नव्हतं. ते मिलिटरी गणवेशात होते. सेनादलाच्या वाहनामधून आले. बर्फातून मार्ग काढण्यासाठी विशिष्ट पट्टे लावले होते. त्या सर्वांचे मानसिक भाव त्रासिकपणाचे होते. एकमेकांवर खेकसून बोलणं व चिडणं चालू होतं. वाहनं सावकाश चालत होती. रस्ते निर्मनुष्य होते. किरकोळ वाहतूक चालू होती. तापमान उणे पाच. मी थंडीपासून बचाव करण्यासाठी स्वतःला गरम कपड्यात लपेटून घेतलं होतं.

अलितालियाचं बेलग्रेड विमानतळावरचं ऑफिस. मला आधी रोमला जायचं होतं असं समजलं. मला पोहोचवण्यासाठी आलेल्या पथकाचा प्रमुख आडव्या अंगाचा होता. ओव्हरकोट व पी कॅप असा पेहराव. तो इतक्या जोराने हुकूम देत होता की काऊंटरमागे पेंगत बसलेली सेविका दचकून जागी झाली. मी प्रवेश केल्यानंतर असं दिसलं की माझ्या अवतीभोवती शहर सोडणारे बरेच लोक होते. सगळे जण त्रासलेले. काही लोक चोवीस तास तर काही अठ्ठेचाळीस तास खोळंबले होते. वातावरणात तणाव होता व प्रवाशांमध्ये चिडचिड होताना दिसत होती. लहान मुलांची किरकिर चालू होती. सर्वांसाठी रोम हे चांगलं गंतव्य स्थान होतं. रोमला विमान वाहतूक व्यवस्थित होती. तिथे पोहोचल्यावर पुढील मार्ग बघायचा.

तीस मिनिटात विमानतळावरील तपासणी पूर्ण करून आत सोडलं. मला अति महत्त्वाच्या व्यक्तींसारखं वागवण्यात येत होतं. विमानातील कर्मचारी मला बघून अचंबित. दोन दिवसांची दाढी वाढलेला, केस विस्कटलेला, तारवटलेले डोळे असणारा माणूस अति महत्त्वाची व्यक्ती असू शकतो हे त्यांना पटलं नव्हतं.

विमानाचं उड्डाण एक तास उशिरा झालं. बर्फ पडल्यामुळे वेळ लागला. सुमारे

आठ वाजता सुटलं. परत बर्फ पडायला लागलं होतं.

विमान प्रवासात विचार करायला सवड मिळते. दुसरं काहीच करायचं नसतं बसून राहण्याखेरीज. मी प्रथम वर्गाचा प्रवासी होतो. कॉफी व खाद्यपदार्थ घेत बाहेर बघत राहिलो. सगळीकडे जमिनीवर बर्फच बर्फ. निळ्या आकाशातला सूर्य नारिंगी रंगाचा दिसत होता. इतर वेळी हे दृश्य बघायला बरं वाटलं असतं; पण ही वेळ तशी नव्हती. मी खूप व्यापात होतो.

हे सर्व केल्यावर नोअेल डेम्पसेबद्दल काहीच कळलं नव्हतं. मी सर्वात पुढे बसलो होतो. क्नेझाने माझ्या सुरक्षेसाठी अशी व्यवस्था केली असावी. विमानातील सेवकाने मला विचारून माझ्यापुढील खाद्यपदार्थांचं पात्र उचललं.

आणि लिसाबद्दल तरी काय समजलं होतं? मारियाने वेगळाच पवित्रा घेतला होता. ती भेटायचं नाही म्हणाली तर असा मारियाचा प्रश्न. तिला काहीतरी अटकळ असावी. पूर्णपणे माहीत नसेल. ती का म्हणून भेटायचं नाकारेल? पुन्हा पूर्वी झालेलं बोलणं आठवलं. 'आपण लग्न करू या लिसा. ऐक माझं, मी खूप सुखी ठेवेन तुला शपथपूर्वक सांगतो.'

'डॉ. रयान, ही मागणी घातलीय का?'

'होय, पण तू हो म्हणालीस तरच.'

'नाही.'

'पण का?'

'फ्रँक, ते फार धोक्याचं आहे.'

विमानाभोवती काळ्या ढगांचं आच्छादन तयार झालं होतं. खालचं काहीच दिसत नव्हतं. माझी आठवणही अशी झाली नव्हती काय? काय धोका वाटत होता तिला? का तिच्या युनोमधील नोकरीमुळे असं म्हणाली? मलाही मूर्खाला त्यावेळी त्याची फोड करून घेता आली नाही.

आणखी एक कोडं. मारियाने न्यायमंत्र्याबद्दल मारलेला शेरा. तो पोलादी पुरुष आहे का?

'त्याला भेटल्यावर तुझे प्रश्न सुटतील.'

कसं शक्य आहे? मला तडकाफडकी काढून टाकण्याचा निर्णय घेणारा हा इसम. मला अगदी तुच्छ समजणारा. तो मला काही समजावून सांगेल अशी सुतराम शक्यता नव्हती. विमान हवेच्या झोतामुळे थोडं वेडंवाकडं झालं. माझ्या पोटात ढवळून आलं. विमानातील कर्मचाऱ्यांनीही सुरक्षा पट्टा बांधण्याची सूचना दिली. विमान एका बाजूला कललं होतं. कोसळलं असतं तरी मला काही फरक पडणार नव्हता. झगडण्याची ताकद नव्हती उरली. सगळीकडे फसवणूक आणि लबाडी. माझी घरी परतायची वेळ जवळ आलीय का? झोप घ्यायचा प्रयत्न करू लागलो.

मागं कुणीतरी मूल किंचाळू लागलं. मी दचकून उठलो. मला झोपेची आत्यंतिक गरज होती. शरीराची ती प्राथमिक गरज होती; पण रॅटकोची खुनशी आकृती डोळ्यांसमोर येत होती. त्याच्याविषयी जे कळलं ते भयंकर होतं. माझ्यावरील आलेल्या सर्व संकटांमध्ये भयानक संकट. स्टील ह्या सर्वांचा केंद्रबिंदू.

आता डॅन स्टीलविषयी सर्व काही कळलं होतं. पण आणखी एक शत्रू दिसत होता. ब्राचोविस. ड्रग्ज्-शस्त्रांचा व्यापार. अल्बानिया स्त्रियांची केलेली दैना, जर्मनीमध्ये तुरुंगात होता खरा; पण तोही डॅन स्टीलप्रमाणे सुटकेचा प्रयास करत असेलच. त्यांना ते महत्त्वाचे साक्षीदार मारायचे होते. त्यातही एक माझ्या देखरेखीखाली होता, सेफिक बॅरिसिक.

यामध्ये, इतक्या गुंतागुंतीच्या कारस्थानामध्ये कसा अडकलो मी? वारंवार हा विचार मनात येत होता. उत्तर येत होतं, लिसा दुगन. माझ्या प्रेयसीने नकळत मला यात ओढलं असावं. आणखी एक विचार आला आणि मी उडालोच. असं तर नसेल की ती काहीतरी वेगळंच काम करीत असावी. युनोमधील नोकरी हा देखावा. आधी अमेरिका बँकेमध्ये आहे असं नव्हतं का दाखवलं? सहकाऱ्यांना भुरळ पाडून स्वत:ची ओळख लपवत होती. कुठल्याही बाजूने बघितलं तरी निरनिराळी वलयं दिसत होती. धोकादायक, धारदार.

विमानातील सेवक माझ्याजवळ आला. ''तुम्ही ठीक आहात ना साहेब?'' त्याने विचारलं. मी कसंबसं हसलो. मी कमी विचित्र दिसण्याचा प्रयत्न करू लागलो आणि म्हणालो, ''ठीक आहे, थोड्या आजारपणातून उठलो आहे नुकताच.'' त्याला समजलं की नाही कुणास ठाऊक पण जाताना तो संशयाच्या नजरेने पाहत होता हे नक्की. त्या मारहाणीमध्ये माझे स्नायू दुखावले होते. हात लांब ओढून आळस दिला. काही मोडतोड नव्हती. शरीर प्रकृती सुधारत होती; पण माझ्या मनाचं काय? आता पुढं आणखी एक काम दिसत होतं. कॉनर मॅसनने मी सांगितलेलं हत्यार आणलं होतं का ते बघायचं. डॅन स्टीलशीही बोलायचं होतं. संरक्षण करणाऱ्यांपासून सूड घेणाऱ्यापर्यंत माझा प्रवास चालला होता. आता मला त्याची दुष्कर्मं माहीत झाली होती. मला त्याचा व त्याच्या संघटनेचा नाश करायचा होता.

रोम विमानतळावर खूप गर्दी होती. डब्लिनचं विमान सुटायला वेळ होता. दाढी करून घ्यावी असा विचार केला. केशकर्तन कलाकार टक्कल असलेला, स्थूल होता. त्याची बडबड चालू होती. त्याला त्याचं इंग्रजी भाषेचं ज्ञानपण पाजळायचं असावं. माझी मानसिकता वेगळीच होती. मी मुकाट बसून राहिलो. दाढी व केस यासाठी तीस युरो दिले. त्याच्याशी थोड्या जवळीकतेने वागायला हवं होतं असं मला वाटलं. ह्या सगळ्या प्रकरणामुळे इतका बेचैन झालो होतो की कुणाशी सभ्यपणानं वागणं अवघड झालं होतं. माझ्या शेजारी एक वयस्क गृहस्थ होते. ते

मला व्हॅटिकनमध्ये काय काय बघितलं ते सांगायचा प्रयत्न करत होते. विमान कुठेतरी फ्रान्सवरून जात असताना मी एक शिवी हासडली. त्यावर ते गृहस्थ माझ्या शेजारची जागा सोडून दुसरीकडे जाऊन बसले. आता मी एकटाच होतो. ढगांचं निरीक्षण चाललं होतं. हिरव्या गणवेशातील कर्मचाऱ्याकडून तपासणीचं काम चाललं होतं. सगळं संशयास्पद वातावरण. सावध रहा, रयान!

विमानातून उतरल्यावर मॅसनला फोन केला. त्याने काही नीट भाष्य केलं नाही. कदाचित भोवताली कुणी असेलही. एक मिनिटात त्याचा मेसेज आला.

'सामान आलं आहे. रात्री दहा वाजता मिळेल.
त्यावेळी फोन कर.'

आत्ता साडेपाच वाजले होते. टॅक्सी करून घरी गेलो. अंघोळ केली, कपडे बदलले. बरीच पत्रं आलेली दिसत होती बिनकामाची. बँकेच्या मॅनेजरचं पत्र. माझ्या बँकेतील ओव्हरड्राफ्टबद्दल जाणीव दिलेली होती. बँकेत फोन केला. सांगितलं की पुढच्या पगारात सगळं करतो ठीक. कसं काय करणार होतो मी हे? कधी कधी असं वाटायचं की दुसरीकडे कुठेतरी काम करून थोडं उत्पन्न वाढवावं पण मी तो मार्ग टाळला. माझं लक्ष्य काय होतं याचा विसर पडू द्यायला नको. कितीही अवघड असलं तरी ते करायलाच हवं. एका एटीएममधून शंभर युरो काढले. एका दुकानातून माशाचं जेवण बांधून घेतलं. पेप्सीबरोबर हे खाद्य घशाखाली उतरवलं. लिसाबरोबर महागड्या इटालियन हॉटेलमध्ये केलेली चैन आठवत होती.

अजूनही पोटात भूक होती. चॉकलेटवर भागवलं. भुरभुर पाऊस पडत होता. थोडा आडोशाला उभा राहिलो. थंडी होती. उदासवाणं, एकटं वाटत होतं.

संध्याकाळी तुरुंगातील दवाखान्यात गेलो. नर्सनं सगळा अहवाल दिला. खरचटल्याचा, जखमांचा वृत्तान्त इ. कागदपत्रांवर नजर टाकली. काय जरुरीचं आहे, लांबणीवर कोणतं टाकता येईल याचा विचार चालला होता. साळसूदपणे नर्सला विचारलं, "जे कक्षामध्ये काही गडबड?"

तिच्या चेहऱ्यावर निर्विकार भाव. "तिथे तर कुणीच नाही. रिकामा आहे." याचा अर्थ असा होता की तिला काहीच माहीत नाही. मीही जास्त चिकित्सा केली नाही. 'जे' कक्षातल्या रुग्णाला तिथून हलवलं असेल किंवा बरा झाला असेल. काही असलं तरी शेवटी समजेलच.

नेहमीची रुग्णांची गर्दी. डॅन स्टीलचा रांगेत चौथा क्रमांक. तो असणारच असं जाणूनच होतो मी. आधीच्या तीन रुग्णांचा आजार गंभीर नव्हता. रोजच्या कामाचा रगाडा चालू आहे. एका रुग्णामध्ये काविळीची लक्षणं दिसत होती, हेपेटायटिस बी व सी. एकच सुई सगळ्यांनी वापरल्यामुळे झालेला संसर्ग. त्याला रक्त तपासणीसाठी शिफारस दिली. दुसऱ्या रुग्णाच्या अंगावर जखमा होत्या. ड्रग्ज

टोचून घेण्याच्या प्रयत्नात झालेल्या जखमा. पुढचा रुग्ण पाठदुखीची तक्रार घेऊन आला होता. पाठीत काहीतरी आवाज येतोय. उठता येत नाही. कपाळ मोठे. नजर भिरभिरती. काहीतरी शोधत असावा. माझ्या टेबलाकडे निरखून पाहत होता. वेदनेमुळे तळमळत, विव्हळत होता. मी त्याला तपासलं. जुन्या अहवालाप्रमाणे गंभीर काही नव्हतं. त्यानं दुखत आहे असा बहाणा केला होता. कांगावा करत होता हे स्पष्टच होतं. डोळ्यांतही काही वेदना आहे असं लक्षण नव्हतं. लबाडी!

"एक्स-रे काढून बघावं असं वाटतंय." इतकं म्हटल्यायर त्याचा चेहरा खुलला. म्हणजे त्याकरता आला होता तर! बाहेर गेल्यावर स्त्री देहाचं दर्शन होतं. कधीकधी वेगळं खायला मिळतं काहीतरी. हे असं नेहमीचं असायचं. तक्रार खरी आहे का खोटी, कसं ओळखणार? रुग्णांना आजाराच्या लक्षणांची माहिती असे व तसाच बहाणा करीत. फिट येण्यापासून हार्ट ॲटॅकपर्यंत सगळी लक्षणं बेमालूमपणे दाखवता येत त्यांना.

आज मी ठरवलं होतं की अधिक चिकित्सा न करता एक्स-रे बद्दल निर्णय घ्यायचे. या दोन तीन रुग्णांना डॅन स्टीलबरोबर एक्स-रे साठी पाठवता येईल. रेडिओलॉजिस्टलाही सोयीचं होईल. कारावास गव्हर्नरला सुरक्षाव्यवस्था करणं सोपं होईल. माझं काम होतं की रुग्णांच्या लक्षणांची व्यवस्थित नोंद करून एक्स-रे कसा आवश्यक आहे त्याची शिफारस करणं. जेव्हा कैद्याची परिस्थिती गंभीर असे त्यावेळेस डॉक्टरांचं म्हणणं ऐकावं लागे. काही वेळा रुग्णांची संख्या जास्त असल्यास रेडिओलॉजिस्ट तुरुंगात एक छोटं मशिन घेऊन येत असे, दिवसभर थांबून एक्स-रे काढले जात. पण हे मशिन सध्या बिघडलं होतं व ते देणाऱ्या कंपनीनं अजून दुरुस्त केलं नव्हतं. मशिन नादुरुस्त करण्याची किमया करणारा आता माझ्यासमोर बसला होता.

"कुठं नाहीसा झाला होतास झक मारायला?"

मी तीन दिवस नव्हतो त्यावर ही टिप्पणी. मला हे आश्चर्य वाटत होतं की या वेळेत त्यानं इथं यायचं कसं जमवलं? अंधारातही त्याचं बसकं नाक उठून दिसत होतं. कारण गालफडं बसलेली होती. ओठ सुजलेले होते. त्वचा फिकट पडली होती. चांगलं लक्षण नव्हतं. उजेडासाठी दिवा जवळ आणला. मानेवरचा गोंदलेला साप होताच. चेहऱ्यावरचा तो व्ही आकाराचा वण ताणला गेला होता. त्याचा अर्थ तो आतमधून बेचैन असावा.

"काही नाही, थोडं इकडं तिकडं. काही लोकांच्या भेटी घेतल्या."

मी खुर्चीवर बसलो, बघत होतो त्याच्याकडे. "तुझे मित्र रॅटको आणि निक्सन. त्यांनी काहीच मदत केली नाही. उलट माझ्या कुटुंबीयांना उडविण्याची धमकी दिली. त्यामुळे मला बाहेर पडावं लागलं. सत्य शोधायला." हा खेळ फार

खतरनाक होता. किती आणि काय सांगायचं हा विवेक फार महत्त्वाचा होता.

"पण मग काय कळलं?" हाताच्या मुठी वळत होता व सोडत होता.

"समजलं, सिअेरा लिओनबद्दल आणि युक्रेनबद्दल." त्याची प्रतिक्रिया काय होते ते पाहत होतो; पण निर्विकार होता तो. माझ्याकडे बघत होता. मी पुढे म्हणालो, "आता रॅटकोबद्दलही सगळं माहीत झालं आहे. निक्सनबद्दल माहिती मिळणं अवघड दिसतंय. काही कळत नाही, एक मात्र आहे त्याला बऱ्याच भाषा येतात. तुमच्यापेक्षा थोडा वेगळा आहे हा माणूस."

"गेरी, रॉजर निक्सन– ब्रिटिश सैन्यात होता. तो पाच भाषा बोलतो. युरोप आणि आफ्रिकेमध्ये त्याचा फार वट आहे. डोळ्याची पापणी लवतेय न लवतेय तोपर्यंत तो तुमचा गळा कापू शकतो."

"असेल तसं म्हणा; पण माझ्या तावडीत सापडला तर वेगळंच होईल." हे म्हणणं आगाऊपणाचं होतं; पण हे आवश्यक होतं. माझा धाक बसवण्यासाठी.

"डॉक्टर, मला थापा नको मारू आईघाल्या."

मी पुढे वाकून म्हणालो, "आपण काही गोट्या खेळत नाही इथं. तू जेव्हा माझ्या कुटुंबाला हात घातलास त्यावेळीच तुझी चूक झाली."

तो मुळीच विचलित झाला नाही. "आता माझ्याशी गद्दारी चालायची नाही," तो म्हणाला, "माझं बोलणं नाही ऐकलंस तर मी काहीही करू शकतो. तुझ्या घरातल्यांना समजू दे आणि समजा काही झालंच मला तर त्या क्षणालाच तुझा मुडदा पडलेला असेल, लक्षात ठेव." त्याचा इतिहास बघता त्याच्या म्हणण्यात निश्चितच तथ्य होतं.

मी घाबरलो नाही असं दाखवलं, "हे पहा, मी ऑस्ट्रेलियाचा. मी जर माझ्या सरकारला सांगितलं तर तिथले पोलीस येतील ना."

त्याची नजर सैतानी झाली म्हणाला, "मी सांगतो तसं कर."

मी म्हणालो, "तसं नाही. आपण दोघंही एकमेकांना सांगून काय करायचं ते करू."

स्टीलनं खांदे उडविले, "ठीक आहे. तसं करू या."

मी हात डोक्याच्या मागे घेऊन रेललो. विश्वास अविश्वासाचं वातावरण निर्माण करण्याचा प्रयत्न.

"दोन दिवसांपूर्वी मला 'जे' कक्षात बोलावलं होतं."

"मला माहीत आहे. इथं कोणतीही गोष्ट गुप्त राहत नाही."

"तिथं ठेवलेल्या माणसाची खडान्खडा माहिती मला आहे."

"आणि?"

"तिथं काहीतरी महत्त्वाचं आहे. होय की नाही?"

"डॉक्टर तुझ्या जागी मी असतो ना तर मी या फंदात पडलो नसतो. मी तुला यापासून लांब ठेवण्याचा प्रयत्न करत होतो. फार धोक्याचं ठिकाण आहे ते. लांब रहा त्यापासून."

"कुणाला धोका? तुला का मला?"

"दोघांनाही, नको त्यात पडू. असा गेम करतील ना, पत्ता पण लागणार नाही."

"कसं काय?"

"म्हणजे असं. टेबलावर लिहीत असताना मागून डोक्यात गोळी घुसेल. बरगड्यात सुरा खुपसला जाईल. काहीही होईल. ते सगळं खतरनाक. कशाला बरळतोयस?"

आता स्टीलबरोबर संवाद करणं शक्य नव्हतं. पण आता मला सगळं कळलंय हे त्याला माहीत झालंय. आता हेही स्पष्ट झालं होतं की मी काही नुसताच हात चोळत बसणार नाही. आता कल्पनाविलास पुरे. कृती करायला हवी. मी म्हणालो, "हे पहा, आता नर्सला बोलावणार आहे. तिच्यादेखत तपासणी करणार आहे. त्यावेळेला डोकेदुखी वाढत चालली आहे अशी बोंब करायची; पण जादापण बतावणी करायची नाही हे लक्षात ठेव."

डोळ्यात त्याला समजलं आहे असे भाव आले. त्याच्या फाईलमध्ये मी काळजीपूर्वक टिपणी केली.

"काल बरं वाटत नव्हतं वाटतं तुला?"

"होय." कबरीमधून आवाज यावा तशा आवाजात उत्तर मिळालं. "आणि सध्या मी उपाशी राहतोय." आता समजलं की त्याचं सिगारेटचं प्रमाण इतकं का वाढतंय ते. धूम्रपानामुळे भूक मंदावते.

"परत खायला सुरू कर. थोडं थोडं खा."

"इथल्या अन्नाची चव घेतलीय का कधी?" मी अर्धवट हसलो. मला हार्मनमधील भटारखाने कसे आहेत ते माहीत होतं. तिथं सापडणाऱ्या उंदरांची संख्या सगळ्या जगात जास्त असावी.

"ते जाऊ दे. खाणं चालू कर. उद्या सकाळी आजारी पड आणि ते सगळ्यांच्या लक्षात येऊ दे."

"केलं."

वेळ बघितली. स्टीलला येऊन अकरा मिनिटं झाली होती. बिल ओ'हारा या सगळ्यावर नजर ठेवून असणार हे मला ठाऊक होतं; पण त्यामुळे स्टील खरोखरच आजारी आहे, हा समज बळकट झाला असता. कदाचित आम्ही दोघेही काही कारस्थान करतो आहोत अशा कल्पना करणंही शक्य होतं. सगळं उंदीरमांजराच्या खेळासारखं. काही बोलणार नाहीत; पण लक्ष ठेवून असणार.

"मी तुला व इतर चौघांना एक्स-रे तपासणीसाठी पाठविण्याची शिफारस करणार आहे. तुला तर खरं म्हणजे एम. आर. आय. स्कॅनची गरज आहे; पण याकरता तुला आणखी तीन डॉक्टरांच्या तपासणीमधून जावं लागेल. त्यांना सगळं संशयास्पद वाटेल. म्हणून हे सगळं साध्याच पद्धतीने करू. पुढचं तुझ्यावर आहे."

"आता शहाणपणाचं बोललास बघ डॉक्टर. हे सगळं संपलं की तुला मिळेलच काहीतरी."

मी पेन खाली ठेवून त्या खुनी माणसाकडे बघू लागलो. "यानंतर मला तुझ्याशी काहीच घेणं नाही. हे झालंच तर मला संपर्क करायचा नाही. माझ्या आयुष्यातून नाहीसा हो. ऑस्ट्रेलियामध्ये दिसलास तर ठार करीन. समजून रहा."

"इतकं रागवायला काय झालं? तेही कामच आहे असं समज."

"झक मार तिकडे."

"आपल्या गरजा आता एकच झाल्या आहेत. आपण दोन्ही प्रश्न एकदम सोडवू."

त्याच्या फाईलमध्ये आणखी काहीतरी लिहिल्याचं दाखवलं. मनाशी विचार करत होतो, स्वत:वर ताबा मिळवण्यासाठी. त्या हरामखोराचा गळा आवळावा असं वाटत होतं.

"आणखी एक. मला माहिती हवी आहे."

"कसली?"

"नोअेल डेम्पसे कोण आहे?"

स्टीलचं यावरचं खुशीचं हसणं मला आवडलं नाही. तो म्हणाला, "तो तर ह्या खेळातला एक्का आहे. मला जेव्हा गाडीत बसवून हॉस्पिटलमध्ये पाठवतील तेव्हाच मी ते उघड करेन."

"तर मग सोडून दे सगळं."

"असं करता येणार नाही. लिसा दुगनविषयी कुठे झालंय आपलं बोलणं?"

हे मात्र तोंडावर फटका मारल्यासारखं होतं. अंगातला राग सळसळत होता. टेबलाची कड धरून राग ताब्यात ठेवला. मी पहिल्यांदा विचारलं होतं, त्यावेळी त्यानं काहीच सांगितलं नव्हतं. आता तो मला चिडवत होता.

"तू अजून तिचा शोध घेतोयस ना?"

खुर्चीत मागे रेलून बसला. त्याच्याकडे बघितलं. माझ्यावर मात केल्यासारखं हास्य चेहऱ्यावर होतं. सापडलास की नाही आता असा चेहऱ्यावर भाव!

"कुठं आहे ती?"

"डब्लिनमध्ये."

मी हे ऐकून विमानासारखा उसळलो. "डब्लिनमध्ये कुठे?" मी विचारलं.

अजूनही तो हसतच होता. "ते तुझ्या न्यायखात्यामधील चमच्यांना विचार ना?"

आता मात्र संतापाचा अतिरेक झाला. माझ्या सहनशक्तीच्या बाहेरचं झालं सगळं. मला स्वत:ला आवरता आलं नाही. त्याची बकोट पकडून विचारलं, "कुठे आहे ते सांग, भडव्या?"

कमी अन्न मिळाल्यामुळे तो थोडा अशक्त झाला असावा. तो काही माझा पंजा त्याच्या गळ्यावरून काढू शकला नाही. चेहरा काळानिळा पडला, ओठ वेडेवाकडे झाले. जांभळा रंग झाला ओठांचा. डोळे एकदम लाल झाले व डोळ्यातून पाणी वाहू लागले. मी आणखीनच गळा आवळला. माझा संताप हद्दीच्या बाहेर उसळत होता. त्याच्या डोळ्याची अवस्था पाहून बरंही वाटत होतं.

माझं भान सुटलं होतं. ओरडत होतो आणि त्याचा गळा दाबत डोकं मागे पुढे हलवत होतो. त्याची नखं माझ्या हातात रुतली. तो सुटण्याचा प्रयत्न करत होता. त्याचवेळी त्याने माझ्या अवघड जागी पकडलं व इतकं जोराने दाबलं की मी कळवळलो. त्यानं आणखी जोर लावला. तसा मी त्याला सोडून दिला. वेदनेनं मी घामाघूम झालो होतो. धापा टाकत होतो. स्टीलही आता मोकळा श्वास घेत होता. श्वास घेताना त्याच्या नाकपुड्या फुरफुरत होत्या. ओठावर फेस जमा झाला होता. ओरडत होता. जीभ बाहेर काढून थुंकला, खाकरला आणि परत थुंकला. मीही खुर्चीत बसलो. पूर्णपणे दमलो होतो. ह्या सगळ्या संतापामुळे आणि वेडसरपणामुळे अंगातलं त्राण निघून गेलं होतं. पण झालं त्याला माझा काही इलाज नव्हता. सगळं काही हद्दीबाहेर गेलं होतं. प्रत्येकानं मला त्याला हवं तसं नाचवायला सुरू केलं होतं. त्याची प्रचंड चीड आलेली होती. त्याचा मुकाबला करत होतो.

स्टील अजूनपर्यंत स्वत:ला सावरत होता. अजून डोळे सुजलेले. श्वास जोरात होता, "कसम घेऊन सांगतो, हलकटा, तुला दाखवीन काय ते." त्याच्या मानेवर अजून गळा दाबल्याचे वण होते. चेहरा भयानक दिसत होता. मला पर्वा नव्हती. त्याला मारण्याची इच्छा होती पण त्यानं प्रश्न सुटणार नव्हते. माझ्या घरातल्या लोकांवर बरा वाईट प्रसंग आला असता. लिसाही कायमची अंतरली असती आणि ज्या तुरुंगात मी डॉक्टर म्हणून काम केलं तिथेच इतर कैद्यांसोबत कैदी म्हणून खितपत पडावं लागलं असतं. त्या खुनी माणसाच्या नजरेला नजर मिळवत होतो. आता ह्या सगळ्याचा शेवट जवळ आलेला दिसत होता.

माझ्याविरुद्ध होते, स्टील व त्याचे खुनी सहकारी. माझ्याविरुद्ध होत्या, सरकारी यंत्रणा, ज्यांनी माझा प्याद्याप्रमाणे उपयोग केला होता.

अजूनही राग शांत झाला नव्हता खरा पण काबूत आला होता.

"आपल्या दोघांनाही याची किंमत चुकवावी लागणार आहे. दोघांनाही फळं भोगायची आहेत."

२०

त्या दिवशी संध्याकाळी साडेआठपर्यंत मी बराच शांत झालो. मनाची सैरभैर अवस्था कमी झाली. आता फोनवर बोलायला जमणार होते. ''हॅलो, मी डॉ. फ्रँक रयान बोलतोय. हार्मन कारागृहातील मी मुख्य वैद्यकीय अधिकारी आहे. हे पहा मला उद्या काही कैद्यांचे एक्स-रे काढायचे आहेत. आत्ताच त्यांची तपासणी पूर्ण करून त्याचा तपशील तयार केला आहे.'' यावर मला त्यांनी कार्यालयीन वेळेनंतर नोंदणी करण्याच्या विभागाकडे चौकशी करायला सांगितलं. मध्ये काही वेळ भयानक शांततेत गेला. मग पलीकडील व्यक्ती बोलली, ''मला संबंधित रेडिओलॉजिस्टशी बोलावं लागेल. थोडा वेळ लागेल हं, डॉ. रयान.''

''हो, चालेल की.''

हे सगळं इतकं सोपं नसणार ह्याची अटकळ होती मला. हे हॉस्पिटल डब्लिनच्या उत्तरेला जवळजवळ तीन मैलांवर होतं. ह्याच हॉस्पिटलची सेवा कारागृहात घ्यावी लागे. परंतु सुरक्षिततेच्या कारणावरून तेथील कर्मचारी कैद्यांना सेवा देण्यास फार उत्सुक नसत. त्याला तसंच कारण होतं. पूर्वी ह्या सबबीखाली कैद्यांनी पळून जाण्याचे जोरदार व हिंसक प्रयत्न केले होते. एका एचआयव्ही पॉझिटिव्ह कैद्याने कुणी जवळ आल्यास त्याचा चावा घेण्याची धमकी दिली होती. तो पाईपलाईनवरून उतरून पळण्याचा प्रयत्न करीत होता. त्याच्या दुर्दैवाने तो जमिनीवर पडला. पाय मोडून घेतला त्यानं. त्वचारोग विभागात स्त्रिया (कैदी) अंगावर पुरळ उठलं आहे अशी तक्रार घेऊन येत. त्या स्वत: सँडपेपरने घासून इजा करून घेत व पुरळ आल्याची तक्रार करत. ह्या सर्वांचं कारण सुटकेची संधी मिळते आहे का हे पाहायचं. अस्थिरोग विभागात एक कैदी पाठीच्या कण्याचा आजार असल्याचं सोंग करून जवळजवळ विकलांग अवस्थेत आला. गाडी पार्क करताना या विकलांग इसमाने उडी मारून धूम ठोकली. प्रयत्न अयशस्वी ठरला ते वेगळं.

एक्स-रे विभागाचा यासाठी उपयोग करून घेण्याची ही पहिलीच वेळ नव्हती. त्यामुळे ह्या तपासणीसाठी अर्ज केल्यास त्याला थंड प्रतिसाद असे.

स्वागतिका परत आली फोनवर. आवाजात प्रचंड भय जाणवले. ''काय म्हणालात, *'काही'* कैदी?''

''हो, पाच जण आहेत. एकदम आणणं सोयीचं असतं. एकेकट्याला आणायचं म्हणजे सुरक्षाव्यवस्था प्रत्येक दिवशी करावी लागणार, त्यापेक्षा एकदम नेणं आणणं चांगलं. फारसा गुंता नसलेली प्रकरणं आहेत.'' थोड्याच वेळापूर्वी सगळ्या रुग्ण कैद्यांची नावं, त्यांना झालेला आजार, पूर्वी केलेल्या उपचारांचा तपशील अशी सगळी माहिती टंकलिखित केली होती.

''एक मिनिट.'' पलीकडून ती बिचारी डॉक्टरचा शोध घेत होती. माझी मात्र फार चमत्कारिक अवस्था. फोनवर संगीत ऐकू येत होतं. स्टीलची व माझी झटापट झाली त्यावेळी दारावरचा पहारेकरी आरडाओरडा ऐकून आत आला होता. ''डॉक्टर तुम्ही ठीक आहात ना? मी धोक्याचा इशाराच देणार होतो.'' मी जेवढं जमेल तेवढं स्वत:ला शांत ठेवलं. मी सांगितलं की थोड्या वेळापूर्वी स्टील एकदम कोसळला. त्याला फिट आली, त्याला श्वास घेता येईना. त्यामुळे तो ओरडण्याचा आवाज येत होता. त्याच्यावर प्रथमोपचार करून शुद्धीवर आणावं लागलं. हे सांगणं फार फसवं नव्हतं म्हणा. पहारेकऱ्याचा यावर विश्वास बसला असावा. इतका की रुग्णवाहिका मागवायची गरज आहे का? असं विचारायला लागला. मी त्याची गरज नसल्याचा निर्वाळा दिला.

नंतर मी चांगली डॉक्टरकी करत असल्यामुळे नर्सला बोलावून तिला सगळं सांगितलं. त्याला मेंदूत गाठ झाली असण्याची शक्यताही बोलून दाखविली. काळजी वाटण्यासारखी परिस्थिती असल्यामुळे एक्स-रे काढणं गरजेचं असल्याचं स्पष्ट केलं. स्टीलशी कुणाशी तरी मारामारी झाली, त्यात त्याचं डोकं गजावर आपटल्याचे सांगतोय तो. त्यामुळे हाडाला काही इजा झालीय का ते पाहावं लागेल. गरज पडली तर एम. आर. आय. ही करावा लागेल.

ह्या नर्सबाई मध्यम वयाच्या, मधली काही वर्षं मुलं मोठी होईपर्यंत घरीच होत्या. नुकतीच कामावर हजर झाली होती. तिचं व्यावसायिक कौशल्य उत्तम होतं. तुरुंगाच्या वातावरणामुळे घाबरलेली असे. मी सांगितलेल्या तपशिलामुळे तिचं समाधान झालेलं दिसलं. आता ही स्टीलची पीडा इथून जाईल असा आनंद झाला असावा.

माझी ही सगळी मखलाशी चालू असताना स्टील चरफडत माझ्याकडे पाहत होता. मानेला झालेल्या दुखापतीमुळे मान दुखत असावी. हाताने मानेला मालीश करत होता. नजरेत संताप ओसंडून चालला होता. मला त्याची पर्वा नव्हती. आता

ह्या सगळ्याचा शेवट जवळ आलेला दिसत होता मला. मी बेलग्रेडमध्ये क्नेझाला स्पष्ट केलं होतं की मला माझ्या घरातील लोकांची व माझ्या प्रेयसीची सुरक्षितता महत्त्वाची आहे; पण डॅन स्टील व त्याच्या साथीदारांच्या राक्षसीपणाचे विदारक वर्णन ऐकल्यानंतर हे सगळंच बदललं. आता मला हे सगळं संपवायचं होतं. त्याच्यावर हल्ला केल्यामुळे तोही आता मला सोडणार नव्हता. त्याचे बाहेर असलेले जे लोक असत त्यांना प्रत्येक गोष्ट माहीत असे. पण माझा कयास होता की तो पळून जाईपर्यंत मला कुणी हात लावणार नाही. मग मात्र माझा सूड घेतला जाईल. मी नाही सापडलो तर माझे कुटुंबीय. त्यामुळे याचा नायनाट करण्यावाचून मला दुसरा पर्याय नव्हता.

पलीकडून आवाज आला, "डॉ. रयान, मी टेरी किलॉप बोलतोय. मी रेडिओलॉजी विभाग प्रमुख." आवाज भारदस्त पुरुषी.

"माफ करा हं. यावेळी तुम्हाला तसदी दिल्याबद्दल. दिवसभरात वेळ नाही मिळाला." आणखी एक खोटी गोष्ट.

औपचारिक बोलणं संपलं. "हे बघा, पूर्वी आम्हाला काही अडचणींना तोंड द्यावं लागलं आहे."

"त्याची कल्पना आहे, मला. मलाही सगळ्याची पूर्ण कल्पना आहे; पण शेवटी त्यांच्या आरोग्याची जबाबदारी आहे माझ्यावर."

"बरोबर आहे तुमचं म्हणणं डॉ. रयान."

"मला फ्रँक म्हटलेलं आवडेल."

"पण मलाही माझ्या कनिष्ठांविषयी दायित्व आहेच. मागच्या वेळेला सुटकेचे प्रयत्न झालेले आहेत. एका वेळी तर दुसरीकडे लक्ष वेधण्यासाठी कैद्याच्या साथीदारांनी कर्मचाऱ्यावर हल्ला केला होता. दुसऱ्या एका कैद्याने सी. एस्. गॅस सोडला होता. आता होतं काय, की या समस्यांमुळे मला कुशल कर्मचारी मिळणं मुश्किल झालं आहे. पगार सगळीकडे सारखेच असतात. मग इथं कोण येतंय सांगा." आता आवाज तक्रारीचा झाला होता. मी जर त्याजागी असतो तर अशीच तक्रार केली असती आणि या क्षणाला डॅन स्टील सुटण्याचा प्रयत्न करणार हे माहीत असून, मी त्याची शिफारस करत होतो. खरं म्हणजे माझी ही योजना म्हणजे मूर्खपणाचं धाडस होतं. पण माझी विनंती त्यांना मान्य करावी लागणारच होती. शेवटी सिटी हॉस्पिटलवर कारागृहाला सेवा पुरविण्याची जबाबदारी शासनाने टाकलेली होती.

मी पुढे बडबडत राहिलो. "सगळ्या तपासण्या झाल्या नाहीत तर रोगनिदान व औषध योजना नाही शक्य होत. आता हे पाच जण आहेत. त्यांची लक्षणं गंभीर आहेत, त्यामुळे ही तपासणी करून घेणं गरजेचं आहे. मी त्यांना वाऱ्यावर सोडू

शकत नाही आणि या रुग्णांना दुसरीकडे जाणं शक्य नाही.'' माझं धाडस फारच जोखमीचं होतं खरं; पण ते करण्याचा माझा निश्चय झाला होता.

बराच वेळ स्तब्धतेत गेला. किलॉपच्या डोक्यात काय चाललं होतं याचा अंदाज येत होता. ''डॉ. रयान या प्रकरणात काही त्रास उद्‌भवणार नाही याची खात्री देता येईल?''

मला तो फ्रँक म्हणायला तयार नव्हता. मी म्हणालो, ''मी डॉक्टर आहे. सुरक्षा अधिकारी नाही.''

फोनवर किलॉपचा श्वास जोरात चालल्याचा आवाज येत होता. शेवटी ''काय म्हणणं आहे ते सांगा.'' असं वैतागून म्हणाला. यावर प्रत्येक रुग्णाची लक्षणं आणि तपासणीची गरज या विषयावर आमची बाचाबाची झाली. पण ही प्रकरणं त्यानं बऱ्याच जिकिरीनंतर मान्य केली. ''बरं हे डोक्याच्या एक्स-रेचं काय प्रकरण?'' त्याचा रोख डॅन स्टीलच्या तपासणीकडे होता.

''मी पाठवलेला फॅक्स वाचला का? त्यात आहे त्याचं विवरण.''

''मला तुमच्याकडून ऐकायचंय.''

''काही दिवसांपासून डोकं दुखत आहे. उलट्या, पाठीत बाक आला आहे. कवटीला तीन आठवड्यांपूर्वी इजा झालेली होती. जर कवटीचे एक्स-रे नकारात्मक आले तर एम. आर. आय. तपासणी करून पुढची उपचाराची दिशा ठरवावी लागेल.'' सगळी लक्षणं मी संगतवार दिली होती.

''ब्रेन ट्यूमर आहे असं म्हणायचंय का?''

मी खिन्न झाल्यासारखं दाखवत म्हणालो, ''असं वाटतंय खरं.''

''मग एम. आर. आय. स्कॅन का नाही करत?''

'ते तर फारच उत्तम पण त्याला वेळ लागेल ना. थांबू थोडं.' असं खरं म्हणजे मी म्हणायला पाहिजे होतं पण प्रत्यक्षात म्हणालो, ''आधी कवटीला कुठे भेग पडली आहे का ते पाहणं महत्त्वाचं.''

''मी काय बोलणार, पेशंट तुमचा आहे.''

आहे खरा आणि माझी तीच तर डोकेदुखी आहे. ''होय'' मी म्हणालो.

''मला एक मिनिट वेळ द्या. आमच्या विभागाचं वेळापत्रक बघावं लागेल.''

''चालेल की.'' कुरकुर करत का होईना संमती मिळणारच होती.

आता पुढची योजना. ह्या कार्यक्रमाची वेळ व तारीख कारागृह गव्हर्नरला कळविणे. तो बिल ओ'हारा व मंत्रालयातील अधिकाऱ्यांशी सल्लामसलत करणार हे निश्चितच; पण सुरक्षाव्यवस्था फारच कडक असणार होती. हॉस्पिटलमध्ये नेणं व परत आणणं यासाठी. डॅन स्टील हा आंतरराष्ट्रीय ख्यातीचा गुन्हेगार असल्यामुळे फारच सावधगिरी बाळगतील. आता एकंदर शेवटच्या लढाईला तोंड लागणार असं दिसलं.

“अकरा तारखेला सकाळी येऊ शकता?”

अकरा तारखेला अजून तीन दिवस आहेत. संकट जवळ येत चाललंय. या तीन दिवसांत काय घटना घडणार आहेत? या तीन दिवसांत स्फोटक घटनांची रांगच लागेल. सगळे पर्याय विचारात घेतले. मग म्हणालो, “सकाळी नको. सकाळी गर्दी असते आणि मला त्यांना फार वेळ बाहेर ठेवायचं नाही.”

परत कुरकुर, नापसंती. कॉम्प्युटरवर काही बडवतो आहे असा आवाज. “मग असं करू, त्यांना साडेदहाला आत घेईन. बारा वाजेपर्यंत मोकळं करू. काय?”

“उत्तम, मग करा तयारी.” हे म्हणताना माझे पाय लटपटले. “धन्यवाद, तुमची खूप मदत झाली.”

परिणामांची जाणीव मनात खोलवर रुतू लागली. किलॉपची कुरकुर अजून संपली नव्हती. “ह्या लोकांच्याकडून चांगली रक्कम मिळते म्हणून, एरवी मी त्यांना नसतं उभं केलं.” किलॉपचा संताप त्याला आवरत नव्हता.

“मी लक्षात ठेवेन सगळं.” मी म्हटलं.

“आणि गव्हर्नरकडून ह्या बाबतीत सुरक्षाव्यवस्था काय केलीय याचा तपशील लागेल मला.” अगदी सात्त्विक संतापाने बोलत होता. “माझ्या विभागाची बदनामी व्हायला नकोय. कुणा कर्मचाऱ्यालाही इजा होता कामा नये.”

“नाही. तसं नाही होणार, शासनाकडून सर्व प्रकारची खबरदारी घेतली जाईल. ते आधी काही जाहीर करत नाहीत. तरीपण मी तुमचं म्हणणं कळवीन त्यांना.”

“आणि जर काही गैरप्रकार घडलाच तर डॉ. रयान तुम्हाला मी वैयक्तिकरित्या जबाबदार धरणार.” ह्यानंतर फोन बंद झाला. आभाळ कोसळलं तरी म्हणे मीच जबाबदार; पण काय करू शकत होतो?

मी तुरुंगाच्या बाहेर पडण्याच्या नेहमीच्या वाटेने निघालो होतो. संरक्षण वॉर्डन जवळील रजिस्टरवर सही केली. वैद्यकीय तपासणीसाठी बाहेर काढलेल्या व परत कोठडीत पाठवलेल्या कैद्यांची संख्या दोघांनी मिळून तपासली. काही वेळा वैद्यकीय तपासणीसाठी दवाखान्यात आणलेले कैदी परत जाताना इकडे तिकडे रेंगाळत. वॉर्डनने या सगळ्याची खातरजमा केली. मीसुद्धा एक चक्कर मारत असे. तशी पद्धतच पडली होती. प्रत्येक विभागाच्या पोलादी दरवाज्यावर उघडझाप होताना मलाही ओळखपत्र दाखवावं लागायचं. आज माझी ही फेरी थोडी लांबते आहे असं वाटलं. का कुणास ठाऊक मी जे केले होतं त्याचा संशय इतरांना येतोय अशी भावना व्हायला लागली. माझा ढोंगीपणा नर्सच्या लक्षात तर आला नव्हता? तिनं हे वरिष्ठांना सांगितलं असेल? मला थांबवून विचारपूस करतात की काय? बाह्यात्कारी शांत असलो तरी आतमधून विलक्षण धास्तावलो होतो. कपाळावर घाम

आलेला जाणवला.

मी माझी ग्लॅडस्टन बॅग घट्ट पकडून ठेवली. बॅगेचं आतलं चामड्याचं अस्तर जीर्ण झालं होतं. आमच्या गवताळ प्रदेशातील एका डॉक्टरांनी दिलेली भेट होती ही. न्यू साऊथ वेल्समध्ये होता हा डॉक्टर. ग्रामीण भागात त्याने अनेक वर्षं काम केलं होतं. प्रसूतीपासून दात काढण्यापर्यंत सर्व काही त्याला करावं लागे. हे सगळे उपचार अंत:प्रेरणेने चालत. तऱ्हेतऱ्हेच्या समस्यांची उकल करावी लागे आणि त्याला त्याने केलेल्या उपचाराबद्दल कधी कुणी आव्हान दिलं नव्हतं. भूल न देता शस्त्रक्रिया करणं, हाड मोडल्यावर ते बसवणं असं सगळं काही हे महाशय विनातक्रार करीत. आता निवृत्तीनंतर हे गृहस्थ आमच्या जवळच राहायला आले होते. मी परदेशी जायला निघालो तेव्हा ही ग्लॅडस्टन बॅग भेट दिली. बॅग जुनी झालेली होती. अनेक ठिकाणी शिवलेली होती; पण त्या बॅगेने खूप सेवा दिली होती व यशही. माझी फेरी संपवून भुयारी मार्गाजवळ आलो. येथून कर्मचाऱ्यांसाठी बाहेर जाण्याचा मार्ग. विचारांची गती इथे खुंटली. नेहमीपेक्षा जास्त सुरक्षाव्यवस्था दिसत होती. दरवाजे उघडले गेले व बंद केले. मी विचारलं, "काही विशेष?" आता पुढे आणखी काय वाढून ठेवलंय? तिथला अधिकारी पावसाचा अंदाज घेत होता. तो म्हणाला, "माझ्या माहितीप्रमाणे तरी काही विशेष नाही." तरीसुद्धा त्यानं दरवाजा जरा जास्तच जोराने लावला असं मला वाटलं.

नऊ वाजतच आले होते. कॉनर मॅसनची भेट आता होणार होती. अजून एक तास अवकाश होता. तुरुंगाच्या भिंतीवर बाहेरून प्रकाशझोत सोडलेले असत. त्यामध्ये धुक्याचे थेंब हलताना दिसत होते. मागे शहरातल्या वर्दळीचा एकसुरी आवाज. पहाटे थोडा वेळ या आवाजात खंड पडे. डब्लिन हे शहर आहे अखंड वर्दळीचं. तीन पाळ्यांमध्ये काम चाले. त्यामुळे वाहतूक जवळजवळ चोवीस तास चालूच असे सर्व बाजूंना.

बाहेर माझी साब मोटर दिसली. सबंध आवारात एकच गाडी पावसात भिजलेल्या उंदरासारखी दिसत होती. धडाडधूम आवाज करत सुरू झाली. आणखी दोन अडथळे पार करून रस्त्यावर आलो. तिथे नेमका ओ'हारा दिसला. त्याच्यासमवेत होता तो क्रोएशियन दुभाषा. काहीतरी गुजगोष्टी चालल्या होत्या. क्रोएशियन दुभाषाचे हातवारे चालले होते. दहा यार्डावर ते थांबले. दोघांत काहीतरी बाचाबाची होत होती. ओ'हारा त्याच्या खांद्यावर हात ठेवून काही तरी समजावत होता. त्याचे हात दुसरा झिडकारत होता. कोपऱ्यावर वळल्यामुळे ते दिसेनासे झाले. हे बदमाश आता इथं काय करीत असतील? मॅसनच्या म्हणण्याप्रमाणे तर हा इसम गव्हर्नरकरता राखीव असलेल्या दरवाज्याने जात येत होता. मग आता या मार्गाने

का आला? त्याला इतरांचा संपर्क टाळायचा होता ना? काहीतरी गडबड निश्चित आहे.

त्या भेटीचं दृश्य विचलित करणारं होतं. सेफिक बॅरिसिकला काही झालं होतं का? ओ'हाराने त्याला वैद्यकीय मदत नाकारली तर नव्हती? मी हे विचार मनातनं काढून टाकले. कुठे कुठे लक्ष द्यायचं? तुरुंगाच्या भोवतालून फिरून कुठे घातपाताची शक्यता असेल ते अजमावून पाहत होतो. स्टीलला स्थानिक जागेची माहिती असणारच. त्याने पळायचा मार्गही निश्चित केला असेल. तो हॉस्पिटलमध्ये पोहोचेपर्यंत मला धोका नव्हता; पण मला सर्व गोष्टींची तयारी ठेवायला हवी.

दोनवेळा फिरून पाहणी केली. वळण, चौरस्ते, इमारती सगळं काही नीटपणे लक्षात ठेवलं. डोळ्याला शीण आला या सगळ्यामुळे. तरुण तरुणी ठिकठिकाणी घोळक्यानं उभी होती. काही बिअरच्या अड्ड्यावर बसले होते. त्यांचं खिदळणं चालू होतं. घराघरात टी. व्ही. लावलेले दिसत होते. काही ठिकाणी शेजारी एकमेकांशी गप्पा मारताना दिसत होते. हार्मन कारागृह शहराच्या जुन्या भागात होतं. मुख्य प्रवेशद्वारापासून थोड्या अंतरावर कर्मचाऱ्यांची घरं होती. काही अविवाहित कर्मचारी तिथे पोटभाडेकरू म्हणून वस्ती करत. गरज पडली तर त्यांना कामासाठी पाचारण करता येई. अतिरिक्त कामाचा मोबदला आकर्षक होता.

तुरुंगाच्या भिंतीच्या बाहेरून उत्तरेकडे जाणाऱ्या रस्त्याची एक शाखा होती, पुढे एक मैलावर हा रस्ता दुभागला गेला होता. मधे मधे अनेक गल्ल्या होत्या. तिथे पार्किंग करून ठेवलेल्या गाड्यांची गर्दी असे. पुढे एका पेट्रोल पंपावर थांबून पेट्रोल घेतलं. टँक पूर्ण भरला. हवा, तेल सगळं बघितलं. हे सगळं करताना आजूबाजूचं सूक्ष्म निरीक्षण करीत होतो.

गाडीत बसलो. बाहेर बघत होतो. विचारचक्र चालूच होतं. भुरभुर पडणाऱ्या पावसामुळे हवेत दमटपणा आला. शांतता होती सगळीकडे. चुकून एखादा पादचारी दिसायचा. फुटबॉलचा सामना दाखवत होते त्याठिकाणी मात्र गर्दी होती. लिव्हरपूल आणि तुर्कस्तान असा सामना चालू होता. मधूनच प्रेक्षकांचा कल्लोळ ऐकू येई. मी एकटं असायला नको अशी तीव्र जाणीव होत होती. एखाद्या बारसारख्या उबदार ठिकाणी बसून निवांत गप्पा माराव्यात हे किती चांगलं; पण मी वेगळ्याच समस्येमध्ये होतो ना. मी मरण्यापूर्वी कुणाला तरी मारायचं होतं.

एकदम आरडाओरडा ऐकू आला. बारमधून लाल शर्टातला एक जण बाहेर आला व रस्त्यावर बेभानपणे नाचू लागला. आणखी एक दोघं जण त्याला सामील झाले आणि एकच धिंगाणा सुरू झाला. कुणीतरी सामना जिंकला असावा किंवा कुणाला तरी लॉटरी लागली असावी. हळूहळू बार रिकामा होऊ लागला. मी गाडी सुरू करून पुढे जायला निघालो. तोच काचेवर कुणाची तरी थाप ऐकू आली.

बघतोय तो पंपावरचा कर्मचारी हातात माझं क्रेडिट कार्ड घेऊन उभा. भलताच घाबरलो मी. मी खिशात माझं व्हिसा कार्ड आहे का ते पाहिलं. मग काच खाली केली. तो म्हणाला, ''अहो पाच मिनिटं तुम्हाला हाका मारतोय, कुठल्या जगात आहात तुम्ही?'' मी काहीतरी बोलून आभार मानल्यासारखं केलं. स्मितहास्य केलं. त्याचं म्हणणं थोडं बरोबर होतं म्हणा!

जवळजवळ अर्ध्या तासात मी हार्मन तुरुंग व सिटी हॉस्पिटल यामधील सगळ्यात धोकादायक जागा निश्चित केली. ह्या ठिकाणी वाहतूक नेहमी ठप्प होत असे. चालू झाल्यावरही वाहने कमी वेगाने जात. गुन्हेगारांच्या दृष्टिकोनातून विचार केला. या ठिकाणी स्टीलच्या सुटकेचा प्रयत्न करण्यात बरेच फायदे होते. तुरुंगाच्या गाडीला अडथळा उत्पन्न करून स्फोटकांनी दरवाजे फोडायचे, स्टीलला मोकळं करून, सी.एस्. गॅस सोडून गर्दी पांगवायची. त्याचवेळी स्टीलला मोटरसायकलस्वाराने बसवून न्यायचं. अर्ध्या एक तासात तो एखाद्या घरात जाऊन लपू शकतो. तिथे त्याला बहुतेक बरेच दिवस ठेवतील. मग पुढची चाल. आणखी या ठिकाणी काही सोई होत्या. हल्ला करणाऱ्या गाड्या आधीपासून आणून ठेवता येतील किंवा खोटे हल्लेखोर उभे करून पोलिसांचं लक्ष विचलित करता येईल आणि दुसऱ्या बाजूनं पलायन करणं सोपं होईल.

ह्याच्या अलीकडे जर हल्ला केला तर यशस्वी होणार नव्हता. तुरुंगाच्या जवळच्या भागात जोरदार बंदोबस्त असणार. ह्या सगळ्याची रंगीत तालीम केली जाणार होती व संकट काळात कसं वागायचं हे निश्चित केलं जाणार. या जागेच्या पुढेही कोणतंच ठिकाण सोईचं नव्हतं. सर्व बाबींचा साकल्याने विचार केल्यावर हेच ठिकाण योग्य अशी खूणगाठ मी मनाशी बांधली. इथंच मला माझे हिशोब मिटवायचे होते.

दुसऱ्या एका दृष्टीने विचार केला. हा हल्ला व सुटकेचा प्रयत्न सिटी हॉस्पिटलमध्ये करतील तर काय होईल? ती जागा फार अडचणीची, हालचाली जलद होऊ शकत नाहीत. गोंधळ होण्याची, प्रतिकार अटीतटीचा होण्याची शक्यता या ठिकाणी होती. ते शक्य नाही. जे व्हायचं ते रस्त्यावरच होईल असं मनाशी पक्कं ठरविलं.

आता मला स्वत:ची तयारी करावयाची होती. ज्या चौकात हे होईल हे गृहीत धरलं होतं. त्याठिकाणी दोन्ही बाजूला उंच इमारती होत्या. एक मोकळी जागा होती. त्याच्या बाहेर मोठी मोठी होर्डिंग्ज् होती. आतमध्ये काहीतरी बांधकाम जोरात चालू होतं. एक भली मोठी क्रेन लोखंडी तुळया, सिमेंट इ. उचलण्यासाठी वापरत असत. दिवसभर त्या क्रेनमुळे बरीच हालचाल दिसून येई. या ठिकाणी तुरुंगाच्या गाड्यांच्या काफिल्यावर हल्ला करणं सोईचं होणार होतं. स्फोटकांचा आवाज इमारतीच्या

बांधकामाच्या आवाजात लक्षात आला नसता. सुमारे अर्धा तास पाहणी केल्यावर जागा निश्चित केली. आता मला हत्यार मिळायचाच अवकाश होता फक्त. हे सगळं करताना मॅसनला फोन लावला. दोनदा फोन वाजला. उचलला नाही. मी एक शिवी हासडली. "अरे गृहस्था, आपण भेटायचं ना आज?"

आवाज ऐकू आला. बंदुकीचा आवाज. सब मशिनगनमधून केलेल्या गोळ्यांचा भडिमार. पुन्हा थोड्यावेळाने गोळीबार. मी गाडीच्या बाहेर उतरून सर्व बाजूला पाहिलं. मग मोटारीचं चाक घासल्याचा आवाज. आणखी काही आवाज. एक छोटा स्फोट झाला. कानठळ्या बसल्या.

हार्मन कारागृहाच्या दिशेने धावत गेलो. दम लागला होता. फार जोराने धावता येत नव्हतं. एक काळ्या रंगाची मर्सिडिज् गाडी तुफान वेगाने वाटेतील अडथळ्याला न जुमानता जात होती. एका लाँड्रीच्या गाडीला तिने ठोकरलं. तुरुंगाजवळ धोक्याचे भोंगे वाजू लागले. तुरुंगाच्या आवारात सर्वत्र उजेड दिसू लागला. सशस्त्र अधिकारी रक्षणाकरता सिद्ध झालेले दिसले. काही गाडीच्या भग्न अवशेषांवर लागलेली आग विझवण्याची फवारणी करत होते. आता गाडीच्या टायर्सनीही पेट घेतला होता. किंचाळ्या ऐकू आल्या आणि मी जागीच थिजलो. उभा राहिलो. अंगाची थरथर होत होती. मन त्या धक्क्याने बधिर झालं.

२१

'युनोचा अधिकारी ठार'

प्रसारमाध्यमांना भरपूर खाद्य मिळालं. क्रोएशिया देशातील नागरिक. युनोच्या खास कामगिरीवर होता. काहींचं म्हणणं होतं की त्याच्याकडे फारच गोपनीय काम सोपविण्यात आलं होतं.

मारेकऱ्यांचा रोख युनोच्या कारवाईला शह देण्याचा असावा. ब्रिटनमधील गार्डियन वृत्तपत्रात याचा तपशीलवार वृत्तान्त आला होता. विश्वसनीय सूत्रांचा हवाला देऊन हे वृत्त प्रसृत केलेलं होतं.

क्रोएशियन पोलीस अधिकाऱ्याची पाशवी हत्या. परंतु कुठल्याच बातमीमध्ये कोणीही याच्या मुळाशी गेलेलं दिसत नव्हतं. प्रश्न असा होता की हा अधिकारी डब्लिनमध्ये कशाकरता आला होता? मग ह्याचा हार्मन तुरुंगाशी संबंध जोडून काही वृत्त आलं. पत्रकार फार कसोशीनं या प्रश्नाची उकल करण्याचा प्रयत्न करू लागले. न्यायमंत्री पॅट्रिक हॅलोरॅन यांनी पत्रकार परिषद घेतली. त्याचं प्रत्यक्ष प्रसारण करण्यात आलं. सर्व वृत्त वाहिन्यांवर ते दाखविण्यात आलं. मी या महोदयांना प्रत्यक्ष एकदाचं ओझरतं पाहिलं होतं. टेलिव्हिजनवर बऱ्याच वेळेला. उंचापुरा, वय साठीच्या पुढे. केसावर हात फिरवून मागे सारण्याची लकब होती. वयोमानापरत्वे चेहऱ्यावर सुरकुत्या आल्या असल्या तरी नजर मोठी वेधक होती. काळा सूट व भडक रंगाचा टाय असा पेहराव. शर्ट मात्र कडक इस्त्रीचा पांढरा शुभ्र. आपला मुद्दा ठासून मांडताना टेबलावर मुठीनं प्रहार करण्याची सवय होती. कठोरपणे वाटाघाटी करण्याची ख्याती होती त्यांची. वृत्तपरिषदेत एखादा मुद्दा आपल्या विरुद्ध जातो आहे असं दिसताच ते तडक तेथून निघून जात. स्वभावाने फार कोपिष्ट होता हा गृहस्थ. त्यामुळे कित्येक वृत्तपरिषदा गोंधळात संपत.

मी एका बारमध्ये बसून त्यांची वृत्तपरिषद पाहत होतो. हे ठिकाण डब्लिनमधील

कायदा केंद्र 'फोर कोर्ट'च्या जवळ आहे. जेवणाची वेळ असल्यामुळे गर्दी होती. इथं सँडविच आणि सूप चांगलं मिळे.

वृत्तपरिषदेत फार काही सांगितलं गेलं नाही. आयर्लंड या देशाच्या फौजा शांतता रक्षणाच्या कामासाठी युनोच्या कामगिरीवर बाल्कन देशात होत्या. मृत व्यक्ती सर्बियाच्या हद्दीवर असलेल्या सैन्य दलाशी संबंधित काम करीत असे. अद्याप पर्यंत ह्या हत्येचा हेतू काय असावा हे निश्चित कळलेच नव्हते. आयरिश सरकारने ह्याची चौकशी करण्यासाठी विशेष तपास पथक नेमले आहे. त्याच्याकडून लवकरच सत्य काय ते उघड होईल. सुरक्षेच्या कारणासाठी यापेक्षा जास्त माहिती देता येणार नाही आणि ह्या हत्येचा संबंध हार्मन कारागृहातील घटनांशी लावणं हे मूर्खपणाचं आहे, केवळ योगायोगाच्या घटना. कारावासापासून जवळच हा प्रकार घडला इतकंच.

अधिक अडचणीत आणणारे प्रश्न टाळून मंत्री महोदय वृत्तपरिषद सोडून निघून गेले. वार्ताहर आपले कागदपत्रं चाळत बसून राहिले.

तो खोटं बोलत होता.

ही बळी गेलेली व्यक्ती होती– सेफिक बॅरिसिक यांचा दुभाषा. हे मला माहीत होतं. व्हुकोव्हर येथील हत्याकांडातून जे तिघं जण वाचले होते त्यापैकी एक मिलोन ब्रोकोविस या युद्ध गुन्हेगारावर लवकरच खटला चालू होणार होता. त्यामध्ये ही साक्ष फार महत्त्वाची ठरणार होती. मला हेही माहीत होतं की ब्रोकोविसच्या लोकांनीच डॅन स्टीलला तुरुंगातून सोडवायचा कट केला होता, माझ्या मदतीनं!

माझं खाणं संपलं. खरं म्हणजे अजून खायची इच्छा होती; पण खिशाला परवडण्यासारखं नव्हतं. एका शांत कोपऱ्यात जाऊन मॅसनला मोबाईल फोन केला. सकाळपासून केलेला पाचवा फोन. उत्तर न मिळाल्यामुळे मेसेज पाठवला. आजूबाजूला बऱ्याच लोकांचं खाणंपिणं, हास्यविनोद चालले होते.

परत कामाच्या ठिकाणी फोन लावला. कुणीतरी रॉइसिन बोलत होती. बहुतेक टायपिंग करत असावी. तो आवाज येत होता. ''कॉनर मॅसनशी बोलायचंय.''

''एक मिनिट थांबा, बघते.''

परत उत्तर मिळालं, ''नाही आहेत हो.''

''अहो माझी भेट ठरलीय त्यांच्याशी. कुठे संपर्क साधता येईल का?'' मी अगदी सहजपणे बोलल्याचं दाखवत होतो. तरी तो कुठे असावा या विचाराने वैतागलेलो होतो.

''तुम्ही जरा थांबा. संपादकांकडे पहाते.'' फोनवर वाट पाहताना संगीत ऐकू येत होतं. परत प्रश्न आला, ''आपलं नाव काय म्हणालात?''

''फ्रँक रयान.''

“ठीक आहे.”

परत संगीत ऐकवलं जाऊ लागलं. आजूबाजूला स्त्री-पुरुष उत्तम पेहरावात होते. बहुतेक लोक कायद्यातील तज्ज्ञ असावेत. त्यांची कोणत्या विषयावर चर्चा चालली असावी बरं? डॉक्टरवर कसा खटला भरावा याची असेल बहुतेक. मी आणखी एक कॉफी मागवली. बातम्या संपल्या. टेलिव्हिजनवर इस्रायलमधील आत्मघातकी बॉंबहल्ल्याचं दृश्य दाखवत होतं. रक्तपात, भीषण दृश्यं होती सगळी. कुणाचंही लक्ष नव्हतं तिकडे. दहशतवादाचा अतिरेक झाल्यानंतर येणारा थकवा दुसरं काय?

आता फोनवर दुसरा आवाज आला. “कॉनर मॅसनशी बोलायचं आहे ना?” हा आवाज पुरुषाचा होता. मिडलॅंडस्‌मधील उच्चाराची ढब वाटली.

“हो. कालपासून त्यांची भेट होत नाही आहे.”

“मीही त्याच विवंचनेत आहे. कालपासून त्यांचा पत्ता नाही. काल दुपारपासून आमची भेट नाही.”

“अरेच्चा!” मी म्हणालो खरा, पण आतमधून बेचैन झालो होतो.

“एक तासापूर्वी मी काही फाईली त्यांच्याकडे कुरिअरमार्फत पाठवल्या. घरी कोणीच नाही. तो असा कधी गैरहजर राहत नाही. कुठं तपास करायचा आता? बरं तुमचं काय काम होतं?”

“सहजच. बऱ्याच दिवसांत भेट नाही.” माझ्या स्वभावाचा खोटं बोलणं हा एक भागच झाला.

“बरं, आता एक सांगा. हार्मन तुरुंगातील मुख्य वैद्यकीय अधिकारी तुम्हीच ना?’

“होय. मीच तो.” आता माझ्या आवाजात बेफिकिरी दाखवू शकलो नाही.

त्याने पुढे विचारलं, “कालच्या घटनेबद्दल काय वाटतं तुम्हाला?”

“नाही. मला फार माहिती नाही. आमच्या न्यायमंत्र्याइतकीच माहिती आहे.”

“त्यांना कधी असते माहिती?”

मग मी विचारलं, “आता काय करायचं?”

“वाट पहायची, डॉ. रयान. थांबा काही वेळ. मॅसन कुठल्यातरी प्रकरणाच्या मागे असणार त्यामुळेच तो भूमिगत झाला असावा. अवतीर्ण होईल लवकरच. नेहमीचंच आहे हे.”

“असं पूर्वी झालंय का कधी?” पोटात ढवळत होतं ते थांबलं.

“काही वेळेला झालं आहे असं; पण मला कल्पना असे आधी. आता तो एक समजूतदार माणूस आहे. त्यालाही गायब व्हायचा अधिकार आहेच की.”

“ते आहे म्हणा किंवा नशिबानं प्रेमप्रकरणातही गुंतला असेल.”

"अहो, नशीब त्याचं. त्या मुलीचं काही खरं नाही."

संपादक महाशयांनी आपली विनोदबुद्धी दाखविली खरी पण मला काही तो विनोद रुचला नाही. मॅसनचं गायब होणं मला सलत होतं. तो खतरनाक लोकांत वावरायचा. त्यांच्या बातम्याही तो बेधडकपणे देत असे. हार्मन तुरुंगातील दंगलीच्या बातम्या देत होता. त्यावेळी एकदा उद्गारला होता, "हे सगळं संपेपर्यंत माझ्या डोक्याचा पार भुगा होऊन गेला असेल." कार पार्क करण्याच्या जागेत आम्ही भेटत होतो व एकदा दचकलो होतो त्यावेळची गोष्ट. रॅटको व त्याच्या हस्तकांनी मला दिलेली धमकी ऐकूनही तो अस्वस्थ झाला होता. 'मला वाटलं होतं त्यापेक्षा हे प्रकरण बरंच मोठं आहे.'

प्रेमप्रकरणात यश पण जीवनात कमनशिबी असं मॅसनचं झालं असेल. कुणा मुलीच्या संगतीत असेल, का त्याचा खून करून कुठेतरी फेकून दिलं असेल? आत मधून काहीतरी वेगळंच वाटत होतं.

सगळंच नशिबावर सोडून कसं चालेल. मी इतका अस्वस्थ झालो, की मला स्वच्छतागृहात जावंसं वाटलं. मी पुढे म्हणालो.

"ठीक आहे तर. सांगा त्याला माझा फोन आला होता."

"हो. आणखी एक, तुम्ही काही सनसनाटी बातमी दिलीत तर मी तुम्हाला घबाडच देईन."

"आपण दोघंही एकमेकांना मदत करू शकतो." मी माझी पैशाची नड दाखविण्याचा प्रयत्न करीत होतो.

"करू आपण काही तरी डॉ. रयान." मला त्यांच्याकडून उत्तर मिळालं.

हॉटेलमधून बाहेर पडलो तो विचार करतच. तो आभाळात ढगांची दाटी झाली होती म्हणजे पाऊस पडणार असावा. संपादकाला मी कोण होतो व कारागृहात मी काय काम करीत होतो ते माहीत होतं; पण माझी व मॅसनची इतकी घसट वाढली होती हे त्याला माहीत नसावं, नाही तर मला त्याने निर्लज्जपणानं बातम्या पुरवून त्यातून पैसे मिळवण्याचं आमिष दाखवलं नसतं.

कोपऱ्यात उभा होतो. ट्रक जोरात जाताना माझ्या कपड्यावर रस्त्यावरची राड उडायची. दमटपणा होता. थंडीही जाणवत होती. लिफी नदीवर सीगल पक्षी पाण्यावर सूर मारताना दिसत होते. तिथं जवळ गिनेस कंपनीचा बिअर बनविण्याचा कारखाना होता. तिथला धान्य कुजलेल्याचा वास येत होता.

विजेच्या दिव्याच्या खांबाला टेकून एक जण बसलेला दिसला. पोटात गुडघे घेऊन बसला होता. भिकारी असावा. एका हातात जीर्ण टोपी धरली होती. दुसऱ्या हातात एका कागदावर काहीतरी खरडलेलं दिसत होतं. मी कित्येक दिवसात काही

खाल्ले नाही असा मजकूर होता. पायी चालणारे लोक लक्ष देत नव्हते त्याच्याकडे. पोरं मात्र टिंगल करत होती. त्याचं उदासवाणं कळकट रूप बघून मला कणव आली. त्याच्यावर ही पाळी का यावी? कुणावर कशी वेळ येईल ते सांगता येतं? माझ्यावर का हे सगळे प्रसंग येताहेत? पैशाची चणचण असूनही मी बिचाऱ्याला दहा युरो दिले. त्याचा विश्वासच बसेना. दहा युरो त्याने कधी पाहिलेही नसावेत. नजरेमध्ये कृतज्ञतेचा भाव क्षणभर दिसला. नोट खिशात घातल्यावर परत त्याच्या नजरेत याचनेचा भाव दिसू लागला.

साब गाडीत बसून परिस्थितीवर विचार केला. शेवटचा मॅसनशी संपर्क झाला होता काल रात्री. फार सावधपणे बोलत होता आणि त्रोटकपणेही. त्याचा मेसेज मिळाला.

'सामान आलं आहे. रात्री दहा वाजता मिळेल.
त्यावेळी फोन कर.'

मग पुढे काय झालं? मला जे हत्यार, एन् ७६ रायफल पाहिजे होतं त्याबद्दल सर्व तपशील मी स्पष्टपणे दिला होता. रॅटको आणि त्याचा ब्रिटिश सैन्यात काम केलेला सहकारी यांच्याशी सामना करायचा तर ही शस्त्रसज्जता आवश्यक होती. लांबून विशिष्ट ठिकाणी थांबून मी दोघांचाही निशाणा साधू शकणार होतो. संकटाचा सामना करायच्या माझ्या योजनेत मॅसनला विशिष्ट स्थान होतं.

आता विचार आला हार्मन कारागृहाबद्दल दिल्या गेलेल्या बातम्यांसंबंधी. 'हार्मन कारागृह आहे का यातना घर? सत्य बाहेर आलं आहे' ही होती मॅसनने पहिल्यांदा प्रसृत केलेली खास बातमी. त्याला माहिती मी पुरविली होती. पुढचा मथळा होता 'ड्रग्ज्, एडस् आणि एकच डॉक्टर' त्यानंतर त्यानं दिलं होतं 'दंगलीत मुस्लीम कैद्यांना लक्ष्य केले' आणि हे एक 'हार्मन मुख्य वैद्यकीय अधिकारी जाणार'

बाकीच्या वर्तमानपत्रांनीही या विषयाचा पाठपुरावा केला होता; पण इतक्या आक्रमकपणे नाही. कुठेतरी दुसऱ्या तिसऱ्या पानावर मजकूर असायचा. आम्ही दोघंही यावर बोलत असू. आमची अशी धारणा होती की यामुळे आमचे आवाज कायमचे शांत करण्याचा प्रयत्न होईल. तसं वृत्तनियंत्रण फारसं दिसत नव्हतं; पण 'जे' कक्षातल्या त्या रहिवाशाबद्दल मी उपचार दिल्यानंतर ओ'हाराने मला बजावलं होतं की 'सरकारी गोपनीय गोष्टीची प्रसिद्धी न करण्याचं माझ्यावर बंधन आहे. ही बातमी बाहेर फुटता कामा नये. बातमी देणं तुझं काम नाही.'

म्हणजे असं की तुम्हाला कुलपात बंद करून ठेवायचं व किल्ली फेकून द्यायची.

एकंदर वर्तमानपत्राचं वाचन केल्यानंतर असं लक्षात आलं की हार्मन कारागृहाबद्दल येणाऱ्या बातम्यांचा रोख बदलला होता. हार्मनमधला रस कमी झाला

आहे. आता दहशतवादी हल्ले, मध्य पूर्वेत पाश्चात्त्य ओलिसांचे शिरच्छेद अशा बातम्यांना महत्त्व आलेलं दिसलं. देशांतर्गत बातम्या चांगल्या मसालेदार होत्या. राजनैतिक पुढाऱ्यांचे बुरखे ओढण्याचं काम जास्त चांगलं. इतक्या सगळ्या बातम्या असताना तुरुंगात खितपत पडलेल्या लोकांची कशाला आठवण राहणार होती?

मॅसनला पकडलं तर नसेल, असंही मनात यायला लागलं. तुरुंगासंबंधी बातम्या देऊन त्यानं कुठल्यातरी कायद्याचं उल्लंघन केलं होतं का?

माझ्यापुढे पन्नास यार्डांवर एक पेट्रोल टँकर आडवा उभा होता त्यामुळे रस्त्याच्या दोन्ही बाजू बंद झाल्यावर गाड्यांची मागे एकच गर्दी झाली. त्यांचे हातवारे व ओरडा. एक ट्रॅफिक पोलीस उभा होता पण त्याचीही पर्वा न करता प्रत्येक जण पुढे जायचा प्रयत्न करीत होता. तीन वाजायला आले होते. थोडा वेळ मॅसनचा विषय बाजूला ठेवला. माझ्या खिशातून एक चुरगळलेला कागदाचा तुकडा काढला. त्यावर मी डब्लिन टेलिफोन डिरेक्टरीमधून काढलेला फोन नंबर व पत्ता लिहिला होता. फोन केला आणि लगेच गाडीत बसून निघालो. आत्तापर्यंत रस्ता बराचसा मोकळा झाला होता.

पोहोचायला चाळीस मिनिटं लागली. डब्लिनचं एक उपनगर. त्यामध्ये जॉर्जियन पद्धतीची इमारत. संगमरवरी पायऱ्यांसमोर गाडी उभी केली. इमारतीवर असलेल्या पितळी पाटीवरून ह्या इमारतीमध्ये सर्बियाची कॉन्सुलेट आहे असं समजत होतं.

स्वागत कक्षामध्ये एका कर्मचाऱ्याने मला थांबायला सांगितलं. पाच एक मिनिटांनी मला आत बोलावलं. या ठिकाणी एक टेबल व काही खुर्च्या ठेवलेल्या होत्या. त्या देशाचा राष्ट्रध्वज एका खांबावर होता. एका मोठ्या खिडकीमधून बाहेरची बाग दिसत होती. पडदे अर्धवट ओढलेले दिसत होते.

कॉसल उंचीने चांगलेच होते. टक्कल असलेले. चेहऱ्यावर भाव असे की कुणाच्या मर्तिकाला आला आहे. साहेब जागेवरून उठले. मी उभाच होतो.

"तुम्ही डॉ. फ्रँक रयान का?"

"होय."

"ओळखपत्रं वगैरे आहे का?"

यावर मी बाहेर गेलो व गाडीतून माझा वाहन परवाना घेऊन आलो. साहेबांनी ते नीट तपासून पाहिले. माझा चेहरा व परवान्यावरील छायाचित्र जुळतात याची खात्री करून घेतली. समाधान झाल्यानंतर त्यांनी माझ्याबरोबर हस्तांदोलन केलं. हात मात्र मऊ होता महाशयांचा!

"तुम्ही बेलग्रेडमध्ये कुणाला भेटला होतात?"

"क्नेझा पॅसिका." मी म्हणालो. "अंतर्गत खात्याच्या मंत्रालयात." माझी

देहबोली माझी उत्कंठा व्यक्त करीत होती. ''मला म्हणाले होते की माझ्यासाठी काहीतरी ठेवणार आहेत.''

''होय.''

''मग ठेवलंय का काही?'' ह्यावेळेला त्यांच्या चेहऱ्यावर 'कदाचित'चा भाव दिसला.

त्यांच्या जवळजवळ पाया पडून म्हटलं, ''कृपा करून मदत करा मला. माझ्यावर खूप वाईट प्रसंग आलेला आहे. तुम्ही मला काही देणार आहात का?''

''हो.''

'अरे बाबा, दे की लवकर. काय खेळ करतो आहेस.' असं मनात म्हटलं.

''देता का?''

''हो आधीच ठेवलंय मी ते ड्रॉवरमध्ये.''

काही मिनिटांतच मी निघालो. गाडीत ते माझ्याशेजारी ठेवलं. आतमध्ये एक जाड लखोटा होता. कॉंसलने तो माझ्यादेखत सीलबंद पाकिटातून काढला होता. कल्पना करत असताना मनावर ताबा ठेवत होतो. गाडी चालू करताना हात थरथरत होते. वाहतुकीमधून मार्ग काढत माझ्या फ्लॅटकडे निघालो. गाडी सावकाश चालवत होतो. मनाला बजावत होतो की उत्तेजित होता कामा नये. काय असेल बरं त्या लिफाफ्यामध्ये?

माझ्यावरील संकटाचं निराकरण होण्यासारखं, गूढ उकलणारं काही असेल का? मला इंग्रजी तुरुंगात नेऊन बेशुद्धावस्थेत काय प्रश्न विचारले? नोअेल डेम्पसेची ह्या सगळ्यात काय भूमिका होती? लिसा दुगनबद्दल काही समजेल का? अनुत्तरित प्रश्न बरेच होते. त्यांची उकल व्हायची होती. फार वेदनादायक होतं हे सर्व. पुढच्या अठ्ठेचाळीस तासांत ही उत्तरं मिळायला हवीत, मगच मी आगीत उडी टाकू शकणार होतो.

एका वेळी दोन दोन पायऱ्या चढत वर पोहोचलो. दार उघडायला वेळ लागत होता. मनातल्या मनातील चरफड, स्वयंपाकघरातील टेबलावर बसून तो जाड लिफाफा चाकूने उघडला. आतमधून एक कागदाचं बंडल बाहेर आलं. वर क्नेझाने लिहिलेली एक चिठ्ठी होती.

'प्रिय फ्रँक,

यामुळे काहीतरी मदत होईल. मला अजूनही वाटतंय की ह्या सर्वांपासून लांब राहावंस. परत जा ऑस्ट्रेलियाला. चांगला आहे देश तुमचा. शुभेच्छा!

क्नेझा पासिका'

म्हणे ऑस्ट्रेलियाला परत जा. चांगली आहे सूचना. जायचं का परत? सामान आवरायचं, इंटरनेटवर एखादं स्वस्तातलं विमान बघायचं आणि या सगळ्या शापित वातावरणापासून दूर पळायचं. इथे काय आहे? सगळी फसवणूक. टाईप केलेला मजकूर बघायला सुरुवात केली आणि तिसरी ओळ वाचतो आहे तोवर माझ्या डोळ्यातील परत जाण्याचा विचार मावळला.

पहिल्या पानावर अनुक्रमणिका होती. घेतलेल्या मुलाखतीचे तपशील. व्हिडिओ रेकॉर्डिंग, वृत्तपत्रे आणि युनोच्या इन्स्पेक्शन अहवालावरून ही माहिती घेतली होती. हे सगळं तयार केलं होतं लिसा दुगन यांनी. युनोच्या युद्ध गुन्हेगारीचा तपास करणारी यंत्रणा (पूर्वीच्या युगोस्लाविया या देशासंबंधात)

आता लिसा दुगनची माझ्या आयुष्यात काय भूमिका होती हे कळणार होतं.

प्रास्ताविक : कागदपत्रांचा आधार नसलेले अहवाल, पाशवी वागणूक, छळ, कत्तल या संबंधातील अहवाल. ठिकाण : पूर्वीच्या युगोस्लाव्हियामधील लिजुबोव्हजा, पोबुडजा, कोंजेव्ही पोली प्रोटकारी व कासाबा येथे अजूनही (जुलै, ऑगस्ट १९९५) हे सर्व चालू आहे. युनोच्या प्रॉसिक्युटरच्या कार्यालयाने याबाबत आणखी चौकशी करण्याचा निर्णय घेतला. काही नवीन माहिती उजेडात आली होती. एकच नाव पुन्हा पुन्हा आलेले आहे. ह्याच व्यक्तीने हे घडविण्याचा आदेश दिला होता व त्यात भागही घेतला होता. प्रसारमाध्यमांच्या ब्युरोकडे असलेल्या त्यांच्या अभिलेखागारामधील चित्रफितींचा उल्लेख केला आहे. हे सर्व व्ही. सी. आर. च्या माध्यमात बसविले आहे.

(१) शॉर्ट क्लिप © बी. बी. सी. न्यूज (११ जुलै १९९५)

१०:०१:२९ : मिलान डजुकीक, बोस्नियन सर्ब सेनेमधील जनरल सैनिकांशी बोलत आहे, "पोटोकरीकडे रवाना व्हा. थांबू नका. चला पुढे."

१०:०१:४६ : बी.एस.ए सैनिक जनरल मिलानशी बोलत आहे. डजुकिक : "११ जुलै, माझ्या लक्षात राहील हा दिवस."

१०:०१:५० : सोब्रेनिकातील रस्त्यावर पळून गेलेल्या मुस्लीम लोकांच्या वस्तूंचा रस्त्यावर खच पडला आहे.

१०:०१:५४ : स्रेब्रेनिका. प्रेतं.

(२) युनो प्रॉसिक्युटर यांच्या ऑफिसमधील © व्हिडिओ क्लिप.

युनोची तपास अधिकारी लिसा दुगन, फातिमा मारटिक अहमेटोव्हीकशी बोलत आहे. फातिमाच्या म्हणण्याप्रमाणे, १३ जुलै १९९५ या दिवशी तिचे दोन चुलत भाऊ पायी चालत बोस्नियन सरकारच्या प्रदेशाकडे गेले– दोघांची वयं तीसच्या आसपास– पण ते तिथे पोहोचलेच नाहीत. तिचा नवरा व भाऊ यांचे पोटोकरीमध्ये अपहरण केले गेले.

युनोची तपास अधिकारी : मी युनोच्या तपास करणाऱ्या चमूसमवेत आहे. मला तुझे स्वत:चे शब्द पाहिजेत. काय झाले ते सांग.

यावेळी ओळखपत्रं दाखवले जाते. त्यावरचा वैयक्तिक माहितीचा तपशील स्पष्ट दिसतो आहे.

दृश्य : फातिमा तिच्या वाचलेल्या अपत्याबरोबर (मुलगी) दिसते. आता कॅमेऱ्यामध्ये मुलाखतीचे चित्रण दिसते.

१०:०२:१९ : फातिमा मारटिक समोर दिसते. आम्हाला वाटलं नव्हतं की स्रेब्रेनिकाचा पाडाव होईल. युनोचे सैनिक सांगायचे की तुम्हाला संरक्षण आहे. पण बिलकूल संरक्षण मिळालं नाही.

१०:०२:३७ : मी आघाडीवर राहत होते. सर्व जण झोपी गेल्यावर आम्ही कामावर जायचो. त्यावेळी पहाटेपर्यंत गोळीबार बंद असायचा. बायका रात्री काम करीत. मुलांना खायला काहीतरी मिळावं म्हणून... माझ्या नवऱ्याला नेल्याच्या वेळी तो म्हणाला होता. "मुलांना लपव. ते फक्त मुलांनाच नेत आहेत." त्याचं म्हणणं बरोबर होतं. त्या रात्री त्यांनी मुलांनाच धरून नेलं. परत मुलं काही दिसली नाहीत.

१०:०२:५९ : लिसा दुगन : 'किती होती मुलं? माफ करा पण सांगा की तुमच्या कुटुंबामध्ये किती मुलं होती? तीन. बरोबर आहे ना?' कॅमेऱ्याकडे बघून सांगते. "तीन" व तीन बोटं दाखवते.

१०:०३:०४ : लिसा दुगन कॅमेऱ्याकडे पाहून बोलत आहे. "सुमारे पंधरा हजार व्यक्ती जंगलामधून बोस्नियन सरकारच्या प्रदेशात पोहोचायचा प्रयत्न करीत होत्या. त्यांच्यापैकी हजारो बोस्नियन सर्ब सैनिकांनी लावलेल्या सापळ्यात सापडले. ते परत दिसले नाहीत. अमेरिकेच्या गुप्तहेरांनी काढलेल्या हवाई छायाचित्रात सामूहिक दफनभूमी असल्याचं दिसतं."

कॅमेरा रस्त्यावर फिरतो. स्रेब्रेनिकाजवळचे जंगल. पोबुडजा प्रदेश. पडलेली घरे.

१०:०४:१२ : दृश्य : सुटका करून घेण्यात यशस्वी झालेले तीन पुरुष लिसा दुगनबरोबर दिसतात. त्यातला एक जण– पेरो मरकसिक– सांगतोय.

१०:०४:२५ : पेरो : ''सगळ्यात अवघड होतं ते दुसऱ्या रात्री कोंजेव्हिकचा रस्ता पार करणं. पलीकडे जाण्यात फार अडचणी होत्या. आमची ते वाट पाहत होते कारण हाच एक पलीकडे जायचा रस्ता. त्यांना आमच्यापैकी जास्तीत जास्त लोकांना मारायचं होतं. त्या दिवशी तीनशे ते तीनशे पन्नास लोकांना पकडले. त्या कासाबा मैदानात त्यांना ठेवले. संध्याकाळी ट्रक्स् आले आणि त्यामध्ये भरून या लोकांना न्यायला चालू केले. त्यांना कपडे काढायला लावले. त्यांना स्वतंत्र प्रदेशात जायला मिळेल असं वाटलं. त्यानंतर ते झेवोरनिक आणि काराकजीच्या दिशेने गेले.''

लिसा दुगन या लोकांना काही फोटो दाखविते, ''यापैकी कुणाला ओळखता तुम्ही? हे करणारी व्यक्ती यात आहे का?''

पेरो फोटो बघतो. ''हाच तो इसम. त्यानेच हुकूम दिला.''

लिसा दुगन : ''आणखी काय केलं त्यानं?''

पेरो : ''जखमी माणसांना तो गोळ्या घालत होता. सगळेच लोक मेलेले नव्हते. कोण जिवंत आहे हे बघून गोळ्या घालत होता.''

लिसा दुगन कॅमेऱ्याकडे बघून ते फोटो दाखविते. कॅमेरा फोटो जवळ जातो.

त्याचवेळी फोन वाजला. घेईपर्यंत बंद पडला. मला मध्ये काही व्यत्यय नको होता. कॉलर आय.डी. चालू करून ठेवला. मग कॉफी व बिस्किटं घेऊन बसलो. पुढे चालू केलं.

(३) शॉर्ट फिल्म क्लिप © आय.टी.एन. लंडन

१०:०६:२२ : खडकाळ रस्त्यावरून कैदी चालत आहे. जो मुलगा दिसतो आहे तो आहे सोळा वर्षांचा मिरको ग्रुबन. तो स्त्रियांमध्ये मिसळून सुटका करून घेऊ शकला. त्याची साक्ष युनोच्या दप्तरांत नोंदलेली आहे.

(४) © युनो प्रॉसिक्युटरचे ऑफिस :

१०:०६:३५ : आवाज : कैदी ह्या शेती गोदामात नेण्यात आले. क्राविकमध्ये यातून वाचलेले लोक सांगतात की या ठिकाणी सामूहिक हत्या करण्यात आली.

१०:०६:३८ : लिसा दुगन एका स्त्रीची मुलाखत घेत आहे.

"त्यांना माहीत होतं की त्यांचं मरण जवळ आलं आहे. देवाची प्रार्थना करत होते की त्यांना मारून टाकावं. छळ करू नये."

(५) शॉर्ट फिल्म क्लिप © एसकेवाय न्यूज (४ ऑगस्ट १९९५)

१०:०६:४३ : शेतमालाचे गोदाम

- वैयक्तिक सामान चष्मे, पाकीट इ. बाहेरील गवतावर दिसत आहे.
- बाहेरच्या बाजूला बंदुकांच्या गोळ्यांनी पडलेली छिद्रे.
- आतील बाजूला पडलेली छिद्रे.
- आतल्या बाजूला पडलेले रक्ताचे डाग.

(६) © युनोच्या प्रॉसिक्युटरचे ऑफिस :

युनोची तपास अधिकारी लिसा दुगन कॅमेऱ्याकडे बघून सांगते आहे,

"हजारो नागरिक डच युनो कंपाऊंडच्या बाजूला पळून गेले. हे ठिकाण आहे पोटोकरी. स्त्रेब्रेनिकापासून चार मैलावर. तिथून त्यांना हलविण्यात येणार होतं. बोस्नियन सर्ब सैनिक आले त्यावेळी त्या लोकांची विभागणी करण्यात आली. त्यातील पुरुषांना अज्ञात ठिकाणी नेलं. युनोच्या डच संरक्षक फौजांनी या सगळ्याचा तपशील तयार केला आहे."

- सफेद रंगाची इमारत. पूर्वीचा कत्तलखाना
- युनोचे बोधचिन्ह असलेली पाटी
- गोदाम
- युनोचा टेहळणी मनोरा

(७) शॉर्ट फिल्म क्लिप. © बीबीसी न्यूज २९.७.१९९५

१०:०९:५६ पॅन व स्त्रीचे पादत्राण.

१०:१०:०६ ओढ्यामध्ये एक स्त्री पादत्राणे स्वच्छ करीत आहे.

१०:१०:१८ अपघातग्रस्त वाहने. स्त्रिया व मुले चालत आहेत.

(८) © युनो प्रॉसिक्युटरचे ऑफिस :

मिलीना मीकीक पस्तीस वर्षे वय दिसते. याच्या वडिलांना व तीन भावांना बोस्नियन सैनिकांनी नेले. मिलीना सांगतोय की त्यानं वीस प्रेतं बघितली. सगळ्यांचे गळे चिरलेले होते.

आता मिलीना आणि लिसा दुगन दिसतात.

"आम्ही प्रोटोकरीमध्ये सगळे एकत्र होतो. माझे वडील युनो संरक्षक दलात काम करीत. दुभाषा म्हणून. त्यांना खूप मान द्यायचे सगळे. कधी कधी संरक्षण दलातले सैनिक यायचे आमच्याकडे. आमच्याबरोबर जेवणही करायचे. वडील म्हणायचे की काही झालंच तर संरक्षण दल आपले रक्षण करेल, कुणालाही जबरदस्ती करू देणार नाहीत. त्यामुळे जेव्हा ते आले त्यावेळी माझे वडील या ठिकाणी आमच्या घरात थांबले होते. त्यावेळी माझ्या वडिलांच्या लक्षात आले की ते काही खरे सैनिक नव्हते. हे बंडखोर आहेत असं ते ओरडले. आम्हाला तिथेच थांबायला सांगून ते संरक्षण दलाकडे गेले मदत मागायला. सर्ब सैनिक काही करू शकणार नाहीत असं त्यांना वाटत होतं. वडील शंभर यार्ड पुढे गेले असतील तोच दोन चेटनिकानी त्यांना धरले. कुठेतरी घेऊन गेले. मग ते घरी आले व माझ्या भावांना घेऊन गेले. माझे भाऊ भयामुळे किंचाळत होते. आई त्यांच्या विनवण्या करत होती. त्यापैकी एकाने तिच्या तोंडावर प्रहार करून तिचा जबडाच फोडला."

लिसा दुगन : त्यानंतर तुमच्या वडिलांना व भावांना बघितलं काय?

मिलीना : नाही, कधीच नाही.

आणि तिथे एक इमारत होती. माझ्या वडिलांच्या चुलत भावांनाही तिथं नेले. इथं पूर्वी कत्तलखाना होता. त्यांच्या मागोमाग एक चेतनिक मोठा सुरा घेऊन गेला. त्याठिकाणी बरेच लोक जमा केलेले होते. त्या सगळ्यांना घेऊन ते ब्रॅटुनाककडे गेले.

लिसा दुगन : किती जण होते ते? सांगता येईल का?

"मला वाटतं शंभर एक लोक असावेत. मी लपून बसलो होतो त्यामुळे नीट दिसत नव्हतं; पण बंदुकांचे आवाज व ओरडण्याचे आवाज येत होते. एक व्यक्ती मागच्या खिडकीतून पळाली. तो ओरडत होता."

लिसा दुगन : काय ओरडत होता ते सांगता येईल का?

"तो सांगत होता की ते सगळ्यांचे गळे कापताहेत. त्या सर्व

लोकांना एका रांगेत उभं केलं एकमेकांकडे तोंड करून. एका बाजूने कापाकापी सुरू केली. कुणी पळायचा प्रयत्न केला की गोळी मारण्यात येई. फार भयानक.

"तो आपले हात जमिनीवर मारून आकाशाकडे पाहून रडत होता. मग त्यानं एक मोठा धोंडा घेतला व परत इमारतीमध्ये धावला. मोठ्या आवाजात ओरडत होता. मग गोळी झाडल्याचा आवाज आला आणि त्याचे ओरडणेही थांबले. थोड्या वेळाने त्यांचा कमांडर बाहेर आला. त्याचे कपडे रक्ताने माखले होते. खिदळत होता."

लिसा दुगन : तू त्या इसमाला ओळखशील का? ह्या फोटोंमधून हा माणूस दाखवता येईल?

मिलीना : हो, त्याचा चेहरा कधीच विसरणार नाही मी.

लिसाकडून काही फोटो दाखविण्यात येतात. "यात आहे का तो?"

मिलीना : हाच तो. हाच आला होता रक्तानं माखलेले कपडे घेऊन.

लिसा दुगन : हा फोटो आहे मिलास ब्रोकोव्हिसचा.

अरे बापरे. लिसा सगळ्या गुन्हेगारांमधील जबरदस्त गुन्हेगाराचा सामना करीत होती. यानंच कालची हत्या घडवून आणली होती. तिनं आपलं आयुष्य पणाला लावलं होतं. आता माझ्या लक्षात येऊ लागलं की लिसाला गुप्तता पाळणं का आवश्यक होतं. तिला ह्या सगळ्यापासून बचाव करण्यासाठी काही तरी संरक्षक कवच पाहिजे होतं. ह्या लोकांचे हात फार दूरवर पोहोचले होते.

टेलिफोन वाजला परत. फोन घ्यायची इच्छाच होईना. जी माहिती आत्ता मिळाली होती ती फार त्रासदायक होती. मला त्याचा मोठा धक्का बसला होता. इतकं सगळं कठीण काम करत होती आणि तिने मला सांगूही नये? फोन वाजतच होता. पण मॅसनचा फोन इथे येणार नव्हता. मी दुर्लक्ष केलं. कर्कश आवाज येतच राहिला.

खुर्चीत बसलो. मानसिक शक्ती वाहून गेली होती. भावनांचा चक्काचूर झाला होता. लिसाबरोबर घालवलेले दिवस आठवून भडभडून येत होतं. आता तिचं विचित्र वागणं सुसंगत वाटत होतं. ती जे काम करीत होती त्यामधील जोखीम लक्षात घेऊन तिच्या वरिष्ठांनी तिला तशी सूचना दिली असेल आणि ब्रोकोव्हिसला लिसाचा ह्या तपासकामातील सहभाग माहीत असणार आणि ह्यामधील प्रत्येक साक्षीदाराचा तो जीव घेणार होता.

क्नेझाने पाठविलेल्या लिखाणातून शेवटचे पान काढले. एक अस्पष्ट फोटो

दिसला. कॉम्प्युटर फाईलवरून घेतला असावा. फोटोमधला इसम खूपच बुटका होता. बसकं नाक, पातळ ओठ व धारदार हनुवटी. डोकं एका बाजूला केलं असल्यामुळे डोळे नीट दिसत नव्हते. पण ओळखता येण्यासारखी एकच गोष्ट होती. कपाळावर एक जन्मखूण होती. शाईचा डाग असावा तशी आणि खाली नावही घातलेले होतं, मिलास ब्रोकोव्हिस.

अंगावर शहारे आले. अंग थरथर कापू लागलं.

परत फोन वाजला. थोडा वेळ घेतलाच नाही. थोडा थांबून परत वाजू लागला. वैतागून बेडरूममध्ये जाऊन घेतला.

"हं, बोला." मी बोललो. पण पुढचे ऐकून माझे हृदय जवळजवळ थांबलेच. "हाय कॉनर, मी फ्रँक बोलतोय. तुला केव्हाचा फोन करतोय. आलं का माझं सामान आणि आपण केव्हा भेटायचं?" अरेच्चा, हा तर माझा स्वतःचा आवाज. मी विचारलं, "कोण बोलतंय?"

परत ओरडलो, "अरे कोण आहे तिकडे?"

त्या बाजूला सर्व शांत आणि बंदुकीची गोळी उडाल्याचा आवाज आणि कण्हण्याचा आवाज.

आणि फोन बंद झाला.

२२

झोप यायला तर पाहिजे. खूप गरज होती झोपेची. सुखाने केव्हा झोपलो होतो यापूर्वी ते आठवतच नव्हतं. बारा फेब्रुवारीला माझ्यावर हल्ला झाला त्याच्या आधी झोपलो होतो का?

लिसा असायची त्यावेळी आम्ही एकमेकांच्या मिठीत असायचो. बहुतेक नग्नावस्थेत झोपत असू. कामक्रीडा झाल्यामुळे पूर्ण समाधान झालेलं असायचं. हातापायांनीही एकमेकांना जखडलेलं असे. माझा हात तिच्या स्तनांवर असायचा. तिच्या केसाचा सुवास धुंद करीत असे. काय सुंदर दिवस होते. लक्षणीय रात्री. मी हललो तरी तिचा हात माझ्या कमरेवरून हालत नसे. झोपेत असलो तरी आमची एकमेकांवरची आसक्ती संपत नसे. अर्धवट झोपेत अखंड चुंबन प्रक्रिया चालू असे. एकमेकांच्या शरीराला कुरवाळणे संपतच नसे. शरीर फार सुंदर होतं तिचं. अगदी प्रमाणबद्ध. सुंदर गोलाई, स्तनही फार मुलायम, तिचे राखी-सोनेरी केस उशीवर पसरलेले असले तरी मादक वाटायचे. कितीतरी वेळ मी तिच्या केसांचं चुंबन घेत राहायचो.

एकदा मी आधी जागा झालो. ''हाय फ्रँक, किती वेळ झाला उठून तुला?''

''एखादं मिनिट झालं असेल.''

ती डोळे चोळत म्हणाली. ''खूप लवकर उठलोय आपण. झोपू या परत.'' मग आमचा थोडा वेळ एकमेकांवर उश्या फेकण्याचा खेळ झाला उजाडेपर्यंत.

लिसा होती बुद्धिमान, सळसळणारा जिवंतपणा. माझ्यापेक्षा या गुणात सरस होती अशी माझी परिचयानंतर धारणा झाली होती. तिची विनोदबुद्धीसुद्धा तितकीच चांगली होती. एकदा म्हणाली, ''दोघं ऑस्ट्रेलियन एका मद्यालयातून बाहेर पडले.'' ती म्हणाली. तिच्या डोळ्यांत अवखळपणा होता. मला चिडवत होती. मी विचारलं, ''मग?'' तिने विचारलं, ''असं होऊ शकतं?''

यावर परत एकमेकांच्या शरीराशी झोंबाझोंबी.

तिनं मला बरंच काही दिलं. कलाकृतींचा आस्वाद घेणं. पूर्वी मला चित्रकलेविषयी काहीच माहीत नव्हतं. सारखं कोपरखळ्या मारून माझ्या बरगड्या दुखायला लागायच्या. पण तिच्यामुळे माझा आयरिश कलेशी परिचय झाला. तिच्या बरोबर मी ख्यातनाम चित्रकारांच्या कलाकृतींचा आस्वाद घेतला. तिला अशीच एक कलाकृती विकत घ्यावयाची होती. तिच्याजवळ याकरता पुरेसे पैसे नव्हते. मी तिला एक चित्रकृती भेट देऊन आश्चर्याचा धक्का दिला. (माझ्या बँकेच्या मॅनेजरकडून दम दिला गेला याचे काही आश्चर्य वाटायला नको.) लिसाला नाटकांची आवड होती. पण भडक संगितिका आवडत. आमच्या आवडीनिवडी खूपच भिन्न होत्या; पण आम्ही एकमेकांना कधीच कंटाळलो नाही. तिच्यावर खूप विश्वास होता माझा. त्यावेळी मला गाढ झोप लागत असे.

आत्ताचं चित्र वेगळं होतं. आत्ताच्या रात्री भयग्रस्त असत. भयानक आकृत्या दिसत. तिच्या नसण्यामुळे फारच व्यथित झालो होतो. कुठे सापडणार होती ती? आणि आजचा तो टेलिफोनचा प्रसंग. पलीकडच्या बाजूने ऐकू आलेला विव्हल स्वर. पिस्तुलाचा आवाज. मला ते बजावत होते. रॅटको व त्याचे गुंड साथीदार. ते काय करू शकतात ते त्यांनी दाखवलं होतं. क्रोएशियन अधिकाऱ्याचा खून त्यांनीच केला होता आणि आता माझी खात्री झाली होती की त्यांनीच कॉनर मॅसनलाही मारलं असावं. आता या लढाईतील शेवटची झुंज. मिलोस ब्रोकोव्हिसच्या विरुद्ध साक्ष देणाऱ्या प्रत्येकाचा खात्मा करणार. त्यामध्ये मी उपचार देत असलेला रुग्ण सेफिक बॅरिसिकही होता.

मी अंथरुणात उठून बसलो होतो. चेहऱ्यापर्यंत दुलई ओढली होती. अंधारात भिंतीकडे दृष्टी लावली होती. स्पष्टीकरण शोधत होतो. पुढचं धोरण आखायला पाहिजे होतं. ११ मार्च. उद्या माझ्या आयुष्यातला सगळ्यात भयानक दिवस असणार. आजच खरोखर मरायचो ते वाचलो. माझा एकतिसावा वाढदिवस जवळ येत होता. माझं काही मरण्याचं वय झालेलं नव्हतं. अजून खूप वर्षं जगायचं होतं. चांगलं जगायचं होतं. यापुढे कुठल्या ठिकाणी माझा शेर होता ते माहीत नाही. पण या दुष्ट शहरात निश्चित नाही. लंडनमध्ये संरक्षण विभागात चांगली नोकरी मिळत होती, इराकमधील ब्रिटिश सैन्याबरोबर. ते पत्करलं असतं तर संघर्षापासून पूर्णपणे दूर राहिलो असतो. नेमणूक होती जॉर्डनमध्ये; पण माझ्या सद्सद्विवेकबुद्धीला ते पटत नव्हतं.

म्हणून जॉर्डनऐवजी डब्लिन नशिबात आलं. आता या निर्णयाबद्दल स्वत:लाच

शिव्या घालत होतो. चांगलं हवामान असलेल्या, कष्ट नसलेल्या ठिकाणी राहिलो असतो. पण तिथे लिसा कशी भेटली असती? अशी मुलगी आयुष्यात चुकून एखाद्या वेळेलाच भेटायची. इतकं अलौकिक, उत्कट प्रेम मला परत मिळणार होतं का? उद्या दुपारी अंगात थोडं तरी त्राण उरलं तर लिसाला शोधून काढण्याचा निर्धार होता माझा. तिला भेटून सांगणार होतो, 'माझं तिच्यावर किती प्रेम आहे ते. मी तिला कधीच सोडणार नव्हतो.'

'लिसा, मी तुझ्याशिवाय जगू शकत नाही.' मी तिला सांगणार होतो. तिला माझ्या भावना समजतील अशी माझी खात्री होती.

मला आठवलं की लंडनमध्ये एका हॉटेलमध्ये राहिलो असताना तिनेही तिच्या प्रेमाची कबुली दिली होती.

परत घडू शकतं हे. काहीही झालं तरी मला तिला भेटायचं होतं. तिच्या ओठातून मला हे सगळं ऐकायचं होतं. आमचं नातं पूर्णत्वाला न्यायचं होतं. तू जिथे जाशील तिथे मी येणार आहे. माझ्या मनात एक चित्र होतं. न्यायखात्यामध्ये लिसाला अधिकाराची जागा मिळावी. शक्यतो बिल ओ'हाराच्याच ऑफिसमध्ये. बिल ओ'हाराने याच ठिकाणी माझं बौद्धिक घेतलं होतं. पण लिसा त्या खुर्चीत असेल तर फक्त प्रेमच दिसेल. तिच्या चेहऱ्यावर फक्त प्रेम व काळजी दिसेल. आमचं प्रेमप्रकरण संकटात पडण्याची भीतीही तिला वाटेल. मीपण जड अंत:करणानं, कोरड्या गळ्यानं अत्यंत आतुरतेनं तिचं म्हणणं ऐकेन. माझं आयुष्य परत मूळपदावर यावं आणि माझी प्रेयसी परत मिळावी इतकीच तर माझी इच्छा होती. ते डब्लिन, तो तुरुंग तिथले विकृत आणि खतरनाक कैदी कशाचीच पर्वा करायची नव्हती. एकदा लिसाने प्रेम प्रकट केलं की मला माझं सुख परत मिळेल. सुखच सुख. आम्ही लग्न करू. मुलं झाली की सुखाची परमावधी होईल. माझ्या सदनिकेतल्या अंधारातही मला लिसाची आकृती दिसायला लागली. असं वाटलं की आम्ही ऑस्ट्रेलियामध्ये आहोत व रानामध्ये आमचा विहार चालला आहे. अत्यानंदाने मी हुंकार देत आहे.

मला झोप लागली असावी. २.२८ ला शेवटचं घड्याळात बघितल्याचं आठवत होतं. आता बघतो तर ६.०५ झाले होते. खाली गाड्यांचे दरवाजे उघडण्याचे, वर करण्याचे आवाज आले. काही बोलण्याचाही आवाज येत होता. अजून झोप पूर्ण उडाली नव्हती. काय असावं हे लक्षात यायला वेळ लागला. आवाज थोडे वाढले. अंथरुणातून उठून खिडकीच्या बाहेर डोकावलं. परत कुणी आलं काय? अजून उजाडलं नव्हतं. क्षितिजावरही उजाडल्याचं लक्षण दिसत नव्हतं. खालच्या आवारात प्रकाश होता त्यामुळे काही आकृती दिसल्या. दोन

व्यक्ती एकमेकांशी बोलत होत्या. माझ्या सदनिकेच्या बाहेरच्या दाराशी जाऊन कुणाची चाहूल लागते का ते बघितलं. खाली काहीतरी आवाज येत होते. वर चढून कुणी येत आहे असं वाटलं नाही. मग झोपण्याच्या खोलीकडे धावलो. मी माझ्या झोपण्याच्या गादीला चीर पाडून मी मिळवलेलं ग्लॉक पिस्तूल लपवलेलं होतं. आत हात घालून पिस्तूल व काडतुसं काढली. बाहेर काढताना गादीमधील पिसंही बाहेर उडाली. पिस्तुलात गोळ्या भरून तयार केलं. उडवायला सज्ज. दरवाज्याजवळ जाऊन उभा राहिलो. त्यांनी हल्ला केला तर माझी तयारी होती. तळमजल्यावरच्या पार्किंगपाशी काही आवाज यायला लागले. परत खिडकीपाशी गेलो. बाहेर अजूनही दिवे चालू होते. आकृत्याही दिसत होत्या. टॉवेल घेऊन परत बाहेरच्या बाजूला आलो. थंडी होती. मी उघड्या अंगाने फिरत होतो. तरीसुद्धा घामाघूम झालो होतो. टॉवेलने घाम पुसला. दोन्ही हातांनी पिस्तूल घट्ट धरून ठेवले. मग दरवाज्याच्या गुप्त छिद्रामधून बाहेर बघण्याचा प्रयत्न केला. बाहेरच्या अंधारामुळे काही दिसत नव्हतं. अगदी दरवाज्याला कान लावून अंदाज घ्यायचा प्रयत्न केला. हालचाल खालच्या बाजूलाच होती हे नक्की.

लघवीला जाणं जरुरीचं होतं. पण ती जागा सोडून जाणं इष्ट नव्हतं. नेमकं त्याचवेळी हल्ला केला तर बचावाची संधीपण मिळाली नसती. मग मी एक युक्ती केली एक औषध मोजण्याचं पात्र घेऊन त्यातच लघवी केली. हे सगळं करताना कान दरवाज्याला लावलेलाच होता. मूत्रविसर्जनामुळे बेचैनी कमी झाली होती. ह्या सगळ्या प्रकारामुळे दरवाज्यामध्ये थारोळं झालं होतं. त्यामुळे ते आत येऊ शकले तर घसरून पडण्याची शक्यता होती. अजूनही कान लावून चाहूल घेतच होतो.

तोंडाला कोरड पडली होती. श्वसनक्रिया अनियमित. दात थडथड वाजत होते. हात थरथरत होते. पिस्तुलाची हालचाल करून हाताला लागलेली रग कमी केली. दरवाज्यापाशी कुणी आल्याचं दिसत नव्हतं. आता खालून गाडी सुरू केल्याचा आवाज आला. खिडकीमधून दिसलं की दोन एस्. युवी गाड्या मागे वळत असलेल्या दिसल्या. थोड्याच वेळात आवारात कुणीही उरलं नाही. आता उजाडायला लागलं.

मी स्वयंपाकघरातून एक खुर्ची आणून खिडकीजवळ ठेवली. त्यावर चढून बाहेर बघितलं. खालच्या मजल्यावर असलेल्या सदनिकेमधून थोडा प्रकाश येत असलेला दिसला. मी ड्रेसिंग गाऊन घातला व परत बाहेरच्या दाराजवळ चाहूल घेतली. अत्यंत सावधपणे अंदाज घेत होतो. उंदराचं कुरतडणंदेखील ऐकू आलं असतं. दार उघडून बाहेर बघावं असा विचार आला. दरवाजा ओढलादेखील. मग विचार बदलून मागे परतलो. थोड्या वेळापूर्वी याच ठिकाणी लघवी करावी लागली होती. विसरलो होतो ते. त्यातच पाय पडला. गाऊनही थोडा भिजला. सर्वत्र शांतता

होती. अद्याप हातात पिस्तूल धरून ठेवलेलं होतंच.

श्वास रोखून धरला होता; पण फार वेळ त्या स्थितीत नाही राहू शकलो. छातीचा स्फोट होईल असं वाटलं. कुठूनच काहीही आवाज आला नाही. श्वासोच्छ्वास फार जोरात चालला होता. घाम तर बरसतच होता. शरीरातल्या प्रत्येक छिद्राची जाणीव होत होती. सत्तर आकडे मोजले. आता यापेक्षा ताण सहन करण्याची ताकद उरली नाही. काय होईल ते होईल असा विचार करून जे पुढे येईल त्याला तोंड द्यायची तयारी ठेवली. दम खूप लागला होता. घामाबरोबरच रोमारोमातून भयही दाटलं होतं. प्रार्थना करण्याचाही व्यर्थ प्रयत्न केला. अचानक लिसाची मला वेडावणारी आकृती दिसली. असं वाटलं क्षणभर. आता खाली उकिडवा बसलो. प्रत्येक कोपऱ्यावर लक्ष ठेवून होतो. बाहेर काही आवाज झाला. पिस्तुलात गोळ्या भरण्याचा आवाज. मीही माझ्या हातातील शस्त्र तयार केलं. पिस्तुलाच्या घोड्यावर बोट ठेवून तयार झालो. परत बाहेरची चाहूल. कोणीच नव्हतं. म्हणजे हा सगळा माझ्या कल्पनेचाच खेळ म्हणायचा तर!

या सगळ्यामुळे थकवा आला होता. अंगही दुखत होतं; पण थोडं बरंही वाटत होतं– बाहेर कुणीही नव्हतं त्यामुळे. आता खाली सफाई कामगार झाडू मारत आहेत. त्यांच्या आवाजावरून जाणवलं.

"काय बाबा, कसं काय?"

मी फोनवर आहे यावर बाबांचा विश्वासच बसेना. मग म्हणाले, "फ्रँक, तू बोलतोयस का?"

"होय, ह्या देहाला फ्रँक असं म्हणतात."

"कसा आहेस तू बाळ?"

"एकदम झक्कं."

हा आमचा ठरलेला संवाद. तो झाला. आत्ताचा फोन मी शेवटचा निरोप घेण्यासाठी करत होतो का?

"मग, तिकडे काय चाललं आहे तुझं? तुझी आई आणि मी तुझ्या ईमेल्स् वाचत असतो. डब्लिनमध्ये काही तरी गडबड आहे असं दिसतंय. बघ बुवा दुसरीकडे कुठे जायची वेळ आली असं नाही का तुला वाटत? आणि काय हे, इकडची नाही आठवण येत तुला?"

"खूप येते हो, पण काय करू? आई कशी आहे?"

"छान आहे की, आम्ही इकडे आलो हे चांगलंच झालं बघ. तिला बरं वाटतंय इथं. चांगला बदल झालाय तिच्यात. नवीनच आयुष्य मिळालंय तिला."

"वा, छान झालं हे."

संभाषणातून वडिलांनी तिकडच्या बऱ्याच गोष्टी सांगितल्या. माझ्या बहिणींबद्दलही बोलले. गावाकडची भाषा कानावर पडली.

"सु च्या पायात बरीच ताकद आली आहे. मागे तू पाहिलं होतंस त्यापेक्षा आता बघितलंस ना तर चकितच होशील. बरं, मग इकडे यायचं केव्हा ठरवितोस?"

काय पण प्रश्न! उद्याच्या प्रसंगानंतर काय होणार आहे माझं? "काही सांगता येत नाही नक्की; पण ह्या महिन्याच्या शेवटी यायचा विचार आहे."

"होय का? फारच छान. तुझी आई तर वेडीच होईल हे ऐकून."

"पण अजून नक्की समजू नका. अजून व्यवस्था करायची आहे."

मग त्यांना काहीतरी आठवलं असावं, "अरे, ती मुलगी तुझी मैत्रीण काय नाव बरं तिचं?"

"लिसा दुगन."

"आलं लक्षात. आहे का चालू तुमची मैत्री?"

परत अवघड प्रश्न. "हो खूपच मैत्री झालीय की."

आता वडील थोडे बिघडले, "तुझ्या आईचं मत आहे की ती तुझ्या डोक्यावर मिऱ्या वाटेल. तुझ्यासारख्या देखण्या मुलाला छप्पन पोरी मिळतील शिवाय तू डॉक्टर आहेस."

"अहो, पण मीही आता वयानं वाढलो आहे. एकतीस वर्षांचा झालो की."

"खरंच की. कशी वर्षं भुर्रकन जातात नाही? अरे हो, सु ची एक मैत्रीण आहे बघ."

"कोण आहे ती?"

"तिचं नाव कॅरोल बेलमॉट. अरे, ते वॉडरटाऊनचे नाहीत का? बराच जमीन जुमला आहे त्यांचा. फार चांगली आहेत ती मंडळी. कॅरोल सध्या ॲडलेडमध्ये आहे. काहीतरी शिकवण्याचं काम करते, भाषा विषय. आता आठवलं, कॅंपबेल टाऊन हायस्कूल. बघ तुला आवडेल ती."

त्या अवस्थेतही मला हसू आलं. ऑस्ट्रेलिया सोडल्यापासून माझे आई वडील माझ्याकरता मुली पाहत होते. कुणी पसंत पडलेलं नव्हतं आजपर्यंत.

मी विचारलं, "तिचे केस कसे आहेत? सोनेरी?"

वडील हसायला लागले. "अरे, छान काळे केस आहेत. आणि केस काय रंगविता येतात. पण दिसायला छान आहे रे."

"बघू या. विचार करतो. सांगा सगळ्यांना मला त्यांची आठवण येते."

"मग तू येणार हेपण सांगू का?"

माझ्या घशात दाटून आले. घराचे आवार, निलगिरीच्या झाडांचा वास, सुंदर सूर्यप्रकाश असं सगळं आठवलं. मग म्हटलं, "ठीक आहे. जमवतो मी या

महिना अखेर.''

फोन ठेवला. वडिलांना किती आनंद झाला असेल ते लक्षात येत होतं.

नऊ वाजता मी अंघोळ उरकली. कपडे घातले. घरातला पसारा आवरला. जंतुनाशकाचा फवारा मारला. जेवणाच्या टेबलावर बसलो. नाश्ता करायचा होता. रेडिओ लावला. कुठे कॉनर मॅसनला ठार मारल्याची बातमी तर नाही? मार्मालेड ब्रेडचे तुकडे, दूध इ. भक्कम न्याहारी झाली. खूप भूक लागली होती ना. अजूनही आतमध्ये तणाव होता. खूप काही घडत होतं पण माझा कशावरही ताबा राहिला नव्हता. कळसूत्री बाहुल्याप्रमाणे मला कुणीतरी नाचवत होतं. मी असाह्यपणे सगळं करत होतो. बारा फेब्रुवारीनंतर आजच सफाई कामगार आलेले बघत होतो. मधल्या काळात का आले नव्हते? लिसा दुगन कुठे आहे? याची उत्तरं कोण देणार? खाताना या सर्वांवर खूप विचार केला.

का कुणास ठाऊक, मी सामान आवरायला सुरुवात केली. आतनं अशी प्रबळ इच्छा झाली की निरवानिरव करावी. सगळ्या सुटकेस नीट आवरून ठेवल्या. आत्महत्या करणारे लोकही असंच करतात. क्रेडिट कार्ड रद्द करतात. सगळी देणी चुकवितात, घर स्वच्छ करतात. मृत्यूला सामोरं जाण्यापूर्वी माझ्या डोक्यातही असंच काहीसं चालू असावं. मी ते स्वीकारायला नाकारत होतो का? फ्रँक रयान तुला बारा मार्चची सकाळ बघायला मिळणार आहे का? त्यापेक्षा निरवानिरव करून ठेव हे चांगलं. नंतर वेळ मिळेल की नाही हे नाही सांगता येणार. एक तास लागला हे सगळं करायला. फक्त साबण बाहेर ठेवला. लघवीनं भरलेला ड्रेसिंग गाऊन फेकून देणं जिवावर आलं. लिसानं मला दिलेली भेट होती ती. तिने दिलेली प्रत्येक वस्तू मला जिवापलीकडे प्रिय होती.

डब्लिनची रस्त्यावरची वाहतूक नेहमीच जिकिरीची असे. त्यातून मार्ग काढत निघालो. वाहतुकीचे नियम न पाळणं हा इथला राष्ट्रीय बाणा. अकरा वाजता ढगांची दाटी कमी झाली व सूर्यदर्शन झालं; पण क्षीण. वसंत ऋतूची चाहूल दिसत होती. झाडांना कुठे कुठे कळ्या येताना दिसत होत्या. डॅफोडिलला बहर आलेला दिसत होता. हवा उबदार असल्यामुळे बाकीच्या खिडक्या उघड्या ठेवल्या होत्या. शेजारच्या सीटवर ग्लॅडस्टन बॅग होती. आज मी पँट, शर्ट, टाय, कोट असा पेहराव केला होता. गेले कित्येक दिवस मला डब्लिन व तिथले लोक यांचं विस्मरण झालं होतं. मी वेगळ्याच विश्वात होतो. आता एक एक गोष्ट लक्षात येऊ लागली. ओव्हरकोट लोकांच्या पेहरावातून गायब झाले होते. त्यांच्या जागी हलके विंडचीटर्स दिसत होते. थंडीमुळे त्रासून गेलेले चेहरे आता थोडे प्रफुल्लित दिसत होते.

वातावरण एकंदर आनंदी दिसत होतं. मला मात्र हे सगळं परकं वाटत होतं.

कारागृहाच्या आवारामध्ये गाडी उभी केली. पार्किंगला जागा मिळायला थोडा वेळ लागला. हे थोडं नेहमीपेक्षा वेगळं दिसत होतं. नेहमी इतकी दाटी नसायची. आजूबाजूला बघितलं– काळ्या काचा लावलेल्या दणकट गाड्या, सर्च लाईट बसविलेल्या, उभ्या होत्या. हे काय लचांड आणखी? माझं ओळखपत्र दाखविल्यावर दरवाजे उघडले गेले. मी बेफिकीरपणे व्हरांड्यातून व मळसूत्री दरवाज्यातून गेलो. कुठेतरी रेडिओपण लागलेला ऐकू येत होता. पुढे गेलो तर आजचं दुपारचं जेवण काय असेल त्याचा अंदाज आला वासावरून. वराहभोजन, कोबी व बटाटे. तसं मी ठरवलं जेवायला बाहेर जाणं चांगलं. पैशाची चणचण होती म्हणा. बघू काय करायचं ते. तुरुंगातील नेहमीचे वास आज जास्तच उग्र वाटत होते. मी नाकावर रुमाल धरला. शेवटी वैद्यकीय परीक्षण दालनात पोहोचलो. दारावरच्या पहारेकऱ्याकडे बघून म्हणालो, ''कसली घाण येतेय?''

तो म्हणाला, ''अहो, कैदी किती वाढलेत संख्येनं.'' त्याने मला रुग्णांची यादी दिली. पुढे म्हणाला. ''रस्त्यावर दंगल करणाऱ्यांना कोर्ट आता सरळ तुरुंगातच पाठवतं. सारख्या नवीन कोठड्या तयार कराव्या लागताहेत. आजची ही चौथी.''

आता त्याची लांबड थांबवायला पाहिजे. मी विचारलं, ''सिस्टर आल्या आहेत का?''

''नाही. आजारी आहेत म्हणे. एक आठवड्याची सुट्टी मागितली आहे.'' तो माझी नजर टाळत असावा असं मला उगीचच वाटलं. जाऊ द्या झालं!

रोजचं काम सुरू केलं. नेहमीच्या कैद्यांना मेथाडोन लिहून दिलं. काही जण खिन्न दिसत होते. कुणाच्या अंगावर गोंदलेलं. कुणी कावीळ झाल्यामुळे पिडलेला. सगळेच व्यसनाधीन. हेरॉईन न मिळाल्यामुळे दुसरं काहीतरी द्या म्हणणारे. तपासणी करत होतो. नेहमीचे ढोंगी भाषण, युक्त्या, मादक पदार्थांची सवय आहे हे नाकारणं, असलं काही आज आढळलं नाही. एक जण म्हणाला, ''डॉक्टर साहेब, मेथाडोनचा उपयोग होतोय. मला वाटतंय मी लवकरच यातून बाहेर येईन.'' भंकस, खोटं होतं हे. हे पूर्वी असंख्य वेळेला ऐकलेलं होतं. सुया टोचलेल्या जागा बघत होतो. हात, पाय कुठल्याही ठिकाणी खुणा दिसत होत्या आणि ताज्या होत्या हेही दिसत होतं. शीर सापडली तर शिरेतही टोचून घेत असत. मेथाडोनचे उपयोग अनेक! त्याच्या बदल्यात दुसरी मादक द्रव्यं मिळवणं हे एक. पण आणखी एक भयानक प्रकार– लहान मुलांना हे द्यायचं. ती पूर्णपणे बेशुद्ध झाली की त्यांच्यावर लैंगिक अत्याचार करायचे, इतके की मुलं जखमी व्हायची. इलाज करणं अवघड असे. पण तक्रारपण केली जात नसे. आज तरी असे रानटी प्रकार माझ्यासमोर येऊ नयेत असं वाटत होतं.

डॅन स्टील समोर बसला होता. आज फार धीट दिसत होता. चेहऱ्यावरचा जखमेचा वण सरळ होता. ओठ मिटलेले. निकोटीनने पडलेले डाग अधिकच गडद दिसत होते. अतिरिक्त धूम्रपानामुळे त्वचाही प्रभावित झाली. मी गळा दाबला होता त्यावेळी माझी नखं त्याच्या गळयात रुतली होती. ते वण अजून दिसत होते. रक्त सुकलेलं दिसत होतं.

मी विचारलं, "काही चुकलंय काय?"

"सगळंच चुकलंय." त्यानं दरवाजा बंद आहे की नाही त्याची खात्री करून घेतली. माझ्या आणखी जवळ आला. "ते सगळ्या कैद्यांना हलवतायत. व्यायामाच्या वेळेला 'सी' कक्षावर धाड पडली. 'डी' व 'ई' कक्षावरही. 'जे' कक्ष आता रिकामा झाला आहे."

मी भुवया उंचावल्या म्हणजे तिथला तो साक्षीदार! त्याचं काय झालं असावं. मी विचारलं, "हलवलं का तिथल्या इसमाला?"

"ते नाही माहीत."

"फालतूपणा करू नकोस. तुला सगळं माहीत असतं."

"होतं पूर्वी तसं. आता बदललंय ते." त्याचा आवाज संतापलेला होता. पूर्वी कधी असं वाटलं नव्हतं मला. पुढे म्हणाला,

"मला कुणी काही सांगत नाही आता. बरं नाही हे. मी त्यांना भरपूर चारतोय त्यासाठी." त्याला काय वाटलं कुणास ठाऊक. मागे जाऊन बाहेरची चाहूल घेतली. बाहेरून कुणी बोलल्याचा, हसण्याचा असे आवाज येत होते. परत माझ्याजवळ येऊन म्हणाला, "उद्याचं निश्चित आहे ना?" मला काही आश्चर्य वाटलं नाही. स्टीलला एक्स-रे ला केव्हा जायचं आहे ती तारीख माहीत होती. सिटी हॉस्पिटलमध्ये त्याचं कुणीतरी असणार.

"हो. उद्या दहा वाजता इथून जायचंय. पाच जण आहेत एकंदर. साडेदहाला तिथे पोहोचायचंय. एक्स-रे झाले की बारा वाजेपर्यंत परत." सिटी हॉस्पिटल तीन मैल अंतरावर आहे. त्यावेळी एरवीच्या मानाने रस्ते मोकळे असतात. मी जी जागा निश्चित केली तिथेच काहीतरी उत्पात होणार.

माझ्याकडे रोखून बघत स्टील म्हणाला, "आणि तू कुठे असणार डॉक्टर?" त्याच्या डोळ्यांत संशय भरला होता.

"मी निघायची तयारी करणार. उद्या रात्री मी सिंगापूरकडे जाणारं विमान पकडणार. तिथून सिडनी. तुझ्यामागे पोलीस असतील त्यावेळी मी तिथे समुद्रकिनाऱ्यावर असणार."

काही वेळ शांतता. तणावपूर्ण वातावरण. आम्ही दोघेही एकमेकांना आजमावत होतो. शेवटी शांतता भंग त्यानेच केली. "माझा विश्वास नाही तुझ्यावर."

“आणि मी तरी तुझ्यावर कुठे विश्वास ठेवतोय? एकूण एकच.”

“डॉक्टर, मला धोका द्यायचा प्रयत्न करू नकोस. परत नाही बोलणार मी, पण लक्षात ठेव.” आता परत त्याच्या चेहऱ्यावर क्रौर्य दिसायला लागलं. ठामपणाचा भाव आला. “आता काही लटपट केलीस तर मी तुला व तुझ्या घरातल्यांना सोडणार नाही. आईशप्पथ सगळ्यांची खांडोळी करणार.” त्याच्या चेहऱ्यावर संताप व द्वेष ओसंडून चालला होता. त्याने मारलेल्या दोन गुन्हेगारांची मला आठवण झाली पण मी डगमगलो नाही. भय वाटण्याच्या पलीकडे गेलो होतो मी.

“हे बघ, उद्या काही घडलंच तर, तुला काही करता येणार नाही.” स्टील मला अडवत होता पण मी त्याला जुमानलं नाही. पुढे म्हणालो, “रॅटको काय आणि दुसरा कोण तो गेरी, सगळे खतम होतील.”

हे ऐकून तो दचकला, “अर्थ काय याचा?”

“कुणी दगा फटका केलाच, तर माझ्याशी त्याचा संबंध नाही. मी करणार नाही तसं; पण तुझ्या माणसांना घाई झाली तर किती भयानक होईल सगळं.”

यावर स्टील मोठ्या अभिमानाने म्हणाला, “आम्ही करतो ते अगदी धंदेवाईक पद्धतीने, योजनाबद्ध, काटेकोरपणे सगळं केलं जातं. गेरी कधी चुका करत नाही.”

आता लक्षात आलं ह्याचा सूत्रधार कोण असणार ते. गेरी ब्रिटिश सैन्यात होता. अनुभव व उत्तम शिक्षण मिळालं असणार त्याला. कदाचित सगळं व्यवस्थित होईलही रक्तपाताशिवाय. आता यामध्ये कोण कोण आहेत हे माहीत असल्यामुळे त्यांच्या बोलण्यावर कितपत विश्वास ठेवायचा? त्यांना जे मिळवायचं आहे त्याकरता ते कोणत्याही थराला पोहोचतील. आता मी या सगळ्यामधून माझं अंग काढून घ्यायचं ठरविलं.

“तुला इथून बाहेर पडायचं आहे. ती सोय मी केली आहे. त्यामुळे माझं काम पूर्ण झालं आहे. आता मला स्पष्टीकरण पाहिजे.”

“स्पष्टीकरण म्हणजे?” स्टील.

“बरोबर स्पष्टीकरण पाहिजे. मी माहिती काढली आहे. मिलॉस ब्रोकोव्हिस आणि तू मित्र आहात, साथीदार आहात. वंश हत्या, ड्रग्ज् आणि लैंगिक गुन्हे हे सगळं तुम्ही केलंय.”

स्टीलला या बोलण्याचं काहीच आश्चर्य वाटलेलं दिसत नव्हतं किंवा त्यानं ते दाखवलं नसावं. दात ओठ खाऊन माझ्याकडे चिडखोरपणाने बघत होता. खांदे उडवून म्हणाला, “त्याचं काही महत्त्व नाही. डॉक्टर, मला एकदा बाहेर पडायला मिळालं की बास. मी खूप श्रीमंत होणार आहे आणि हे सगळं शक्य झालं तर तुझाही फायदा होणारच.”

“मी तुला सांगितलंय. ह्यानंतर मला तुझ्याशी काही एक कर्तव्य नाही. मला

पाहिजे आहे ती माहिती फक्त दे तू.''

''कसली माहिती?''

''कॉनर मॅसनचा गेम तू केलास ना?'' मी हे बोलून त्याच्या वर्मावरच घाव घातला होता.

स्टीलच्या चेहऱ्यावर विलक्षण आश्चर्याचे भाव दिसले. निदान त्याने तसे दाखविले तरी. ''नाही, मी नाही. पण हे पूर्वीच करायला पाहिजे होतं मी.''

''मॅसनचा काही पत्ता लागत नाही म्हणून विचारलं.''

''त्याची सवयच आहे ती. तो पेटलेल्या लोकांच्या आसपास असतो. आता कुणाला तरी फार त्रास दिला तर तो सोडेल का?''

असू शकतं. माझ्याशी काय संबंध? ''तू म्हणतोस तुझा काही संबंध नाही. तो कुठे असावा काही कल्पनाही नाही, ते कसं?''

''मला काय करायचंय त्याच्याशी, क्षुद्र किडा तो.''

आता मला ओळखू येत होतं की स्टील केव्हा उसळणार किंवा केव्हा शांत राहणार. आता तो माशासारखा मऊ झाला होता म्हणून मी मॅसनचा विषय न लांबविण्याचं ठरविलं. त्याचं काय झालं ते कधीतरी समजणारच होतं. दुसरा महत्त्वाचा प्रश्न माझ्यापुढे होताच.

''बरं, आता सांग नोअेल डेम्पसे कोण आहे? काय करतो तो?''

''ते काही मी तुला इथून बाहेर पडेपर्यंत सांगणार नाही. तुझ्या भल्यासाठीच सांगतोय.''

हे अपेक्षितच होतं म्हणा. ''मग लिसा दुगनबद्दल तरी सांग.''

टेबलावर हात ठेवून आपले तळवे निरखत बसला. चेहऱ्यावरचे भाव फार विचित्र झाले. अभद्र भाव, चेहरा काळा पडला. कुठेतरी टेलिफोनचा आवाज झाला.

मी म्हणालो, ''आटप लवकर. मला सगळा दिवस यातच घालवायचा नाही. लिसा दुगनबद्दल सांग लवकर.''

तो उठून उभा राहिला. माझ्याकडे रोखून पहायला लागला. काहीतरी विचित्र हालचाल होती त्याची. मी दचकून उठलो. माझ्या घराकडे एकदा असंच घडलं होतं. शेजारचा शेतकरी, वयानं मोठा होता, एके दिवशी असाच आमच्या घरी येऊन उभा राहिला. रापलेला चेहरा, हातातली हॅट एका हातातून दुसऱ्या हातात करत होता. नजर फार उदास. दृष्टी जमिनीकडे. तो एक दुःखद बातमी घेऊन आला होता. घरी कुणीतरी वारलं होतं. आता स्टीलचा आविर्भाव तोच होता. म्हणजे? नाही, नाही मला स्टीलकडून ते नव्हतं ऐकायचं.

''मला फार वाईट वाटतंय, मला हे तुला सांगावं लागतंय म्हणून डॉक्टर; पण ती या जगात नाही आता.''

२३

मुख्य वैद्यकीय अधिकारी या पदावर मी रुजू झाल्यावर कारागृहाच्या गव्हर्नरने माझ्याबरोबर येऊन सर्व माहिती करून दिली होती. सशस्त्र पहारेकरी, सगळा सरंजाम घेऊन आमच्या भोवताली होते. एकामागून एका भागाची पाहणी करत आम्ही चाललो होतो. त्याचं भाष्य चालू होतं, *'प्रत्येक कैद्याची फाईल मी वाचतो. तो कोण आहे, कुठून आला, त्याचा इतिहास, केलेल्या गुन्ह्यांचं वर्णन या सगळ्याचा तपशीलवार अहवाल असतो. अभ्यास केल्यानंतर काही गोष्टी स्पष्ट होत गेल्या. शहरात आलेले गुन्हेगार क्रॉंक्रीटच्या जंगलातले रहिवासी. राहत असलेल्या इमारती अत्यंत गलिच्छ, कचरा, सांडपाणी जिकडे तिकडे पसरलेलं. सगळीकडे घाणीचं साम्राज्य. तऱ्हेतऱ्हेचे दुर्गंध वातावरणात भरलेले. कुत्र्यालाही आपण अशा ठिकाणी ठेवणार नाही. बंद दरवाज्याच्या आत मुलांच्या रडण्याचे आवाज येत. त्यांच्यावर खेकसणारे आईबाप. सगळे नशेत धुंद. या वस्तीत पोस्टमन पत्रं टाकायला नाकारत. पोलिसांचीही एकट्या दुकट्याची जायची हिंमत नसे. सभ्य नागरिकांच्या मागे टवाळखोर मुलं लागत. त्यांची भीतीने गाळण उडे. या मुलांवर गुन्हेगार टोळ्यांचा वचक असे. हा सगळा परिणाम होता ड्रग्जचा– हेरॉईन, अँफेटामाईन, क्रॅक कोकेन– कुठलेही मादक पदार्थ इथे सहज मिळायचे. ह्यातून गुन्हेगारी सुरू होते. गुन्हेगारीचं मूळ स्थान.'*

आमची पाहणी चालू असताना लक्षात आलं की इथलं वातावरण अत्यंत विषारी होतं. प्रत्येक जण कुणाचा तरी सूड घ्यायच्या पवित्र्यात. गजाआड असलेले कैदी विलक्षण तिरस्काराने पाहत. एकमेकांतील बोलणंही दबक्या आवाजात, प्रत्येक जण नजर चुकवीत असे. पहिल्यांदाच माझ्या लक्षात आलं की सुरक्षा अधिकारी व कैदी यांच्यामध्ये कायम वैरभाव जोपासलेला असे. एकदा सफाई कामगारांना मारहाण झाली त्यामुळे ते संपावर गेले. घाण आणखीनच वाढली.

घाणीचा दर्प सहन करणं असह्य झालं. मी जेव्हा हे पद स्वीकारलं त्यावेळी मला खूप उमेद होती. वातावरण फारच भयानक होतं; पण मी हे आव्हान स्वीकारलं होतं. ह्याचा शास्त्रीय अभ्यास करता येईल व मार्ग निघेल असा माझा विश्वास होता. गव्हर्नरच्या उपदेशातले शब्द अजूनही माझ्या मनावर बिंबलेले आहेत.

'माझ्या वैवाहिक जीवनातल्या समस्येकरता माझा डॉक्टर हार्मन कारागृहाला दोष देतो. या ठिकाणी असलेले कैदी खुनी आहेत. छळ करायचा, बलात्कार करायचा आणि परत खून. या कक्षात आहेत हे सर्व. मला दहा वर्षं झाली इथं येऊन. आत्तापर्यंत मी निढावायला पाहिजे होतो या सर्वाला. तसं नाही झालेलं. मी फार उदास असतो. हे क्रौर्य, ही आक्रमकता मला व्यथित करते. मी चिडखोर झालोय. घरी जाताना मी कधीच समाधानाने जाऊ शकत नाही. घरी जाऊन मुलींना मारतोसुद्धा. अगदी ख्रिस्ताच्या शिकवणीविरुद्ध वर्तन. मी खूप पितो तरीसुद्धा झोपेची गोळी घ्यावी लागते.'

गव्हर्नरच्या या भावनावशतेमुळे मी व्यथित झालो होतो; पण तसं काहीच दाखवलं नव्हतं.

'जे कक्षातील एका कैद्याने दोन स्त्रियांची दारू आणि ड्रग्जसाठी कत्तल केली. गुन्ह्याचा तपास करताना घेतलेली छायाचित्रं भयानक आहेत. या स्त्रियांचे तुकडे करून उंदरांना खायला दिलेले दिसले. अजून ते दृश्य स्वप्नात दिसतं मला. मी दचकून उठतो. त्याला ज्या ज्या वेळी पाहतो, त्यावेळी त्याच्या अंगावर धावून जावंसं वाटतं; पण एकदा कोर्टानं त्याला शिक्षा दिल्यानंतर मला तो अधिकार उरत नाही. याउलट त्याचं रक्षण करणं, त्याचं आरोग्य, खाणंपिणं याची काळजी मला घ्यावी लागते. कसं आहे हे?'

माझ्या विचाराला चालना मिळाली ह्या सर्वाने.

'मी जेव्हा भिंतीकडे बघतो त्यावेळी वाटतं की किती भक्कम आहेत तुरुंगाच्या भिंती! खरं नाही ते. या तुरुंगाच्या कोठड्यांत जे चालतं ते ह्या भिंती नाही थांबवू शकत. पृथ्वीवरचा नरक आहे हा तुरुंग. इथं जितका अधिक वेळ काढाल तेवढं तुमचं वाटोळं ठरलेलं.'

हे गृहस्थ अतिशयोक्ती करतात असं मला वाटलं.

'खोटं बोलणं, फसवणूक आणि खून हा इथला कायदा आहे. प्रत्येकावर त्याचा परिणाम होतो. तुला जपून रहायला हवं.'

माझ्या सदनिकेत स्वयंपाकघरात बसलो होतो. हातातील घड्याळ बारा वाजत आलेत ते दाखवत होतं. आता थोड्याच वेळात अकरा मार्च सुरू होणार. समोर काही खाऊन उरलेले खाद्यपदार्थ होते आणि शेजारी ग्लॉक १९ हँडगन. संध्याकाळी उगीचच डब्लिनच्या रस्त्यावरून फिरताना काहीतरी खायला घेतलं होतं. फिरताना

हॉटेल्स्, कॅफे या सर्वांकडे लहान मुलासारखं कुतूहलाने बघत होतो. लिसा गेली हे खोटं आहे. डॅन स्टील खोटारडा आहे. कॅंपबेल म्हणाला होता की काही कैद्यांना खोटं बोलणं हा रोगच आहे. स्टीलने मला ती गेल्याचं सांगितल्यानंतर मी त्याची अधिक माहितीसाठी विनवणी केली होती. त्यानं काहीही माहीत नसल्याचा दावा केला.

"मला एका व्यक्तीने सांगितलं."

"कोण आहे तो?"

"नाही सांगता येणार."

"कशी काय गेली ती?"

"ते काही कळलं नाही."

"केव्हा गेली ती?"

"डॉक्टर, तो माझा विषय नव्हता. मला माहीत आहे ते सांगितलंय."

माझी अवस्था हे ऐकून दयनीय झाली पण मी तिला शोधून काढणारच. जरी ती दुसऱ्या कुणाबरोबर असली तरी मला त्याची पर्वा नव्हती. आम्ही ज्या ज्या ठिकाणी जात असू ती सर्व ठिकाणं धुंडाळली. गल्ली बोळातही भटकलो. कुठंतरी वाटत होतं की हा शोध व्यर्थ आहे, निरर्थक आहे पण पाय थांबत नव्हते. किती मैल चाललो असेल त्याला सुमार नाही. पायाचे तुकडे पडायची वेळ आली.

हताश होऊन घराकडे परत आलो. वाटेत काहीतरी खायला घेतलं एका स्वस्त अड्ड्यावर. अन्नावर वासना नव्हती; पण पोटातून भुकेची आग जाणवत होती. खाताना घास गिळला जात नव्हता. पेप्सीचे घोट घेऊन घास खाली उतरवत होतो. अकराच्या सुमारास येरझारा घालायला सुरू केलं. स्वत:शीच बडबड करत होतो. मी दु:ख करण्याच्या पलीकडे पोहोचलो होतो. हे सगळं कसं घडलं? घटनाक्रम काय होता? हे काही लक्षात येत नाही. मला माझी शक्ती खर्च करून चालणार नव्हतं. कितीही विवेक बाळगण्याचा प्रयत्न केला तरी स्वत:ची समजूत पटत नव्हती. चिडलेला होतो, अस्वस्थ होतो. उद्या काय होणार आहे याची चिंता होती. माझी हँडगन काढली. पिस्तूल व्यवस्थितपणे साफ केलं. काळजीपूर्वक तेलाचा हात फिरवला. परत नीटपणे जोडणी केली. मग दहा काडतुसं काढली. चिंधीने प्रत्येक गोळी नीट पुसली. चुंबन घेऊन प्रत्येक गोळी व्यवस्थितपणे पिस्तुलात भरली. गव्हर्नर कॅंपबेलचे उपदेशाचे डोस आठवत होते पण त्यातील वाक्प्रचार, शब्द अधिकच दुष्ट वाटू लागले.

'डॉ. रयान, ह्या लोकांच्या नजरेतून आयुष्याकडे बघितलं पाहिजे. बाहेरील जगाशी आलेला प्रत्येक संपर्कही त्यांना संधी असते त्यातून फायदा होतो. गावगप्पा, अफवा, माहिती, योजना आणि खबरदारी. मोठे मोठे कट इथे शिजतात. मोठ्या

हुशारीने ती कारस्थानं अंमलात आणतात दुसरे लोक. ह्यातील म्होरक्याला त्यातील हिस्सा मिळतो. तुलाही निशाणा बनवलं जाईल. तुझ्या आधीच्या डॉक्टरला हे समजलं नाही. खोलवर गुंतत गेला तो. त्याच्या लक्षातच आलं नाही ते आणि मग फार उशीर झाला होता.'

अंथरुणावर पडून ह्या कुशीवरून त्या कुशीवर होत होतो. झोप नव्हतीच. मी अगदी तळापर्यंत बुडालो होतो. स्टीलबरोबर मी कट केला. मग रॅटको आणि गेरी वंश हत्या केलेला मिलास ब्रोकोव्हिस यांच्या जाळ्यात गुंडाळला गेलो. त्याचा फोटो बघितल्यावर असं वाटलं की हा अगदीच नगण्य इसम आहे. नरसंहार करणारा माणूस कसा भयानक दिसायला हवा पण हा दिसत होता एकदम चिमणीसारखा. पण कपटी होता, विकृत मनाचा होता.

झोप लागलीच नाही. एक वाजता परत स्वयंपाकघरात टेबलापाशी जाऊन बसलो. ग्लॅडस्टन बॅग घेतली. पुढे विचार, योजना आणि विचार. बॅग पुन्हा एकदा नीट तपासली. स्त्रियांच्या बॅगसारखी होती ती. जीर्ण झाली होती. वर धरायला मूठ होती. आतमध्ये जरुरीची औषधं, इंजेक्शन्स असत. ॲड्रानालिन ॲट्रोपिन इंजेक्शन हृदयरोगावर. शिसारी बसली असेल तोंडात तर त्यासाठी ॲंटिइमेटिक्स्, संसर्ग झाला असेल तर ॲंटिबायोटिक्स्, वेदनाशामक औषधं. मानसिक धक्क्यासाठी काही असं सर्व काही होतं. सुया, सिरींज इ. जागेवर आहेत की नाही ते बघितलं. वैद्यकीय पुस्तकातला सल्ला बाजूला ठेवून एक झोपेची गोळी घेतली. किती झोप मिळाली पाहिजे हा हिशोब केला होताच. उद्या दुपारी मी सावध व सतर्क असणं गरजेचं होतं. मग ग्लॅडस्टन बॅगेचं अस्तर आतून उसवलं होतं, त्यामध्ये माझं हत्यार व्यवस्थित ठेवून त्यावर सर्व औषधं व्यवस्थित लावली. ते गरज पडेल तेव्हा नीट काढता येईल की नाही तेही बघितलं. आता तयारी झाली होती. डोळे झोप आल्यामुळे जड झाले होते. अंथरुणावर अंग पसरून दिलं.

उठलो तेव्हा ७.३५ झाले होते. दिशाहीन व भयविव्हल अवस्था. पाच मिनिटांपर्यंत भोवतालच्या परिस्थितीचं अवलोकन करत होतो. खाटेच्या कडेला बसून दीर्घ श्वास घेऊन दोन्ही हातांनी डोक्यावर थपडा मारत होतो. एका बाजूने कालच्या घटनांची आठवणही येऊ नये असं वाटत होतं. स्टीलने सांगितलेलं सर्व विसरून जावं वाटत होतं. आता विचार पुरे असं बजावत अंघोळ करायला उठलो. गरम पाणी चालू केलं व बराच वेळ खूप साबण लावून अंघोळ केली. स्वच्छ वाटायला लागलं. आरशात बघायचं मात्र धाडस केलं नाही. माझं थोबाड पाहण्यासारखं राहिलं होतं का? बॅगमधून धुतलेले कपडे काढून तयार झालो.

आत्तापर्यंत वाटायचं की माझ्या हातून ही झुंज व्हायची नाही. निरपराध माणसं

मारली जातील. स्टील यशस्वी होईलही पण माझी अवस्था शोचनीय होईल. न घरका न घाटका. दोनदा टेलिफोन करायला गेलो पण धजावलो नाही. आतून कुणीतरी धोक्याची जाणीव देत होतं. स्टील येईल तुझ्या व तुझ्या कुटुंबामागे, मग काय करशील? त्याच्या बरोबरच राहायला पाहिजे. पर्याय नाही. सद्सद्विवेकबुद्धी सांगत होती की हे सर्व पोलिसांवर सोपवायला हवं. झाला एकदा मनाचा निर्धार. बिल ओ'हाराला सांगणार होतो एक्स-रे कार्यक्रमात काहीतरी गोची आहे, थांबवा ते. मी प्रत्यक्ष भेटल्यावर सांगतो. याची मनाशी उजळणीपण केली होती; पण फोन बंद होता. परत परत प्रयत्न केला; पण नाही झाला चालू. फोन तोडला होता. काय हा उद्धटपणा? असे विचार येत आहेत तोवर पुढचा दरवाजा उघडल्याचा आवाज झाला. कुणीतरी आत आलं होतं. त्याने आवाज दिला "डॉ. रयान.." बाहेर जाऊन बघतो तर तीन धिप्पाड इसम आतमध्ये घुसले होते. हातात घराच्या किल्ल्या. सगळ्यांनी ट्रॅक सूट घातले होते. काळ्या कपड्यातील इसमांची नजर मात्र ठाम होती. लटपटपंची चालायची नाही असा भाव डोळ्यांत, देहबोलीपण तशीच.

मी संतापून विचारलं, "आत कसे काय आलात तुम्ही?" किल्ल्या दाखवून मला सांगण्यात आलं 'ही सर्व मिळकत न्यायखात्याची आहे.'

"अरे, पण ही जागा मला राहायला दिली आहे ना?" पण या विषयावर चर्चा करण्याच्या मानसिकतेमध्ये ते नव्हते.

"तुम्हाला घेऊन यायला सांगितलंय आम्हाला." मला घेऊन दरवाज्याकडे घेऊन जाऊ लागले.

"अहो, मला माझी ग्लॅडस्टन बॅग घेऊ द्या ना. त्यात वेळप्रसंगी लागणारी औषधं आहेत." त्यांनी बॅगची तपासणी केली. त्यात काही आक्षेपार्ह नाही हे पाहून माझ्याजवळ दिली. "चला, मी तयार आहे."

सरकारी गाडीत बसलो. एक जण पुढे. मागच्या सीटवर मी मधे आणि दोन धटिंगण माझ्या दोन्ही बाजूला. खाली आणखी एक गाडी उभी होती. सफाई कामगार कुतूहलाने बघत होते. कँपबेलच्या कथनातला एक भाग आठवला.

'काही वेळा पोलिसांनाच कैद्याच्या रूपात ठेवण्यात येतं. काही वेळेला काही कट कारस्थान शिजत असेल तर खबर लागते.'

आमच्यापैकी कुणीही एक शब्दही बोललं नाही. रेडिओ बंद होता. खिडक्या बंद होत्या. खरं म्हणजे खूप गरम होत होतं. माझ्या मांडीवर माझी ग्लॅडस्टन बॅग होती. घट्ट धरून ठेवली होती मी ती. डब्लिनच्या रस्त्यावर वाहतूक नेहमीप्रमाणे होती. सारखे सिग्नल लागत होते. साधारणपणे तीस मिनिटांनंतर रस्ते जरा रिकामे झाले. गाडी चालवणं थोडं सोपं झालं. वर बघितलं तर काळ्या ढगांचा लपंडाव चालला होता. धूपछाँव असं काही चाललं होतं. काही लोकांना हे रुचतही असावं. मला

नव्हतं असं वाटत.

घड्याळ बघितलं– नऊ वाजायला आले होते. हार्मन कारागृहात पाच कैदी बाहेर जायची तयारी करत असतील. पाचपैकी चौघांना फक्त या निमित्ताने बाहेर जायला मिळतंय हेच महत्त्वाचं होतं. त्यांच्या दृष्टीने सामान्य नागरिक सामान्य जीवन जगताहेत हे बघणं महत्त्वाचं होतं. त्यांना फक्त बाहेरच्या जगावर एक नजर टाकायची होती. तुरुंगातून थोड्या वेळासाठी बाहेर जाणं.

स्टीलकरता मात्र ही संधी होती सुटण्यासाठी. रॅटको आणि गेरी करतील का हल्ला? आणखी एक तास. तेवढ्यात ते जातील पळून? अजूनही मी बिल ओ'हाराला जागृत करू शकत होतो. मला फार प्रसिद्धी मिळाली असती पण परत काहीतरी अस्वस्थ वाटायला लागलं. मी कुणा दुसऱ्याच्या तालावर नाचत होतो? मागच्या खिडकीमधून बघितलं. दुसरी गाडी मागून येतच होती.

तुरुंगापासून सुमारे दहा मिनिटं गाडीतून लागतील अशा अंतरावर ती जागा पाहिजे. इथेच काहीतरी घडणार होतं असा माझा कयास होता. इथंच बहुतेक सुटकेचा प्रयत्न होणार. मागे गाडी येतच होती. विरुद्ध बाजूला ती बांधकामाची जागा, ती अवाढव्य क्रेन सगळं काही दिसत होतं. बाहेर ते निळ्या रंगाचं होर्डिंग होतं. बांधकामाच्या कामामुळे खूप मोठा आवाज येत होता. मी त्याच ठिकाणी बंदुकीने निशाण साधणार होतो. आता त्याचा काय उपयोग? माझ्या पोटात पीळ पडला.

हार्मन सुधारणागृहात एका बाजूच्या दरवाज्याने प्रवेश केला. हा मार्ग फक्त वाहनांसाठी होता. गाड्या थांबल्या. मी पार्किंगमध्ये काळ्या रंगाच्या SUV गाड्या बघितल्या. माझ्या ओळखीच्या होत्या त्या. आता त्यांची दारं उघडी होती. सशस्त्र पोलीस फोनवर बोलत होते. त्यांचं लक्ष होतं पन्नास यार्ड अंतरावर असलेल्या एका पोलादी दरवाज्याकडे.

माझ्याबरोबर आलेल्या व्यक्तींनी सांगितलं, ह्या व्यक्तीला डॉ. रयान म्हणतात. त्यांना सांगण्यात आलं की तुम्ही पुढच्या दरवाज्याने या. मला हे समजलं नाही की सरळ रस्ता सोडून हा द्राविडी प्राणायम का?

"कुणी बोलावलंय मला?" यावर काही उत्तर मिळालं नाही. मग त्याप्रमाणे निघालो. मी पहारेकऱ्याच्या मागे चालत होतो. माझ्यावर कुणीतरी लक्ष ठेवून होतं हे स्पष्टच होतं. माझ्यावर देखरेखीकरता आलेल्या दोन वॉर्डन्स्शी दृष्टादृष्ट झाल्यावर त्यांनी नजर खाली वळवली हेही माझ्या लक्षात आलं. माझ्या पोटात परत गोळा आला. मी थांबलो. मुद्दाम वेळ काढत होतो. त्यावर माझ्याबरोबर आलेल्या रखवालदाराने मला कोपरखळी मारून पुढे चालण्याची सूचना केली.

"अरे, काय चाललंय तरी काय?"

कुणीही लक्ष दिलं नाही. परत कोपराने डिवचून पुढे चालण्याबद्दल सूचना!

प्रवेशद्वार उघडंच होतं. आत गेलो. फरशीवरून पुढे चालत जावं लागलं. भोवताली धारदार तारा होत्या. आता ढगांमधून थोडा सूर्यप्रकाश आला. एकदम उजेड पडल्यामुळे डोळे दिपले. डोळे उघडून बघतो तो समोर खुद्द न्यायखात्याचे मंत्री महोदय पॅट्रिक हॅलोरन. इतक्या लोकांमध्ये त्यांची उंच मूर्ती उठून दिसत होती. त्यांचं इथं हजर असणं काहीतरी वेगळंच आहे आज, हे दाखवत होतं. मंत्री महोदयांनी जणू काही गोल्फ खेळायला जायचंय असा पेहराव केला होता. त्यांच्या या रूपाशी परिचित नव्हतो मी. बिल ओ'हाराशी त्यांचं बोलणं चालू होतं. त्यांचा प्रमुख सनदी अधिकारी. बाकी पोलीस अधिकारी, तुरुंग अधिकारी, वेगवेगळ्या दर्जाचे. गव्हर्नर कँपबेल दिसले नाहीत.

''डॉ. रयान, थांबा इथं.'' कुणीतरी सांगितलं. शाळेतल्या मुलाप्रमाणे मला एका बाजूला उभं करण्यात आलं. आजूबाजूला बघितलं. माझ्यामागचं दार बंद होतं याची खात्री करून घेतली. आजूबाजूचं निरीक्षण केलं. ही इमारत वाढवलेली होती. तुरुंगाचा दरवाजा थोड्या अंतरावर. दूर अंतरावर आवाज येत होते. ऑर्डर सोडल्याचे. मोटारगाड्या चालू केल्याचे.

हॅलोरन या बाकी लोकांपासून अलग ठिकाणी उभा राहिला. शांतपणे दूर गेलेला दिसला. कोपऱ्यात बिल ओ'हारा पाहण्यात आला; पण त्याने मोहरा बदलल्यामुळे दृष्टादृष्ट झाली नाही. कोटाच्या दोन्ही बाजू एकमेकांजवळ घेऊन थंडीपासून बचाव करावा लागत होता. दात थंडीमळे थडथड वाजत होते.

परत कँपबेल उवाच आठवलं. 'प्रत्येक दिवशी मी माझा दिनक्रम बदलतो. त्यामुळे कैदी गाफील राहतात. त्यांच्या पुढेच एक कदम राहावं लागतं.'

भिंतीच्या दुसऱ्या बाजूचा आवाज एकदम कमी झाला. एक पोलीस अधिकारी मोबाईल फोनवर बोलत माझ्याजवळ आला. ''डॉ. रयान, चला.'' मी त्याच्या मागोमाग गेलो.

लाकडी दरवाज्यापाशी थांबलो. त्याला खिळे ठोकून भक्कम केलेलं होतं. किल्ल्या फिरवून कुलूप उघडण्याचा आवाज झाला. बोल्ट उघडल्याचा, अडसर दूर केल्याचा आवाज झाला. हे झाल्यानंतर आमचा प्रवेश झाला. हार्मन सुधारगृहाची पुढची बाजू. त्याचे भव्य दरवाजे खिळखिळे झालेले दिसले. समोर दोन फोर्ड कंपनीच्या वाहतुकीच्या गाड्या दिसल्या. मागच्या बाजूचे दरवाजे उघडे होते. पुढची बाजू बंदुकीच्या गोळ्या न शिरतील अशी भक्कम. गाड्यांचा पत्रादेखील भक्कम पोलादी. दोन्ही गाड्यांवर कोणतीही चिन्हे नव्हती. क्रमांक नव्हते. एकापासून दुसरी गाडी वेगळी कशी ओळखायची ते सांगणं अवघड होतं.

मी थांबलो. एक मोठा अवजड दरवाजा उघडला. गव्हर्नर कँपबेल बाहेर डोकावला. मला पाहिल्यावर मला खूण केली.

नीतितत्त्वातील आणखी एक सूत्र आठवले. *'त्यांना गोंधळात टाकलं पाहिजे. अगदी शेवटच्या क्षणी निर्णय बदलायचा.'*

आतमध्ये मी निवडलेले पाच कैदी थांबले होते. सगळ्यांना हातकड्यांनी एकमेकांशी जखडलं होतं. त्यांना सहा तुरुंग अधिकाऱ्यांना जोडलं होतं. सर्वांच्यामध्ये होता डॅन स्टील. फिकट पडला होता. केस अस्ताव्यस्त. एकंदर तणावग्रस्त होता. हात बेडीत अडकल्यामुळे काही हालचाल करू शकत नव्हता. पायही थरथरताना दिसले. पण विशेष असं की बाकीचे कैदी मात्र खुशीत दिसले. जसं काही कुठल्या तरी समारंभाला निघालेत.

त्यांच्यासमोर कँपबेल साहेब उभे. हातामध्ये एका क्लिपबोर्डला काही कागद लावलेले होते. माझ्याकडे पाहून विचारलं, "हेच का हॉस्पिटलमध्ये जाणारे कैदी?"

"होय."

हातातील कागदाची चाळवाचाळव केली. प्रत्येक कैद्याच्या हातात एक एक कागद दिला. डॅन स्टीलला मात्र नाही दिला.

"थोडा बदल आहे कार्यक्रमात. एक्स-रे मशिन दुरुस्त झालं आहे. उद्या सकाळी इथंच एक्स-रे घेता येईल. तेव्हा आता कोठडीमध्ये परत जा. गरज लागेल तेव्हा बोलावू."

कैद्यांमध्ये चलबिचल झाली. "च्या आयलाऽऽ ह्यांच्या! एक दिवस बाहेर जायला मिळालं असतं ते गेलं भोसड्यात." असं बोलणं ऐकू आलं. पण थोड्या वेळातच इतर चौघांना कोठड्यात पाठवलं जाताना त्यांची शिवीगाळ, आरडाओरडा चालू होता.

घड्याळाकडे बघितलं ९.५५. जर सिटी हॉस्पिटलला जायचं असेल तर पाचच मिनिटं उरली होती. मागून पावलांचा आवाज आला. चार पोलीस अधिकारी आलेले दिसले. त्यांच्या अंगावर प्रत्यक्ष युद्धामध्ये वापरतात तसा गणवेश व डोक्याला पोलादी शिरस्त्राण होतं. हातात बंदुकीच्या गोळ्यांपासून रक्षण करण्यासाठी ढाली. डॅन स्टीलने माझ्याकडे पाहिलं व हा काय प्रकार आहे अशा अर्थाचा आविर्भाव केला. मी खांदे उडवले. डॅनचे हात बेडीमध्येच होते. ठरलेल्या कार्यक्रमातील बदल स्पष्टच दिसत होता. काही निराळंच घडतंय असं वाटलं. मग मी सुटकेच्या प्रयत्नाची बातमी देण्याचा विचार सोडला.

वर वर्णन केलेल्या पोलीस अधिकाऱ्याच्या मधे होता सेफिक बॅरिसिक. महत्त्वाचा साक्षीदार. बरोबर असलेल्या अधिकाऱ्याच्या खांद्यावर हात ठेवून चालत होता. तोंडातून काहीतरी पुटपुटणं चालू होतं. बहुतेक प्रार्थना करीत असावा.

एकदम ह्या ठिकाणी चिलखत घातलेले पोलीस शिपाई मोठ्या संख्येनं आलं. पोलादी शिरस्त्राणाची झापड खाली ओढलेली. प्रत्येकजण विलक्षण शस्त्रसज्ज दिसत होता. मी ग्लॅडस्टन बॅग घट्ट पकडून ठेवली. ह्या इतक्या सगळ्या हत्यारांसमोर ग्लॉक १९ चा काय निभाव लागणार?

स्टीलभोवती सहा अधिकाऱ्यांनी कोंडाळं केलं. तो ओरडायला लागला.

"अरे भडव्यांनो, मोकळं सोडा मला."

त्याच्याकडे लक्ष न देता त्याला धरण्यात आलं. त्याचा आवाज दबला गेला. माझ्याकडे वळले. "डॉ. रयान, चला लवकर सिटी हॉस्पिटलला. १०.३० ला पोहोचायचं आहे." बघतो तर भोवती सगळे शिरस्त्राण घातलेले; पण आवाज ओळखला. तो हुकूम देत होता. "चला सर्व जण." तो अनुनासिक स्वर, ओळखलं बरोबर..

"डेम्पसे, हलकटा.. लिसा दुगन कुठे आहे?" मी ओरडलो.

मी मोकळा झालो आणि डेम्पसेला प्रवेशद्वारापाशी बघितले. अंगावर डेनिम व उघड्या बटनांचा पांढरा शर्ट. डाव्या खांद्याखाली एक भारी बंदूक लटकवलेली होती. त्याने माझ्याकडे दुर्लक्ष केलं. वाहतूक करणारी गाडी आली. सेफिक बॅरिसिक दिसला तिथे. तो प्रेतयात्रेची तयारी करावी लागते असा चेहरा करून होता.

मला दोघांनी घट्ट धरून ठेवलं होतं. सिगारेटचा प्रचंड वास येत होता. मला गरगरायला लागलं. उलटी गणती सुरू झाली.

दहा.. नऊ.. आठ.. सात.. सहा.. पाच.. चार..

सगळीकडे शांतता पसरली होती. लांबवर डब्लिनच्या वाहतुकीचा आवाज. मध्येच एका रुग्णवाहिकेचा आवाज ऐकला. माझी श्वास घेण्यासाठी धडपड चालू होती.

कूच करण्याचा हुकूम मिळाला.

बॅरिसिकच्या भोवताली कोंडाळं करून त्याला कुणीही बघणार नाही या बेताने गाडीत बसवण्यात आलं. त्याच्या मागोमाग ओळखू न येणारे दोघे जण.

दोन-तीन फुटांवर झटापट चालू होती. शिवीगाळ ऐकू आली. डॅन स्टीलला गाडीत बसविण्यात येत होतं. माझीही उचलबांगडी करून मलाही त्या गाडीतच फेकण्यात आलं. प्रचंड गोंधळ झाला होता माझा. मी उठण्याचा प्रयत्न करीत असताना साखळदंड व बेड्यांचा आवाज आला. "माझ्या नादी लागू नका." डॅन स्टील ओरडत होता. मोटारीमधील लोखंडी जमिनीवर बुटांचे आवाज, साखळदंडांचे

आवाज, मुष्टिप्रहार केल्याचा आवाज असं काही ऐकू येत होतं. मध्ये शिपाई असल्यामुळे स्पष्ट काही दिसत नव्हतं. आता माझ्या डोळ्यावर कुणाचा तरी हात होता. तो निघाला. मी वळून बघतोय तो नोअेल डेम्पसे माझ्याकडे रोखून बघत होता.

गाडीचा दरवाजा धाडदिशी बंद झाला.

गाडी सुरू करण्याचा आवाज झाला. थोडा धक्का बसून गाडी चालू झाली. मी कसाबसा अर्धवट बसलो. अवघडलो होतो. आतमध्ये छतावर एक मंद दिवा होता. त्यामुळे थोडा दिलासा. डॅन स्टील खाली पडला होता. मनगटं व पायाचे घोटे साखळीने एकत्र जखडले होते. चेहरा लालबुंद, डावा डोळा सुजलेला. खालच्या ओठातून रक्त येत होतं. डोळे इकडून तिकडे फिरवत होता. अचंबा व भयाने किंचाळत होता. एका धक्क्याने मी उडालो. गाडीला असलेल्या एकुलत्या एक खिडकीचा आधार घेऊन स्वत:ला सावरलं. ड्रायव्हरसमोरच्या काचेतून बघितल्यावर समजलं की तुरुंगाच्या प्रवेशद्वारामधून बाहेर पडत होतो. आमच्या गाडीपुढे काळी SUV, सर्चलाईटसकट होती. आणखी एक वाहन त्याच्यापुढे होतं. मुख्य रस्त्याला लागताना आमच्या ताफ्यातील गाड्या डावीकडे वळल्या– सिटी हॉस्पिटलकडे. आमची गाडी मात्र उजवीकडे वळली. गाडीने वेग घेतला. पोलिसांच्या गाड्याही दिसल्या.

"काय चाललंय तरी काय? हा काय सगळा धिंगाणा?"

मी खाली सरकलो. छातीत धडधड, श्वसनक्रिया खूप जोरात. हातही थरथरत होते.

"अरे बाबा, खरंच मलाही माहीत नाही."

काहीवेळ आम्ही दोघेही काहीच बोललो नाही. माझी घालमेल चालली होती. आता आणखी कँपबेलप्रणित सूत्र आठवलं.

'माझ्या मनात काय आहे ते मी सांगत नाही कुणाला.'

माझी कल्पना होती त्यापेक्षा गाड्या विरुद्ध दिशेनं चालल्या होत्या. जिथे हल्ला होण्याची शक्यता होती ती जागा मागे पडली. स्टीलच्या सहकाऱ्यांना हे सगळं माहीत होतं का? त्यांच्याजवळ पर्यायी योजना होती?

स्टीलशी बोलावं तर तो आपल्याच विचारात दंग होता. हात पाय बांधलेल्या अवस्थेत बसला होता. चेहरा पाषाणासारखा केला होता. साखळदंडाकडे झटापट करत होता. तोंडातून शिव्याशाप, प्रार्थना सगळं काही चालू होतं. याआधीचा त्याचा क्रौर्याचा मुखवटा गळून पडला होता. आतून कोसळला होता तो.

परत कँपबेलचं स्मरण.

'डॉ. रयान, तुरुंगाचा कारभार चालविण्याचे अनेक मार्ग आहेत. कैदी हे काही नियम पाळणारे नसतात. मग मीच बनवतो माझे नियम गरजेप्रमाणे... ते नेमके कुणालाच माहीत नसतात. कैद्यांना मात्र असं वाटत असतं की त्यांना सर्व काही माहीत आहे.'

मी म्हणालो, "ते कुठे तरी भलतीकडेच चालले आहेत."

स्टीलने काहीच प्रतिसाद दिला नाही. खाली मान घालून बसला हेता तो. मी खिडकीमधून पाहिलं. गाडीने वळण घेतलं होतं.

"आपण आहोत तरी कुठं?" स्टीलने आता विचारलं.

"काही सांगता येत नाही."

"काय दिसतंय बाहेर?"

बाहेर काय आहे ते समजायला कठीण जात होतं. "चर्च दिसतंय, घर, एक लहान मॉलही दिसतोय." गाडीने वेग घेतल्यामुळे हे सर्व भर्रकन मागे गेलं. एका वळणावर अचानक वळण घेतल्यामुळे मी कोलमडलोच.

परत बघतोय तर काळी दणकट गाडी दिसेनाशी झाली होती. गाडी रस्त्याच्या एका बाजूला होऊन थांबली.

स्टील उठण्याचा प्रयत्न करत होता. "काय होतंय?"

समोर स्पष्ट दिसत होतं. अरुंद रस्ता. नेहमीसारखी वर्दळ. शांतपणे सगळं चाललं होतं. धुमश्चक्रींची जागा असणं शक्य नव्हतं. मी सांगितलं, "मला काही कळत नाही." फूटपाथवरच गाड्या लावल्या होत्या. लोकांचे व्यवहार चालू होते.

"काय दिसत आहे?"

"चूप रहा... बघतोय ना मी!"

गाडी चालविणारा ड्रायव्हर खाली उतरला. थोड्या वेळाने त्याच्या जागेवर एक राक्षसासारखा दिसणारा आला.

"अरे देवा!" मी पुटपुटलो.

"काय करताहेत तरी काय भोसडीचे?" स्टील आता ताठपणे बसला होता.

माझ्या मनात शंका यायला लागली. आत्यंतिक विचारांचं काहूर उठलं. इकडून तिकडे पाहत होतो. म्हणालो, "त्यांनी ड्रायव्हर बदलले आहेत. हा नवीन ड्रायव्हर चिलखत घालून आला आहे. त्याची मानसुद्धा नीट दिसत नाही."

स्टील गप्पच होता. नीट बसण्यासाठी आधार बघत होता. आता गाडी सुरू झाली पण फार हळू चालली होती. मी खाली वाकून उकिडवा बसलो होतो. डोक्यात अनेक कल्पना येत होत्या. स्टीलला जखडलं असल्यामुळे गाडीच्या वेगाप्रमाणे तो इकडे तिकडे हलत होता. दोन्ही घोटे साखळीने बांधले होते त्यामुळे जितके पाय लांब करता येतील तितके केले होते.

"गांड मारली भडव्यांनी आपली डॉक्टर."

ते कितपत खरं होतं कुणास ठाऊक. पण मी जो प्रसंग येईल त्याला तोंड द्यायची तयारी ठेवली. ग्लॅडस्टन बॅग उघडून औषधांच्या गर्दीतून पिस्तुलापर्यंत हात नेला. पिस्तूल तयार करून ठेवलं. बॅग माझ्या मांड्या व पोट यामध्ये धरली. आता बुड टेकवून बसलो.

आता ही वेळ होती स्टीलकडून माहिती घेण्याची. माझे अनुत्तरित प्रश्न अनेक होते. लिसाला काय झालं? हा नोअेल डेम्पसे काय काम करतोय? हे सगळं कसलं कारस्थान चाललेलं आहे?

"स्टील, आता सरळ सांग सगळं..."

तोपर्यंत गाडीला एकदम धक्का बसला. मी बसल्या जागी कलंडलो. कुणीतरी शिव्या घातल्याचा अस्पष्ट आवाज आला. गाडी फार जोराने एका बाजूला कलंडली. स्टीलची अवस्था फार दयनीय झाली. मी पाय फाकून तोल सांभाळायला लागलो. बाहेर जिवाच्या कराराने ओरडण्याचा आवाज. आता बंदूक झाडल्याचा आवाज. गोळीबार सुरू झाला. गाडीवर गोळ्या आपटत होत्या. त्याचा सूं सूं असा आवाज ऐकायला येत होता. गोळ्या आत शिरत नव्हत्या. गिअर झटाझट बदलले जात होते. गाडी विलक्षण रीतीने एकदा एका बाजूवर व नंतर दुसऱ्या बाजूवर कलत होती. शेवटी धडधड करीत थांबली. गाडीच्या अशा परिस्थितीमुळे स्टील एका कोपऱ्यात पडला होता. धडपडत उठण्याचा प्रयत्न करत होता. माझ्याकडे यायचा विचार होता. थोड्या शांततेनंतर बाहेरच्या बाजूने गाडीवर घाव घातले जात आहेत हे लक्षात आलं. माझी भीतीनं इतकी गाळण उडाली की माझा लघवीवर ताबा राहिला नाही. पँट भिजली. परत गाडीच्या बाहेर गोळ्या चालविल्याचा व त्या आपटून परत गेल्याचा आवाज..

"ते आलेत माझ्याकरता, आलेत ते." स्टील उद्गारला. त्याच्या डोळ्यांत थोडी चमक दिसत होती. आता मागच्या बाजूनं गाडीवर घाव सुरू झाले. जबरदस्त घाव. माझ्या पोटात ढवळून आलं. स्टील माझ्या दिशेनं थोडा सरकला, ओरडला, "खाली उतर."

मी अगदी वेळेवर खाली बसलो.

मोठा स्फोट झाला. कानातील संवेदना नाहीशी झाली. काहीतरी विचित्रच आवाज येत आहेत असं वाटलं. मग क्षणभर मोठ्या प्रकाशाने डोळे दिपले. नंतर दिसलं की मागचे दरवाजे उखडले गेले आहेत. बाहेर रस्ता दिसत होता. स्टील साखळदंडातून सुटण्याचा प्रयत्न करत होता. "पळ लवकर इथून, केव्हाही स्फोट

होईल इथं.''

मी पुढे व्हायचा प्रयत्न केला पण खाली पडलो. विचित्र शब्द ऐकू आले. स्टीलनं त्याला प्रतिसाद दिला. दोघेही जण ओरडत होते. स्टील जोरजोरात ओरडत होता, ''मला बाहेर काढ. जखडून ठेवलंय मला.'' आता एकदम रॅटको प्रेडोजेविक समोर आला. त्याला मी ओळखलं बरोबर. आडव्या अंगाचा, काळपट रंगाचा. त्याच्या उजव्या हातात पिस्तूल होतं. त्याच्या तपकिरी डोळ्यात आसुरी आनंद दिसत होता. स्टील ओरडला, ''अरे मला बाहेर काढ की.''

मी त्याच्या मागे होतो. माझा हात ग्लॅडस्टनच्या आत, हातात पिस्तूल. रॅटकोने मला पाहिल्यावर त्याच्या चेहऱ्यावरचे भाव बदलले. काही एक न बोलता त्याने स्टीलच्या छातीत चार गोळ्या झाडल्या. मीही मागे कोलमडलो. स्टीलच्या रक्ताच्या चिळकांड्या माझ्या अंगावर उडाल्या. मी वळलो. बघतो तर रॅटकोने माझ्यावर नेम धरलेला होता. मी झटकन बॅग फिरवली व पिस्तुलातून दोन्ही बाजूला गोळ्या झाडणं चालू केलं. गोळ्या गाडीच्या आतल्या पत्र्याला लागून परत फिरत होत्या. रॅटकोला हे सगळं अनपेक्षित होतं. आश्चर्याचा धक्का बसल्यासारखा चेहरा केला. आता पिस्तूल बाहेर काढून त्याच्यावर चालवलं. तो त्यावेळेपर्यंत पुतळ्यासारखा उभा होता. गोळी लागल्यामुळे त्याचा पिस्तूल धरलेला हात निखळला. तो तडफडत होता. मग मी त्याला डोक्यावर दोन गोळ्या घालून संपवला.

जवळून आरडाओरडा, शिव्याशाप, संतापण्याचे आवाज ऐकू येत होते. रस्त्यावर उडी टाकली. आता मला निक्सन, रॅटकोचा साथीदार हवा होता. इतक्यात एक मोटारसायकल चालू केल्याचा आवाज आला. माझ्या दिशेने येत होती. मी जमिनीवर पडलो आणि पिस्तूल विलक्षण चपळपणाने चालवलं; पण आता परत माझ्यावर गोळ्यांचा भडिमार झाला. माझ्या डाव्या पायाला गोळी लागल्याचं जाणवलं. मी जखमेला हात लावला आणि माझ्या घशातून कण्हण्याचा आवाज आला. आणखी गोळ्या झाडल्या गेल्या. छातीत लागली गोळी. बधिरपणा आला. श्वास घ्यायला त्रास होऊ लागला. स्वतःचंच रक्त गिळत होतो. दुसऱ्या पायातही असह्य वेदना जाणवली. हालण्याचा प्रयत्न केला पण शक्य झालं नाही. रक्ताची उलटी झाली. फुप्फुसाचं काम मंदावलं आणि मी मागे पाठीवर कोसळलो. श्वास घ्यायचा अटीतटीचा प्रयत्न करत होतो. जगण्यासाठी धडपडत होतो. आकाशाकडे बघितलं. काही दिसत नव्हतं आणि मग अचानक अंधार पसरला.

२४

व्हु व्ह श्य... व्हु व्हु.. श... या आवाजाने जाग आली. कृत्रिम श्वसन यंत्रणेचा आवाज. डोळे मिटून पडून राहिलो. मेंदू व शरीर यांचा संबंध राहिलेला नव्हता. श्वास घेता येत नव्हता म्हणून कृत्रिम श्वसन यंत्रणा. घशात काहीतरी चमत्कारिक संवेदना वाटत होती. थुंकायचं होतं. फार तीव्रतेने वाटत होतं तसं.

ओरडायचं होतं पण शक्य होत नव्हतं. डोळे उघडले व मिटले परत. हॅलोजन दिव्यांचा प्रखर प्रकाश सहन करू शकलो नाही. हालचालही करता येत नव्हती. मग जाणवलं, की मला सगळीकडं बँडेजच्या पट्ट्यांनी जखडून टाकलं आहे.

फारशी वेदना जाणवत नव्हती. थोडीशी अस्वस्थता होती इतकंच. दोन्ही पायात होती अशी संवेदना. छातीच्या उजव्या बाजूला काहीतरी घासत आहे असं वाटत होतं. हळूहळू डावा हात हलवून बघितला. मग उजवा. दोन्ही हात हलवता येत होते.

पण विलक्षण अशक्तपणा आला होता.

मग जरा डोक्यातलं सगळं काढून टाकलं. परत अवकाशात जाण्याचा प्रयत्न. मी जिवंत होतो तर! पण मला नको होतं ते.

व्हु.. व्हु.. श.. व्हु.. व्हु.. श...

व्हेंटिलेटरचा आवाज चालूच होता. एक कळ दाबायचा अवकाश की कृत्रिम श्वसन यंत्रणा बंद पडेल. मग मिळेल शांती; पण ते घडणार होतं का?

का मला जिवंत ठेवताहेत? बेशुद्धीमध्ये मी फार सुखात होतो.

"फ्रँक, माझं बोलणं ऐकू येतंय का?" कुणातरी पुरुषाचा आवाज. माझ्या डोळ्यांची उघडझाप झाली. चकाकणारी इंद्रधनुष्यं समोर आली.

"रयान, तुम्हाला येतंय का ऐकू?" परत तोच आवाज.

"डॉ. रयान म्हणा." एका स्त्रीचा आवाज. माझ्या उजव्या बाजूला. आवाज

ओळखला नाही पण उच्चार फिलिपिनो वाटले. "ते डॉक्टर आहेत." माझा उजवा हात कुणीतरी मृदूपणे दाबत होतं.

"माफ करा. मी विसरलो होतो ते. डॉ. रयान, तुम्ही ऐकत असाल तर डोळे उघडा व डोळे उघडेच ठेवण्याचा प्रयत्न करा."

प्रयत्न करत होतो पण पापण्या भलत्याच जड झाल्या होत्या. बोलण्याचा प्रयत्नही व्यर्थ गेला. ट्यूब घातलेली होती ना. परत माझा हात कुरवाळला गेला. त्या स्पर्शामुळे कुणीतरी मला उत्साहित करण्याचा प्रयत्न करीत होतं. "फ्रँक, कर प्रयत्न पाहू." फिलिपिनोच्या आवाजात काळजी होती. डोळे बंद असल्यानं ती कोण आहे ते नाही दिसलं.

शक्ती एकवटून एक क्षणभर पापण्या उघडल्या. मला शुद्धीवर राहणं आवश्यक होतं. वर हॅलोजनचे दिवे नव्हते त्यामुळे डोळे दिपले नाहीत. पांढरं छत दिसलं. एक अस्पष्ट चेहरा डोळ्यांसमोर आला.

"शुद्धीवर आलाय. डोळे उघडलेत." तो पुरुषी आवाज आता काळजीमुक्त वाटत होता.

"छान, डॉ. रयान जरा काळजीपूर्वक मी काय सांगतो आहे ते ऐका. मी काही प्रश्न विचारणार आहे. त्याचं उत्तर हो किंवा नाही असं द्यायचं. हो उत्तर असेल तर एकदा डोळे मिटायचे. नाही असेल तर दोनदा."

ह्या सूचना अगदी हळूहळू माझ्या डोक्यात उतरल्या.

"ऐकू येतंय का?"

माझ्याकडून काहीच प्रतिसाद नाही.

"दिसतंय का?"

बघू शकतो का मी? वर बघतोय तर वरचं छत खाली येतंय व परत वर जातंय असं वाटायला लागलं. चेहरा दिसला पण अस्पष्ट, ओळखू येत नव्हता.

"दिसतंय का तुम्हाला?" आता आवाजात उतावळेपणा वाटला. "हो असेल तर एकदा डोळे मिटायचे, नाही असेल तर दोन वेळा." मी डोळे बंद केले व बंदच ठेवले.

शांतता पसरली. काही शब्द ऐकू आले. अर्थ उमगत नव्हता. परत हात दाबला गेला. "मी अर्ध्या तासात परत येणार आहे फ्रँक, लांब जायचं नाही हं." गालातल्या गालात हसल्यासारखं वाटलं. मग हास्य दाबून ठेवलं जातंय असं वाटलं.

परत त्या भयाण पोकळीमध्ये मी परतलो.

"फ्रँक, आता मी ही नळी बाहेर काढणार आहे. काही त्रास होणार नाही. आरामात पडून रहा. छातीला सूज आहे; पण मी सांगितल्यावर श्वास घ्यायचा."

आता माझ्या लक्षात आलं होतं, की माझ्या उपचारांसाठी डॉक्टरांची फौज तयार आहे. ट्रॉमा सर्जन, त्यांच्या हाताखालचे डॉक्टर्स, नर्सेस, फिजिओथेरपी करणारे. त्रासिक चेहऱ्यानं येणार आणि काही न बोलता निघून जाणार. मला हे समजत नव्हतं की मी कुठे आहे. हेही समजत नव्हतं की केव्हापासून, किती काळ आहे?

माझ्या नाकाला प्राणवायूचा मास्क लावला होता. गॅसचा हिस्स असा आवाज येत असे. ठरावीक वेळेला माझे ओठ बर्फाचे तुकडे लावून स्वच्छ करीत असत. हाताची फार हालचाल करता येत नसे. दोन्ही हातांच्या शिरांमधून औषधं व शक्ती टिकण्यासाठी द्रव दिले जात होते. उजव्या पायाला प्लॅस्टर केलेलं होतं. छातीमधील द्रव बाहेर काढण्यासाठी नळी घालून मार्ग काढला होता. त्या ठिकाणी प्रचंड वेदना होती. आत्ता माझं नाक खाजविण्याची तीव्र भावना झाली होती पण तसं करू शकत नव्हतो. मला विचारलेल्या प्रश्नांची मी डोळ्यांची उघडझाप करून उत्तरं देत होतो खरा; पण आत्तापर्यंत एक शब्दही तोंडातून काढला नव्हता. त्यांच्यामध्ये आपापसात जे बोलणं चालायचं त्यावरून समजायचं की हे त्यांना काळजीचं कारण वाटे. खरं म्हणजे मला बोलता येत होतं; पण बोलण्यासारखं काय उरलं होतं? त्यांना हे माहीत नव्हतं.

मला जगायचंच नव्हतं. कशाकरता इतकी उठाठेव. इतकं सगळं झाल्यानंतरही मला जिवंत ठेवण्याचा अट्टहास कशाला? छळच हा.

नेहमी झोपेचं सोंग घेत असे. हाच एक उपाय होता.

दुसऱ्या वेळी डॉक्टर्स व अन्य तपासायला आले त्यावेळी बोलणं ऐकलं की रुग्णाची मज्जासंस्था ठीक आहे. रुग्ण काही बोलतच नाही.

आठव्या दिवशी मला एकट्याला अतिदक्षता विभागात हलवलं. सिटी हॉस्पिटलमध्ये गोळीबाराचा प्रकार होऊन मी जखमी झाल्यानंतर अठ्ठेचाळीस तास बेशुद्धावस्थेत होतो.

''फ्रँक, ऐकतोयस का? मी तुझा बाबा बोलतो आहे. तुझ्या शेजारीच बसलो आहे.'' नवव्या दिवशी वडिलांचा आवाज ऐकला.

उश्यांच्या आधाराने मला बसतं केलं होतं. छातीमध्ये असलेली नळी काढली होती. हे करताना मी परत बेशुद्ध झालो होतो. परत काळजी उत्पन्न झाली. मला अशा अवस्थेत झोपविण्यात आलं की माझं डोकं पायाच्या पातळीच्या खालच्या बाजूला झालं होतं. परत ऑक्सिजन लावला. शिरेमधून परत नवीन औषधं सुरू केली. मी मरायचा निश्चय केला होता. त्यांना तो हाणून पाडायचा होता.

माझे वडील हॉस्पिटलच्या कर्मचाऱ्यांशी चौकशी करत होते. माझ्या तब्येतीची

काय अवस्था आहे? औषधोपचार कसे चालू आहेत? इ. मी ओळखली त्यांची ऑस्ट्रेलियन उच्चारशैली. त्यांच्या आवाजात उद्रेक भरला होता. माझी बहीण जखमी झाली होती त्यावेळी झाला होता त्यांचा आवाज असा.

त्यांना सांगण्यात आलं ते असं - रुग्णालयात दाखल केल्यानंतर त्यांच्याकडे दोन ट्रॉमा सर्जन्स बघत होते. बारा तासात दोनदा शस्त्रक्रिया करावी लागली. काही वेळ हा रुग्ण जगेल अशी आशाही सोडून दिली होती. फुप्फुसात लागलेल्या गोळीमुळे अंतर्गत रक्तस्राव खूप मोठ्या प्रमाणावर झाला होता. उजव्या मांडीच्या मोठ्या हाडाचा गोळीमुळे भुगा झाला होता. डाव्या पायालाही जखम झाली होती. त्यातूनही खूप रक्त गेलं. काही काळ रुग्णाच्या मेंदूला काही इजा झाली असावी असं वाटत होतं. रक्तदाब अत्यंत कमी झाला होता. त्यामुळे प्राणवायूचा पुरवठा कमी. जीवन-मरण यामधील सीमारेषा अस्पष्ट झाली होती. अगदी खरं सांगायचं तर आम्ही रुग्णाच्या जगण्याची आशा सोडली होती.

यानंतर सर्व जण शांत राहिले.

माझ्या वडिलांनी विचारलं, "नेमकं काय झालं त्या दिवशी?"

"नाही, मला काही सांगता येणार नाही. माझी जबाबदारी आहे उपचार करण्याची. पोलीस इतकंच सांगताहेत की गोळीबार झाला. सगळं प्रकरण दाबलं गेलंय. अहो, वर्तमानपत्रात एक ओळही छापून आलेली नाही; पण या रुग्णाला अति महत्त्वाच्या व्यक्तीचा दर्जा दिलेला आहे. काल स्वत: मंत्री महोदय आले होते चौकशी करायला."

"म्हणजे ते हॅलोरन साहेब? चांगला माणूस तो. त्यांनी मला आवर्जून सांगितलं की ते काय काळजी घेताहेत. अहो त्यांनीच मला सरकारी खर्चानं इथं आणलं. फाईव्ह स्टारमध्ये ठेवलंय बघा."

आता या बोलण्याकडे लक्ष दिलं पाहिजे. मी उठायचा प्रयत्न केला. छातीत प्रचंड दुखायला लागलं. घामाघूम झालो. अशक्तपणा खूप आला. शिसारी आल्यासारखं वाटलं. मी कण्हायला लागलो.

"फ्रँक. फ्रँक, बरा आहेस का? देवा रे, अहो धावा लवकर." परत माझी शुद्ध हरपली.

आणि जेव्हा मी बोललो तेव्हा फक्त वडिलांशीच. इतरांवर माझा विश्वास नव्हता आणि मी कोणताच प्रतिसाद देत नाही हे पाहून मी सहकार्य करत नाही असं ठरवलं त्यांनी. मी लक्षच दिलं नाही. मला फार त्रास व्हायचा. दुखायचंही खूप. मॉर्फिन द्यायचं बंद करून वेदनाशामक गोळ्या सुरू केल्या होत्या. त्यातच बद्धकोष्ठामुळे पोट फुगलं. पोटातही दुखायला लागलं. माझ्या झोपण्याच्या वेळाही

बदलल्या. दिवसा झोप, रात्री आढ्याकडे बघत बसायचं. विचार करायला वेळ खूप होता पण मेंदू सहन करू शकत नव्हता. तर्कसंगत विचार सुचत नव्हते. स्मृतिभ्रंशही झाला होता थोडा.

तो बदमाश याच्या मुळाशी होता. कपटी, दुष्ट बुद्धीचा, खोटारडा. माझ्या वडिलांच्या भाबडेपणाचा फायदा उठवत होता. त्यांना तो किती उदार, दयाळू आहे हे दाखवत होता. नाटक्या, हरामखोर!

वडील पुढे बोलतच होते, "ते म्हणतात की ह्याच्या मुळाशी कोण आहे ते शोधून काढू. मला कळवणार आहेत तसं. फ्रँक, अरे चांगले आहेत रे सगळे. तुला का वेगळं वाटतंय?"

वडिलांना कसं समजवायचं? त्यांच्या डोळ्यात भय दाटलेलं असे. त्यांच्या डोक्याला अधिक त्रास नको म्हणून काही बोललो नाही यावर.

दहाव्या रात्री परत त्रास व्हायला लागला.

"कसं काय वाटतंय?" एक कनिष्ठ डॉक्टर तावदारला.

"गरम वाटतंय." काहीतरी बोलायचं म्हणून बोललो. मला फार भयंकर वाटत होतं. असंबद्ध बडबडही चालू होती.

"खरंच आहे १०३° ताप आहे."

काहीतरी नवीन नवीन त्रास सुरू होता. कधी गार वाटायचं, कधी एकदम गरम. बर्फाची लादी अंगावर ठेवल्यासारखं वाटायचं. दात थंडीने थडथड वाजायला लागले. इतके की कॉटपण हलायला लागली.

"त्याला औषधांची प्रतिक्रिया येतेय." मला एकावर एक पांघरुणं घातली जात होती.

"रक्ताचा नमुना, लघवीचा नमुना घेऊन तपासणीला पाठवा. छातीचा एक्स-रे घेऊनही बघू."

थंडीचे लोटच्या लोट अंगावरून वाहत होते. मला भयचित्रं दिसायला लागली. घराकडची दृश्यं. कापणीचा हंगाम. मेंढ्यांचं कोंडवाड्यातील ओरडणं आठवलं. कुत्री भुंकताना ऐकू यायची. धुळीचे लोट, त्यामध्ये सूर्य दिसेनासा व्हायचा. अंगातून घामाच्या धारा वाहताहेत. सावलीमध्ये बसून थंड बिअर प्यावी असं वाटायचं. घोड्यावर बसलोय. टाच मारून घोडीला पळवतोय. मैदानातून मुक्त अश्वारोहण. आनंदाने आरोळ्या ठोकतोय. मग तहान भागवण्यासाठी एखाद्या विहिरीपाशी थांबणं, पंपाने पाणी बाहेर काढायचं. स्वतः पिऊन घोडीला पाणी पाजायचं. एखाद्या पवनचक्कीखाली बसून गार पाण्याची बादली अंगावर ओतून घेतोय असंही दिसायचं.

एकदम बदल झाला यात. कुणाच्या तरी ओठांचा हवाहवासा वाटणारा स्पर्श, सुगंध जाणवला. डोळ्यांचा ओलसरपणा जाणवला. माझ्या चेहऱ्यावर केसांच्या झुलपांचा स्पर्शही जाणवला. तरुण स्त्रीचा आवाज ऐकू आला. "अरे बापरे! फ्रँक काय तुझी दशा केलीय रे? मी स्वत:ला कधीच क्षमा करू शकणार नाही रे! असं कसं होऊ दिलं त्यांनी?"

मला उठून तिच्याजवळ जावं असं वाटलं. मी ओळखलं, की ती लिसा होती. तिचा स्पर्श, तिचं बोलणं किती परिचित होतं मला सगळं.

मला उठण्याचं भय वाटत होतं. मला ह्या स्वप्नातच राहू दे. माझ्या प्रेयसीच्या प्रेमळ स्पर्शाचं सुख अनुभवत होतो.

दार उघडलं, हुंदके दिल्याच्या, दु:खातिरेकामुळे आलेलं रुदन. माझ्या वडिलांचा समजावणीचा आवाज. "होईल बरा तो. तसा बळकट आहे तो. यापेक्षा भयानक आपत्तीला तोंड दिलंय त्यानं. यातूनही येईल बाहेर सुखरूप. जा आता शांतपणे. कळवीन मी वरचेवर."

पहिल्यांदाच शांत समाधानात झोपलो. लिसा आलीय परत. एक दु:स्वप्न संपलं.

२५

सहा महिन्यानंतर

बालगावरू, दक्षिण ऑस्ट्रेलियामधलं लहानसं गाव. पूर्वीची जागा सोडून माझे कुटुंबीय इथे स्थायिक झाले होते. या ठिकाणी माझ्या कुटुंबीयांसमवेत माझं शारीरिक पुनर्वसन झालं. डब्लिनला सारखं पावसाळी हवामान असायचं. सगळं वातावरण अंधारलेलं. इथं आकाश निरभ्र असायचं. उबदार सूर्यप्रकाशाची मजा घेता यायची. पक्ष्यांची किलबिल, गाईचं हंबरणं या सर्वांमुळे थोडं आल्हाददायक वाटायचं. कुत्र्याचं भुंकणं ऐकणंही उत्साहदायक वाटत असे. शेवटी हे होतं ऑस्ट्रेलिया. घर सुरक्षित. माझ्या झोपण्याच्या खोलीमधून गमची झाडं दिसत. आजूबाजूला द्राक्षाचे मळे दिसत. मोठं सुख वाटायचं.

जुलै ते ऑगस्ट हा ऑस्ट्रेलियामधला हिवाळा. यावर्षी अवर्षण पडले. ह्या दीर्घ अवर्षणानंतर थोडा तुरळक पाऊस पडला. मग वृष्टी सुरू झाली. धो-धो पाऊस. लाल मातीत चांगला मुरला तो. सगळीकडे हिरवळ दिसू लागली. पत्र्यावर पाऊस कोसळताना ऐकणं फार मजेशीर असायचं. पन्हाळीमधून पाणी जमिनीवर उतरायचं ते बघत बसायचो.

वडीलही फार आनंदात होते. "फ्रँक, पाऊस फार चांगला झालाय. चांगला मुरवणीचा पाऊस. जमीन चांगली तयार होते. असा संथच पाहिजे पाऊस.''

आमच्या गावाकडच्या जुन्या घराची सुधारलेली आवृत्ती म्हणजे सध्याचं आमचं घर. नव्या जुन्याचा मेळ घातला होता. आईने ऑस्ट्रेलियन व युरोपियन फुलांच्या जाती लावल्या होत्या. घराच्या मागे टेनिस कोर्टपण तयार केलं होतं. छोटा तरणतलावपण. त्याचा मला फार फायदा झाला. दोन तास पोहण्याचा व्यायाम

केल्यामुळे माझी श्वसनक्रिया, पायांची हालचाल सुधारली. संध्याकाळी ऊन कमी झालं की फिरायला जात असे. रस्ता ठरावीक असायचा. रस्त्यावर दुकानदार वगैरे ओळखायला लागले होते. नमस्कारांची देवघेव व्हायची. कुणीतरी चौकशी करायचं. 'पायात ताकद यायला लागली का?' पुढे फिरत फिरत नदीपर्यंत पोहोचलो की पुलाखाली थोडा टेकत असे. पाण्याची पातळी पाहून पाऊस किती पडला असेल याचा अंदाज करणं चालायचं. माझी चाल हळू होती. दुखायला लागलं तर थांबायचं. दक्षिण ऑस्ट्रेलियातल्या उबदार वसंत ऋतूमध्येही अंग दुखायचं. कधी कधी झोपेत श्वास अडतो आहे असं वाटायचं. उजवं फुप्फुस अजून पूर्ण बरं व्हायचं होतं.

बहुतेक वेळा झोप चांगली लागायची. सकाळी जाग आली, की पंधरा मिनिटांचा श्वसनाचा व्यायाम करत असे. त्या गावात एक फिजिओथेरपिस्ट होता. त्याने काही व्यायाम ठरवून दिलेले होते. स्नायूंमध्ये ताकद यावी म्हणून हे सगळं मी श्रद्धेने करीत असे.

दुपारीही थोडी वामकुक्षी करीत असे. दीर्घ श्वसनाचा व्यायाम व्हायचा. माझ्या मुख्य रक्तवाहिनीपासून अगदी थोड्या अंतरावरून गोळी गेली होती. वाहिनीवर लागली असती तर वाचलो नसतो. बऱ्याच वेळा एप्रिल अखेरीस मला वर्तमानपत्राचं कात्रण पाठविण्यात आलं होतं, त्याची आठवण येई.

ते असं होतं–

ओलिसांची सुटका
(आमच्या परदेशी वार्ताहरांकडून खास बातमी)

तीन आयरिश ओलिसांची सुटका करून त्यांना युनोच्या ताब्यात देण्यात आले. त्यासाठी आयर्लंडचे न्यायमंत्री बेलग्रेडला आले होते. त्यांनी असे सांगितले की आंतरराष्ट्रीय शांतता राखण्याच्या कामात आयर्लंड अग्रेसर राहील.

हे तीन अधिकारी प्रिस्टिना येथे आपले कर्तव्य बजावत होते. त्यावेळी बंदुकीचा धाक दाखवून त्यांचे अपहरण करण्यात आले. ही घटना सहा फेब्रुवारीची. त्यानंतर चोवीस तासांत युनो वॉर क्राईम्स ट्रिब्युनलकडे एक फॅक्स आला. त्यामध्ये या ओलिसांच्या सुटकेच्या बदल्यात त्यांनी मिलोस ब्रोकोव्हिस ह्या गुन्हेगाराच्या सुटकेची मागणी केली होती. या गुन्हेगारावर मादक पदार्थ, दहशतवाद, शस्त्रव्यापार, वेश्या व्यवसाय अशा अनेक गुन्ह्यांसाठी खटले चालविण्यात येणार

आहेत. सध्या तो जर्मनीमध्ये सैनिकी कारागृहात आहे. युनोच्या युद्ध अपराध न्यायाधिकरणापुढे त्याला हजर करून द हेग येथे हा खटला चालविला जाईल. हे गुन्हे बाल्कन देशात केलेले आहेत. १९९०च्या दशकातील ह्या घटना आहेत.

युनोशी सल्लामसलत करून, आयरिश सरकारने एक निर्णय घेऊन या वृत्ताच्या प्रसारणावर पूर्ण बंदी घातली. नोअेल डेम्पसे ह्या अधिकाऱ्याकडे या प्रकरणाची जबाबदारी सोपवली गेली. एक विशेष कृतिदल संघटित करण्यात आले. श्री. डेम्पसे हे अशा तऱ्हेच्या समस्या हाताळण्यामध्ये तज्ज्ञ आहेत. त्यांनी आपल्या कामाला सुरुवात केल्यानंतर गुन्हेगारी जगतातील काही कुविख्यात इसमांशी संपर्क स्थापन केला. त्यांनी काही देवाण घेवाणही ठरवली. श्री. डेम्पसे यांना या प्रकरणामध्ये सर्वाधिकार देण्यात आले होते.

बेलग्रेडमध्ये श्री. डेम्पसे यांनी प्रसारमाध्यमांना कथन केले की ओलिसांना सुखरूप परत आणण्याची जबाबदारी त्यांच्यावर सोपवली गेली होती. कोणत्याही मार्गाचा अवलंब करण्याची त्यांना मुभा होती. अमेरिका व ब्रिटन यांच्याकडून फारसं सहकार्य मिळेल असं दिसले नाही. ब्रोकोव्हिसला कोणत्याही परिस्थितीमध्ये सोडणार नाहीत हे स्पष्ट झाले. श्री. डेम्पसे पुढे म्हणाले, की त्यामुळे त्यांना नियमबाह्य गोष्टी कराव्या लागल्या.

हार्मन कारागृहामध्ये डॅन स्टील हा कैदी शिक्षा भोगत होता. त्याची मदत घेण्याचे ठरविले. आम्हाला मिळालेल्या माहितीनुसार पूर्वीच्या युगोस्लाव्हियामधील गुप्तहेर सेवेमधील कुविख्यात रॅटको प्रेडोजेविक याने हे ओलीस ठेवले होते. रॅटकोवर युनोच्या सेवकांचे अपहरण करून मोठ्या खंडण्या घेतल्याचे गुन्हे दाखल आहेत. स्टीलने ही माहिती पुरविल्याबद्दल त्याला तुरुंगातून सुटका करून घेण्याचे कारस्थान रचण्याची मुभा देण्यात आली. ह्या सर्व पार्श्वभूमीवर रॅटको याला गाफील ठेवण्यासाठी काही क्लृप्ती लढवावी लागली. त्याला ज्यायोगे प्रकट व्हावे लागेल असे काहीतरी. त्याचा उपयोगही झाला. ब्रोकोव्हिस याला सोडण्याचे कबूल करण्यात आले. शिवाय डॅन स्टीललाही त्याच्या ताब्यात देण्याचे आमिष दाखविण्यात आले. हे सगळे साहस विश्वासघातावर आधारलेले होते. एका गुन्हेगाराला दुसऱ्या गुन्हेगारांविरुद्ध वापरण्याची ही योजना होती.

ब्रोकोव्हिसला याची कल्पना दिली गेली. ही संधी गमावू नये असे

त्याला पटवले; पण त्याला ह्यामध्ये स्टीलचा बळी हवा होता. पूर्वीच्या गुन्ह्यांमधील लुटीच्या रकमेवरून ते दोघे जण एकमेकांचे शत्रू झाले होते. पूर्वी ते सहकारी होते पण आत्ता कट्टर दुश्मन झाले होते.

मिलॉस ब्रोकोव्हिसला ही सुवर्णसंधीच होती. बरेच हिशोब चुकविले गेले असते. डॅन स्टीललाही मुक्तता हवीच होती. ब्रोकोव्हिसने रॅटको प्रेडोजेविकला ह्या पलायन नाट्यात सामील करून घेतले. त्याची अशी समजूत करून दिली गेली की ब्रोकोव्हिसला सोडवण्याच्या मोठ्या कारस्थानाचाच हा एक भाग आहे.

डेम्पसे यांनी ही योजना स्थूलमानाने समजावून सांगितली. अंधारातल्या कारवाया, गुप्त खलबतं किंवा ज्या व्यक्तींचा या बाबी साध्य करण्यासाठी उपयोग करून घेण्यात आला, त्यांचा या कथनामध्ये कुठेही उल्लेख नाही. ही कारवाई यशस्वी करण्यासाठी भल्या-बुऱ्या मार्गाचा अवलंब करावा लागला.

आता हे सांगता येईल की डॅन स्टीलला रॅटको प्रेडोजेविकने गोळ्या घातल्या. डॅन स्टीलची समजूत होती की रॅटको त्याची सुटका करण्यासाठी आला आहे. असंही कळलं की ह्या कारस्थानामध्ये रॅटकोचा साथीदार गेरी बार्नस् उर्फ रॉजर निक्सन ह्याने डबल एजंटचे काम केले. ब्रिटिश सैन्यामध्ये छत्रीधारी दलामध्ये काम केल्यानंतर हा भाडोत्री सैनिक झाला. ह्याच्यामार्फत ब्रोकोव्हिसला चुकीची माहिती पुरविली जाई. त्याच्या बदल्यात ओलिस ठेवलेल्या अधिकाऱ्यांचा ठावठिकाणा कळत असे. शेवट फारच नाट्यपूर्ण झाला. एकाच दिवशी दोन ठिकाणी कारवाई करण्यात आली. अकरा मार्चला डब्लिन येथे हार्मन कारागृहातून पळून जाण्याचा प्रयत्न असफल करण्यात आला. ह्या कारवाईमध्ये गोळीबार झाला. हार्मन कारागृहाचे मुख्य वैद्यकीय अधिकारी या चकमकीमध्ये मैत्रीपूर्ण गोळीबारात जबर जखमी झाले. त्यांच्यावर हॉस्पिटलमध्ये उपचार करून अज्ञात ठिकाणी ठेवण्यात आले आहे.

त्याच दिवशी अकरा मार्चला क्रोट-सर्ब सरहद्दीजवळ वेलेडा या खेड्यात दुसरी कारवाई पूर्ण केली. या गावाजवळ एक फार्महाऊस आहे. तिथे ओलिसांना ठेवलेले होते. त्यावर कमांडो कारवाई करून त्यांना मुक्त करण्यात आले. ब्रोकोव्हिसचे सात साथीदार यावेळी झालेल्या चकमकीमध्ये मारले गेले. नोअेल डेम्पसे यांनी त्याच रात्री बेलग्रेडला जाऊन औपचारिकरित्या ओलिसांना ताब्यात घेतले. त्यांनी सांगितले की हे फार आनंददायक पुनर्मिलन होते. ओलिसांचे त्यांच्या बंदिवासाच्या

काळात खूप हाल करण्यात आले. त्यांना सर्वांना साखळदंडाने एकत्र बांधलेले होते. उपासमार तर होतीच. त्या सर्वांनी आपल्या जिवाची आशा सोडलेलीच होती. अत्यंत विकल अवस्थेत होते ते सर्व. त्यांची सुटका हा आंतरराष्ट्रीय शांतता रक्षण कर्तव्यामधला एक महत्त्वाचा टप्पा आहे. आता सर्व जगाला हे समजेल की आयरिश सरकार आपल्या नागरिकांच्या सुरक्षेसाठी किती जागरूक आहे. नागरिक, अधिकारी या सर्वांच्या रक्षणासाठी कुठलीही किंमत चुकवली जाईल.

यानंतर मिलोस ब्रोकोव्हिसवर रीतसर खटला चालविण्यात येईल. माहितगार सूत्रांच्या कथनाप्रमाणे या आरोपीच्या विरुद्ध असलेला पुरावा भक्कम व भयानक आहे. या गुन्हेगाराला यापुढील आयुष्य तुरुंगातच काढावे लागेल असे दिसते.

बेलग्रेड, १४ मार्च

आत्तापर्यंत हा वृत्तान्त इतक्या वेळा वाचून झाला होता की त्यातला शब्दन्‌शब्द मला पाठ झाला होता. अर्थात ह्यात बऱ्याच गोष्टी सत्याला सोडून होत्या. त्यात भाग घेतलेल्या बऱ्याच व्यक्तींची दखल घेण्यात आलेली नव्हती, बऱ्याच घटना उजेडात आणल्या गेल्या नव्हत्या. बिल ओ'हारा व कारागृह गव्हर्नर कॅंपबेल यांनी आपल्या भूमिका नेटकेपणाने पार पाडल्या.

माझ्या सदनिकेच्या खाली झाडूवाले म्हणून गुप्तहेर काम करीत. त्यांच्याकडून लिसाच्या हालचालींवर लक्ष ठेवलं जाई. माझं व तिचं प्रेमप्रकरण मंत्री मंडळापर्यंत पोहोचलं होतं. त्यामुळे माझ्याविषयी संशय वाढला. त्यामुळे माझी चौकशी करणं गरजेचं झालं.

सेफिक बॅरिसिक साक्षीदार असल्यामुळे त्याचं रक्षण करणं गरजेचं होतं. त्याला हार्मन तुरुंगात ठेवणं ही डॅन स्टीलला दिलेली धोक्याची सूचना होती. ब्रोकोव्हिसचा सूड घ्यायचा असेल तर ही संधी आहे. सहकार्य कर नाहीतर पहा काय होईल ते?

क्रोएशियन अधिकाऱ्याचा खून ब्रोकोव्हिसने घडवून आणला. त्यामुळे आयरिश सरकार व युनो यांना असा संदेश त्याने दिला की त्याचे हात लांबवर पोहोचलेले आहेत व तो कुठेही हल्ला करू शकतो. मला सोडा नाहीतर ओलीस ठेवलेले मरतील.

माझं अपहरण केलं गेलं, मारहाण केली गेली व मला बेशुद्ध करून माझी चौकशी करण्यात आली. लिसा युनोमध्ये काय काम करते, त्याची मला किती माहिती आहे हे त्यांना जाणून घ्यायचं होतं. माझ्याकडून सुरक्षा व्यवस्थेला काही धोका आहे का? डेम्पसेच्या कुटील कारस्थानामध्ये माझा हवा तसा उपयोग करून

घेण्यात आला. फसवणूक, खोटारडेपणा यामध्ये मला रगडण्यात आलं. मला जाणवत होतं त्याप्रमाणे ह्या सर्वांची आखणी करून मला त्याप्रमाणे वागायला लावणारा होता डेम्पसे. इतके सर्व जण दुतोंडी काम करत असताना कॉनर मॅसनने पण का मागं राहायचं? मी त्याच्यावर विश्वास टाकला व त्यानं माझी माहिती सरकारी यंत्रणेला पुरविली. तो सरड्यासारखा रंग बदलत होता. मला एकदा तो म्हणाला होता की जिवंत राहण्यासाठी बाजू बदलणं त्याला चांगलं अवगत होतं.

मलाच हे समजायला हवं होतं की तो घसरडा होता. विश्वास ठेवण्याच्या लायकीचा नव्हता.

ह्या सगळ्या बनावट कारवाया माझ्या लक्षातच आल्या नाहीत. टेलिफोनवर ऐकू आलेलं मॅसनचं विव्हळणं आणि गोळी झाडल्याचा आवाज, डॅन स्टीलनं लिसा मृत्यू पावल्याचं सांगणं आणि कहर म्हणजे मैत्रीपूर्ण गोळीबारात मला कायमचं शांत करण्याचा डेम्पसेचा प्रयत्न. त्यांच्या मुख्य लक्ष्याच्या पुष्ट्यर्थ केली गेलेली कृत्यं.

डेम्पसेचा दावा आहे की नागरिकांच्या रक्षणार्थ आयरिश सरकार कुठलंही पाऊल उचलण्यास कचरणार नाही.

फार पोकळ आहे हा दावा. त्यांना कुठल्याही कायद्यांविषयी आदर नव्हता हे काही डेम्पसेनं सांगितलं नव्हतं.

शेवटी डेम्पसेला जे साध्य करायचं होतं ते साध्य झालंच. अगदी नेत्रदीपक यश मिळालं. ओलिसांची मुक्तता, विरोधकांचा नायनाट, समाजकंटकांचा बंदोबस्त. सगळं काही साध्य झालं. त्यानं कुठलाही कैदी सोडला नाही व प्रसारमाध्यमांना त्याला जे पाहिजे होतं तेवढंच सांगितलं जायचं. माझ्या प्रकृतीविषयी वैद्यकीय अहवाल अनुकूल आल्यावर मला आधी फ्रान्स व मग हाँगकाँग मार्गे ऑस्ट्रेलियाला पाठविण्यात आलं.

वरील खास वृत्तात बरीच खुशामत केलेली आहे. पण या सर्व प्रकारात आयुष्य उद्ध्वस्त झाले, कुणी मृत्यू पावले, कुणाची मानसिक अवस्था दारुण झाली. प्रेमजीवन उद्ध्वस्त झालं या कशाचाच उल्लेख नाही.

माझे व लिसाचे संबंध डेम्पसेने संपवले. त्याच्या कुटील धोरणाला अनुसरून त्याने लिसाची बदली न्यूयॉर्कला करवली. युनोच्या बाहेर तिला नवीन काम व नवीन रूप देण्यात आलं. संरक्षित कक्षात तिला ठेवलं गेलं. आम्ही एकमेकाला भेटण्याचा प्रयत्न केला पण नाही जमलं. एकतर मी शरीराने फार दुर्बल झालो होतो. तिलाही तिच्या सुरक्षाकवचातून बाहेर पडता येत नव्हतं. मिलॉस ब्रोकोव्हिसकडून तिच्या जीवाला धोका असल्यामुळे ही सर्व खबरदारी घ्यावी लागली. तो तुरुंगात बसूनही काही विपरीत घडवून आणू शकतो हा अनुभव आलेला होताच.

आता लिसाला शिकागोला हलविण्यात आलं. परत नवीन काम, नवी भूमिका.

आम्ही फोनवर खूप बोलायचो. भावनांनी ओथंबलेलं संभाषण. मग हळूहळू लक्षात यायला लागलं की ती लांब चालली आहे माझ्यापासून. ती माझ्यापासून काहीतरी लपवते आहे. आमच्यामधलं अंतर वाढत चाललं आहे अशी माझी धारणा होऊ लागली. तिला कशाचं तरी भयही वाटत असावं. दोनदा तिनं यायचं ठरवलं व मग येणं रद्द केलं. आमच्या संभाषणावरही कुणीतरी लक्ष ठेवून आहे हेही दिसत होतं. प्रेमाचं संभाषण हळूहळू औपचारिक होत गेलं.

कसं काय आहे? माझी आठवण येते का? हवा कशी आहे?

"केव्हा भेटायचं आपण?"

"तुलाच यायला पाहिजे. मला अजून अशक्तपणा आहे."

"बरं तर, मी करते एक दोन दिवसांत फोन."

पण फोन नाही केला. त्याऐवजी नोअेल डेम्पसे बोलला. त्याचा नाकातला आवाज ओळखू आला.

बुधवारी फोन करते म्हणाली. मी दिवसभर वाट पाहिली. परत पुढे चार दिवसही काही कळलं नाही. मग कळलं की तिला परत युनोमध्ये काम मिळालं व जोहान्सबर्गला नेमणूक झाली आहे. मानवी अधिकार भंगाच्या प्रकरणाचा तपास करण्याचं काम.

ती म्हणाली की हे काम फार आव्हानात्मक आहे. उत्तेजित करणारं आहे. पण यावेळी ती तिचं प्रेम व्यक्त करायला विसरली. कदाचित व्यक्त करायचं नसेलही. पुढच्या वेळी तिचा फोन आला पण मी नाही बोललो. आता बोलण्यासारखं काय राहिलं होतं? माझी मानसिक अवस्था दारुण झाली होती. एकंदर सगळं संपलं होतं.

बारा फेब्रुवारीच्या घटनेला इतके महिने झाले. माझा प्रचंड विश्वासघात झालेला जाणवतो आहे. मला वापरून फेकून देण्यात आलं, फसवलं गेलं. सगळा कडवटपणा. विस्मृतीमध्ये फेकलं जाणं. अजूनही माझ्या विचारांमधून लिसा जात नाही. तिचे शब्द आणि तिने हॉस्पिटलमध्ये घेतलेलं चुंबन...